INSIGHT PUBLICA®

INSIGHT PUBLICA®
Nadakkave, Kozhikode, Kerala
www.insightpublica.com
e-mail: insightpublica@gmail.com
Masthishkathile Kaliyachan
(Malayalam)
Prof. CP Muhammed
First Edition: March 2018
Second Edition: October 2021

ISBN 978-93-87398-13-9

മസ്തിഷ്കത്തിലെ കളിയച്ഛൻ

പ്രൊഫ. സി.പി. മുഹമ്മദ്

INSIGHT PUBLICA®

കോഴിക്കോട് ജില്ലയിലെ ബാലുശ്ശേരി സ്വദേശി. കോഴിക്കോട് ഗവ. ആർട്സ് ആന്റ് സയൻസ് കോളേജിൽനിന്ന് അസോസിയേറ്റ് പ്രൊഫസറായി വിരമിച്ചു.

പൈ അനന്തതയുടെ കയ്യൊപ്പ്, ആദിയിൽ എണ്ണൽസംഖ്യകളുണ്ടായി, പൂജ്യം ഒന്നുമില്ലായ്മയുടെ ശ്യാമസൗന്ദര്യം, ഗണിത വിസ്മയങ്ങൾ, മറവി ഓർമ്മ ശാസ്ത്രവും ജീവിതവും എന്നിവ പ്രധാനകൃതികൾ.

ഭാര്യ: ഷരീഫ. മക്കൾ: അർഷ അനം, വസിൻ റഹ്മാൻ.

മേൽവിലാസം: പൂളക്കണ്ടി. നന്മണ്ട പി.ഒ. കോഴിക്കോട്

ഫോൺ: 9387237202, 8078288901

പ്രൊഫ. സി.പി. മുഹമ്മദ്

ഉള്ളടക്കം

മസ്തിഷ്കത്തിലെ കളിയരങ്ങ്

നിറഞ്ഞകണ്ണുകളുമായി തന്റെ കാറിനുവെളിയിൽ കാത്തുനിന്നിരുന്ന ആ പെൺകുട്ടിയുടെ മുഖത്തെ ദൈന്യഭാവം കണ്ടില്ലെന്നു നടിക്കാൻ കീത്ത് ജാരെറ്റിനു കഴിഞ്ഞില്ല.' നിനക്കു വേണ്ടി മാത്രമാണിത്'' എന്നു പിറുപിറുത്തു കൊണ്ട് മഹാനായ ആ സംഗീതജ്ഞൻ കാറിനു പുറത്തിറങ്ങി അർദ്ധമനസ്സോടെയാണെങ്കിലും ഓഡിറ്റോറിയത്തിലേക്കു നടന്നു തുടങ്ങി. തൊട്ടു പിന്നാലെ വീരാ ബ്രാൻഡെ എന്ന ആ പതിനേഴുകാരിയും. ബ്രാൻഡെയുടെ ജീവിതത്തിലെ സുപ്രധാനമായൊരു ദിവസമായിരുന്നു അത്. അമേരിക്കയിലെ അറിയപ്പെടുന്ന പിയാനോ കലാകാരൻ ജാരറ്റിന്റെ സംഗീതപരിപാടിയുടെ പ്രമോട്ടറായി ആയിരത്തിലധികം പേരുടെ മുന്നിൽ പ്രത്യക്ഷപ്പെടുന്ന ദിവസം. അന്നു വൈകുന്നേരം വരെ അതിന്റെ ആവേശത്തിലും ആഹ്ലാദത്തിലുമായിരുന്നു ആ ജർമ്മൻ പെൺകുട്ടി. എന്നാൽ ശ്രോതാക്കൾ എത്തിച്ചേരാൻ മണിക്കൂറുകൾ മാത്രം ബാക്കിനില്ക്കെ കാര്യങ്ങളാകെ തകിടംമറിയാൻ തുടങ്ങി. അന്നു വായിക്കാനുള്ള പിയാനോ ജാരറ്റിനു പരിചയപ്പെടുത്തിക്കൊടുത്തപ്പോഴായിരുന്നു അതിന്റെ തുടക്കം. ഒന്നു രണ്ടു പ്രാവശ്യം കീബോഡിലൂടെ വിരലുകൾ പായിച്ചശേഷം ജാരറ്റ് ആ പിയാനോയുടെ ചുറ്റുമൊന്നു നടന്നു. അല്പനിമിഷങ്ങൾക്കു ശേഷം ജാരറ്റിന്റെ മാനേജരുടെ വാക്കുകൾ കേട്ട ബ്രാൻഡെ ഞെട്ടിപ്പോയി. 'മറ്റൊരു പിയാനോ ഉടനെ എത്തിച്ചില്ലെങ്കിൽ ഇന്നു പരിപാടി നടക്കില്ല'.

ജാരറ്റ് നിർദ്ദേശിച്ച തരത്തിലുള്ള പിയാനോ പുതിയൊരെണ്ണം കണ്ടെത്താൻ ജോലിക്കാർക്കു കഴിഞ്ഞിരുന്നില്ല. പകരം ഒരു പഴയത്

കൊണ്ടുവെക്കുകയായിരുന്ന അവർ ചെയ്തത്. അതാവട്ടെ ശ്രുതിഭംഗം വന്നതും കീബോഡ് പോലും ശരിയായി പ്രവർത്തിക്കാത്തതുമായിരുന്നു. മാനേജരുടെ വാക്കുകൾ നല്കിയ ഷോക്കിൽ നിന്നും ഉണർന്ന ബ്രാൻഡെ മറ്റൊരു പിയാനോ സംഘടിപ്പിക്കാനുള്ള ശ്രമമാരംഭിച്ചു. അഡ്മിനിസ്ട്രേറ്റീവ് സ്റ്റാഫെല്ലാം ജോലി സമയം കഴിഞ്ഞതിനാൽ സ്ഥലം വിട്ടിരുന്നു. പുറത്താവട്ടെ കനത്ത മഴയും. എവിടെ നിന്നെങ്കിലും ഒരു വലിയ പിയാനോ സംഘടിപ്പിച്ചാൽ തന്നെ റോഡിലൂടെ കൊണ്ടു വരാനും വിഷമമായിരുന്നു. ഒരവസാന ശ്രമമെന്ന നിലയിൽ അവിടെയുള്ള കുട്ടിപ്പിയാനോ നന്നാക്കാൻ ബ്രാൻഡെ ഒരു ശ്രമം നടത്തി നോക്കി. ബാൽക്കണിയിലിരിക്കുന്നവർക്ക് കേൾക്കാൻ പാകത്തിലുള്ള ശബ്ദം പോലും ആ നശിച്ച ഉപകരണത്തിൽ നിന്നും വരുന്നുണ്ടായിരുന്നില്ല. ഇന്നു പരിപാടി നടത്തുന്നില്ല എന്നു പറഞ്ഞ് തിരിച്ചു പോകാൻ തുടങ്ങിയതിന് ആ സംഗീതജ്ഞനെ കുറ്റപ്പെടുത്താനാവില്ലല്ലോ. വലിയ കാശുകൊടുത്തു ടിക്കറ്റു വാങ്ങി പ്രതീക്ഷയോടെ എത്തുന്ന ആയിരത്തിലധികം കേൾവിക്കാരോട് എന്തു പറയും എന്നറിയാതെ ബ്രാൻഡെ കുഴങ്ങിപ്പോയി. തന്റെ ആദ്യസംരംഭം തന്നെ ഇതു പോലൊരു ദുരന്തത്തിൽ കലാശിച്ചതിലുള്ള വിഷമം വേറെയും. കാറിനു വെളിയിൽ, മഴയത്ത്, കണ്ണും നിറച്ച് കൈകൂപ്പി നില്ക്കാൻ മാത്രമെ അവൾക്കു കഴിയുമായിരുന്നുള്ളൂ. ഏതോ ഒരു നിമിഷത്തിൽ തോന്നിയ മനസ്സലിവാണ് ജാരറ്റിനെ വീണ്ടും ആ ഓഡിറ്റോറിയത്തിലെത്തിച്ചത്.

മണിക്കൂറുകൾക്കു ശേഷം, വലിയൊരാൾക്കൂട്ടത്തെ സാക്ഷി നിർത്തി ജാരറ്റ് വീണ്ടും ആ പിയാനോയുടെ അടുത്തെത്തി. മഹാനായ ആ കലാകാരന്റെ വിരലുകൾ കീബോഡിൽ പതിഞ്ഞ ആദ്യനിമിഷം മുതൽ വല്ലാത്തൊരു മാന്ത്രികസ്പർശം അവിടെ കൂടിയിരുന്ന സംഗീതപ്രേമികൾ തിരിച്ചറിയാൻ തുടങ്ങി. ആ ഉപകരണത്തിന്റെ പരിമിതികൾ മറികടക്കാനായി ചാഞ്ഞും ചരിഞ്ഞും, വിരലുകൾക്കു പതിവിൽ കവിഞ്ഞശക്തി നല്കിയും ജാരറ്റ് തന്റെ വായന തുടർന്നു. അന്നു രാത്രി ആ ഹാളിൽ പിറവിയെടുത്തത് സംഗീതചരിത്രത്തിലെ തന്നെ സുപ്രധാന നിമിഷങ്ങളായിരുന്നു. ഏറെ ജനപ്രീതി നേടിയ ആ പരിപാടിയുടെ ആൽബത്തിന്റെ മൂന്നരദശലക്ഷം കോപ്പികളാണ് വിറ്റഴിഞ്ഞത് അതൊരു റെക്കോഡായിരുന്നു. തന്റെ ജീവിതത്തിലെ ഏറ്റവും മികച്ച പ്രകടനമായിരുന്നു അതെന്ന് ജാരറ്റു പോലും അറിഞ്ഞത് പിന്നീടാണ്.

അസാധാരണമായ ആ വിജയകഥ അങ്ങുദൂരെ കൊളോൺ തെരുവിലുപേക്ഷിച്ച് നമുക്കിങ്ങു തിരിച്ചുവരാം ചന്ദ്രഗിരിയുടെയും

നിളയുടെയും തീരങ്ങളിൽ പതിഞ്ഞ മലയാളത്തിന്റെ പ്രിയപ്പെട്ട കവിയുടെ കാല്പാടുകളിലേക്ക്. പി കുഞ്ഞിരാമൻ നായർ അന്ന വല്ലാതെ അസ്വസ്ഥനായിരുന്നു. ലക്കിടിയിലെ പതിവു ചായക്കട യിൽ വെച്ച് കടക്കാരനും കൂട്ടരും പറഞ്ഞപ്പോഴാണ് കാര്യങ്ങളുടെ ഗൗരവം ശരിക്കും കവിയുടെ മനസ്സിലെത്തിയത്. വടക്കെപ്പാട്ടുകാർ നാടടക്കം ക്ഷണിക്കുകയും ഗംഭീരസദ്യയൊരുക്കുകയും ചെയ്തിരുന്നു. ഉച്ചവണ്ടിക്കു കാത്തു. രാത്രിവണ്ടി കാത്തു. കല്യാണച്ചെക്കനെ ത്തിയില്ല. ഇങ്ങനെ വാക്കു പറഞ്ഞു ചതിച്ചതു കഷ്ടമായി എന്ന് അവിടെ കൂടിയവർ കുറ്റപ്പെടുത്തി. അപ്പോഴാണ് അങ്ങനെയൊരു വിവാഹത്തിനു സമ്മതം മൂളിയതും വരണമെന്ന് ആഗ്രഹിച്ചതും കവി ഓർത്തത്. 'ഏതോ കാര്യത്തിൽ തല കുടുങ്ങി കല്യാണക്കാര്യം മറന്ന' കവി നിസ്സഹായനായി. അന്ന ലക്കിടിയിലെത്തിയത് ഒറ്റപ്പാ ലത്തെ സാഹിത്യപരിഷത്തിൽ പങ്കെടുക്കാനായിരുന്നു. അടുത്തദിവ സമാണ് കവിത ചൊല്ലേണ്ടതെങ്കിലും നേരെ ഒറ്റപ്പാലത്തേക്കു വെച്ചു പിടിച്ചു. ഡോ. രാധാകൃഷ്ണന്റ പ്രസംഗവും എൻ. വി. കൃഷ്ണവാര്യരുടെ തർജ്ജമയും ആസ്വദിച്ചു. ജീയും ഒളപ്പമണ്ണയും വൈലോപ്പിള്ളിയും കവിതകൾ വായിച്ചു. അടുത്ത ദിവസം ജി ശങ്കരക്കുറുപ്പാണ് അദ്ധ്യ ക്ഷൻ. കവിത വായിക്കണം. എന്നാൽ വിഷയം പോലും ചിന്തിച്ചി രുന്നില്ല. മറ്റെവിടെയോ അസ്വസ്ഥമായി അലയുകയായിരുന്നു ആ മനസ്സ്. തിരിച്ചു ലക്കിടിയിലെത്തി പക്ഷേ, കവിത മാത്രം വന്നില്ല.

അസ്വസ്ഥമായ മനസ്സു നിറയെ മംഗലത്തെ കൊച്ചു വീടും. അവിടെ കരഞ്ഞു തളർന്നു പോയ ആ പെൺകുട്ടിയും വീടിന്റെ മൂലയിൽ ആകെ തകർന്നിരിക്കുന്ന അവളുടെ അച്ഛനമമ്മയുമായിരു ന്നു. ആ നിലവിളി തന്റെ ഉള്ളിലെ കവിതയെ കെടുത്തിക്കളഞ്ഞോ എന്നു കവി ഭയപ്പെട്ടു. പുറത്തിറങ്ങി വാതിൽ പടിയിലിരുന്നും തിരിച്ചു പോയിക്കിടന്ന് മനസ്സിനെ അലയാൻ വിട്ടും ശ്രമിച്ചു നോക്കി. കവിത വന്നില്ല. ഏഴിനുള്ള ഒറ്റപ്പാലം വണ്ടിക്കു പോകാൻ അഞ്ചു മണിക്കെഴുന്നേല്ക്കണം അപ്പോഴേക്കും കവിതയുടെ കരടു പകർപ്പെങ്കി ലും കൈയിൽ വേണം. ഒടുവിൽ പാതിരാക്കാറ്റിനൊപ്പമാണ് തലേ ദിവസം കേട്ട, കഥകളിയുമായി ബന്ധപ്പെട്ട, വിഷയം മനസ്സിലെത്തി യത്. പുറത്തു ചിന്നം പിന്നം മഴ. തണുത്ത ആ മാറാലമുറിക്കുള്ളിൽ മങ്ങിയവെളിച്ചത്തിൽ കടലാസിൽ അക്ഷരങ്ങൾ ഇഴഞ്ഞു നിറഞ്ഞു. മൂന്നു മെഴുകുതിരികൾ കത്തിത്തീരാനെടുത്ത സമയം കൊണ്ട് പിറ വിയെടുത്തത് ഇരുനൂറിലധികം വരികളായിരുന്നു. കവിതയുടെ കരടുമായി ഒറ്റപ്പാലത്തു വണ്ടിയിറങ്ങി. എ.ഐ ആറിലെ മുറിയിലി രുന്നായിരുന്നു അസ്സലെഴുതിയത്. 'കവിത, പി. കുഞ്ഞിരാമൻ നായർ' എന്ന് അദ്ധ്യക്ഷൻ വിളിച്ചു. കവി സദസ്സിലെത്തി. വള്ളത്തോളിന്റെ

കാല്ക്കൽ സാഷ്ടാംഗം വീണു. ഒരു ചാക്യാർ കൂത്തുകാരന്റെ ശരീരഭാഷയോടെ കവിത വായിച്ചു. വെറുമൊരു കവിതയായിരുന്നില്ല അത് 'ആകാശം തന്ന പ്രസാദ'-മായിരുന്നു. കവിതയുടെ പേര് കളിയച്ഛൻ. മലയാളത്തിലെ ഏറ്റവും മികച്ച കവിതകളിലൊന്ന്.

ശരിയായ രീതിയിൽ ശബ്ദം പോലും വരാതിരുന്ന ആ പിയാനോയിൽ നിന്നും സുന്ദരമായൊരു സംഗീതശില്പം എങ്ങനെ രൂപപ്പെടുത്തി എന്നു ചോദിച്ചാൽ ജാരറ്റിന്റെ ഉത്തരം മൗനമായിരിക്കും. ആ വെപ്രാളത്തിനിടയിലും 'പാട്ടുകഴിഞ്ഞൊരു ഗായകൻ വെച്ചതാം ചേങ്ങലം പോലെ മയങ്ങുന്നു ഭൂതലം' എന്ന പോലുള്ള വരികൾ മനസ്സിൽ രൂപപ്പെട്ടതെങ്ങനെ എന്നു ചോദിച്ചാൽ മഹാകവി പറയുക ഒരു പക്ഷേ, 'നിത്യകന്യക'യെക്കുറിച്ചായിരിക്കും. ആ വിജയങ്ങളുടെ പിന്നിലെ രഹസ്യം അവർക്കുപോലും അറിയില്ല എന്നതാണു സത്യം. പ്രതിഭാശാലികളായ കവികളുടെയും കലാകാരന്മാരുടെയും ജീവിതത്തിൽ മാത്രമല്ല മറ്റു മേഖലകളിലെ വിദഗ്ധരുടെ കാര്യത്തിലും ഇതു സംഭവിക്കാവുന്നതാണ്. Shlomo Breznitz എന്ന മനഃശാസ്ത്രജ്ഞൻ, ജോൺ സ്മിത്ത് എന്ന ഒരു ലണ്ടൻ ബിസിനസ്സുകാരന്റെ കഥ പറയുന്നുണ്ട് തന്റെ 'മാക്സിമം ബ്രെയിൻ പവർ' എന്ന പുസ്തകത്തിൽ. ജോൺ ഒരു കറൻസി വ്യാപാരിയായിരുന്നു. യൂറോപ്പിലെ പൊതു കറൻസിയായി യൂറോ പ്രചാരത്തിലെത്തുന്നതിനു മുമ്പ് വലിയ കമ്പനികൾ ഓരോ രാജ്യത്തിലെയും കറൻസികൾ തങ്ങളുടെ ഇടപാടുകൾക്ക് ഉപയോഗിച്ചിരുന്നു. എന്നാൽ കറൻസികളുടെ മൂല്യത്തിൽ മാറ്റം വരും എന്നതിനാൽ അധികമായി കറൻസികൾ സ്റ്റോക്കു ചെയ്യുന്നത് ചിലപ്പോൾ വലിയ നഷ്ടങ്ങളുണ്ടാക്കിയേക്കാം. ഇത്തരമൊരു സാഹചര്യത്തിലാണ് കറൻസി വ്യാപാരം എന്ന പുതിയൊരു ബിസിനസ്സിനു സാധ്യത തെളിഞ്ഞത്. മറ്റു വസ്തുക്കളെന്ന പോലെ കറൻസികളും കൈമാറ്റം ചെയ്യുന്ന കമ്പനികളുണ്ടായിരുന്നു. അത്തരമൊരു കമ്പനിയിലെ ജോലിക്കാരനായിരുന്നു ജോൺ.

അമേരിക്കൻ ഡോളറും ജർമ്മൻ മാർക്കും കൈമാറ്റം ചെയ്യുന്നതിൽ വിദഗ്ധൻ. കോടികളുടെ ലാഭം അതു വഴി തന്റെ കമ്പനിക്കു നേടിക്കൊടുക്കാൻ ജോണിനു കഴിഞ്ഞിരുന്നു. ഒരു കമ്പ്യൂട്ടർ മോണിട്ടറിലേക്ക് തറപ്പിച്ചു നോക്കിയിരുന്നുകൊണ്ട് ഒരു ദിവസം ജോൺ സ്വന്തമായി സമ്പാദിക്കുന്നതാവട്ടെ ദശലക്ഷം ഡോളറിനു മേലെയായിരുന്നു. കടുത്ത മത്സരം നിലനില്ക്കുന്ന ഒരു വ്യാപാരമായിരുന്നു അത്. ജോണിന് മറ്റുള്ളവർ വിലയ്ക്കു വാങ്ങുമോ എന്നു കമ്പനി ഭയപ്പെട്ടിരുന്നു. ഒരു ജീവിതകാലത്തേക്കു വേണ്ടതും അതിലധികവും ജോൺ എന്നോ സമ്പാദിച്ചു കഴിഞ്ഞതിനാൽ ഒരു റിട്ടയർമെന്റിനെക്കുറിച്ച്

ചിന്തിക്കാനും സാധ്യതയുണ്ട്. അതോടെ കമ്പനിയുടെ വലിയൊരു വരുമാന സ്രോതസ്സ് എന്നെന്നേക്കുമായി അടഞ്ഞുപോകും. ജോണിനെ പോലെ മറ്റൊരാളെ പരിശീലിപ്പിച്ചെടുക്കുന്നതിനെക്കുറിച്ച് കമ്പനി ആലോചിച്ചതിൽ അത്ഭുതപ്പെടാനില്ല. എങ്ങനെയാണ് ജോണിതു സാധിക്കുന്നത് എന്ന് സൂക്ഷ്മമായി മനസ്സിലാക്കാൻ കമ്പനി കണ്ടെത്തിയത് Shlomo Breznitzനെ ആയിരുന്നു.

ദിവസങ്ങളോളം ആ മന:ശാസ്ത്രജ്ഞൻ ജോണിന്റെ ഓഫീസിൽ ചെലവഴിച്ചു. ജോണിന്റെ മുന്നിലെ കമ്പ്യൂട്ടർ മോണിട്ടറിൽ മാർക്കിന്റെയും ഡോളറിന്റെയും മൂല്യവ്യത്യാസങ്ങളും ലോകത്തിന്റെ വിവിധകോണുകളിൽ നിന്നുള്ള സാമ്പത്തികവാർത്തകളുടെ ശകലങ്ങളും തെളിഞ്ഞുകൊണ്ടേയിരുന്നു. ജോണിനെ പോലെ മറ്റു ചിലരും അതേ ഓഫീസിൽ തന്നെ ജോലി ചെയ്തിരുന്നതിനാൽ അന്തരീക്ഷം പ്രൊഫഷണലിസത്തിന്റെ മടുപ്പിക്കുന്ന ശബ്ദങ്ങൾ നിറഞ്ഞതായിരുന്നു. ആദ്യ ദിവസങ്ങളിൽ ശ്രദ്ധിക്കപ്പെടുന്ന ഒന്നും തന്നെ സംഭവിച്ചില്ല. ആ രംഗത്തു പ്രവർത്തിക്കുന്ന മറ്റേതൊരാളെയും പോലെ ചില സാധാരണ വ്യാപാരങ്ങളായിരുന്നു ജോണും നടത്തിയത്. എന്നാലൊരു ദിവസം പെട്ടെന്ന് ജോണിൽ അസാധാരണമായ ചില ചലനങ്ങളുണ്ടായി. ആവേശത്തോടെ കൈകൾ മേലോട്ടുയർത്തി ജോൺ എന്തൊക്കെയോ വിളിച്ചു പറയാൻ തുടങ്ങി. അടുത്തിരുന്ന ബ്രെസ്നിറ്റ്സ് ആ കമ്പ്യൂട്ടറിൽ അരിച്ചു പെറുക്കി നോക്കിയെങ്കിലും കാര്യമായ ഒരു മാറ്റവും കാണാനായില്ല. അല്പസമയത്തിനകം ജോൺ എട്ടു ദശലക്ഷം മാർക്ക്, ഒറ്റയടിക്കു വാങ്ങിച്ചു കൂട്ടി. അധികം വൈകാതെ മാർക്കിന്റെ മൂല്യം കുതിച്ചുയരാൻ തുടങ്ങി. അന്നത്തെ വ്യാപാരം അവസാനിച്ചപ്പോൾ കമ്പനിക്കും ഒപ്പം ജോണിനും ഉണ്ടായത് വലിയൊരു നേട്ടം തന്നെയായിരുന്നു.

എന്തടിസ്ഥാനത്തിലാണ് ആ സവിശേഷ നിമിഷത്തിൽ അത്രയധികം മാർക്ക് വാങ്ങിക്കണമെന്നു തീരുമാനിച്ചത് എന്ന് ഒരു സൗഹൃദസംഭാഷണത്തിനിടയിൽ ബ്രെസ്നിറ്റ്സ് ജോണിനോട് ചോദിക്കുകയുണ്ടായി. 'മാർക്കിന്റെ വില ഉയരാൻ പോകുന്നു എന്നെനിക്കു തോന്നി' ജോണിന്റെ മറുപടി പെട്ടെന്നായിരുന്നു. ആ തോന്നൽ എങ്ങനെസംഭവിക്കുന്നു എന്നായിരുന്നു പ്രഗത്ഭനായ ആ മന:ശാസ്ത്രജ്ഞന് അറിയേണ്ടിയിരുന്നത്. ജോണിന് വിശദീകരിക്കാൻ കഴിയാതിരുന്നതും അതു തന്നെയായിരുന്നു. ആ തോന്നലിനു പിന്നിലെ ഉറവിടം വാക്കുകളിൽ വിശദീകരിക്കാവുന്നതല്ല. കുറച്ചു കാലം മാത്രമായിരുന്നു ബ്രെസ്നിറ്റ്സ് ജോണിനെ നിരീക്ഷിച്ചത്. അതിനായി വർഷങ്ങൾ ചെലവഴിച്ചാലും തനിക്ക് കൂടുതലായൊന്നും

മനസ്സിലാക്കാൻ കഴിയില്ല എന്ന് ആ മന:ശാസ്ത്രജ്ഞൻ സമ്മതിക്കുന്നുണ്ട്. വലിയൊരു ആൾക്കൂട്ടത്തിനിടയിൽ നിന്നു പോലും ഒരു ലഹരിമരുന്നു കടത്തുകാരനെ ഒറ്റ നോട്ടത്തിൽ തിരിച്ചറിയാൻ കഴിയുന്ന പോലീസ് ഓഫീസർക്ക് അതെങ്ങനെയാണ് എന്നു വിശദീകരിക്കാൻ കഴിയണമെന്നില്ല. സാധാരണനിലയിൽ ശ്രദ്ധിക്കാതെ പോകുന്ന ചുരുക്കം ചില ഘടകങ്ങളിൽ നിന്നും അവരുടെ മസ്തിഷ്കം വളരെ പെട്ടെന്ന് ചില നിമഗനങ്ങളിലെത്തുന്നതാവാം. അടിച്ചുവാരി വൃത്തിയാക്കിയിരിക്കാനിടയുള്ള തെരുവിൽ ഒരിടത്ത് ചില ചപ്പുചവറുകൾ കൂട്ടിയിരിക്കുന്നതും. റോഡരികിൽ പാർക്കു ചെയ്തിരിക്കുന്ന ഒരു വാഹനത്തിന്റെ അസാധാരണമായ കിടപ്പും ഒരു ഓഫീസറുടെ മനസ്സിൽ പെട്ടെന്ന് സംശയം ജനിപ്പിച്ചേക്കാം. ആ സംശയം ചിലപ്പോൾ ഒരു ബോംബു സ്ഫോടനത്തിൽ നിന്നും ജനങ്ങളെ രക്ഷിക്കുന്നതായിരിക്കും.

ഏറെ അപകടകാരികളായ കുഴിബോംബുകൾ കണ്ടെത്തുന്നതിൽ ചില പട്ടാളക്കാർ അസാധാരണമായ പാടവം പ്രകടിപ്പിക്കാറുണ്ട്. വിദഗ്ദ്ധ പരിശീലനം ലഭിച്ചവരുടെ കൂട്ടത്തിൽ തന്നെയായിരിക്കും ഈ ഒറ്റപ്പെട്ടവർ. എന്നാൽ മറ്റുള്ളവരുടെ മനസ്സ് ചിട്ടയോടെ അപഗ്രഥിക്കുന്ന രീതിയിലായിരിക്കില്ല ഇവരുടെ മനസ്സ് ആ സവിശേഷ സന്ദർഭത്തെ വിലയിരുത്തുന്നത്. തങ്ങൾക്കു ലഭിച്ച ട്രെയിനിംഗിന്റെ ഭാഗമായി അത്തരം അപകടങ്ങളെ തിരിച്ചറിയാനുള്ള ചില ലക്ഷണങ്ങൾ എല്ലാവരും തന്നെ മനസ്സിലാക്കിയിട്ടുണ്ടാകും. X ഉണ്ടെങ്കിൽ Y എന്ന രീതിയിലുള്ള യുക്തിചിന്ത ഫലപ്രദമായി ഉപയോഗിക്കുന്ന രീതിയാണത്. എന്നാൽ ലക്ഷണങ്ങൾ ഒന്നും പ്രകടമല്ലാത്ത സന്ദർഭത്തിൽ അവരുടെ മസ്തിഷ്കം അന്വേഷണം നിർത്തിവെക്കും. എന്നാൽ ചിലരുടെ മനസ്സ് അത്തരമൊരു ചെക്ക് ലിസ്റ്റ് ഓർമ്മയിൽ കൃത്യമായി സൂക്ഷിച്ചിട്ടുണ്ടാവണമെന്നില്ല. അവരുടെ ബോധം ആ അന്വേഷണം തുടരുക തന്നെ ചെയ്യും. മനസ്സിന്റെ ഈ സവിശേഷത വ്യക്തമാക്കുന്ന ഒരു പരീക്ഷണഫലമുണ്ട്. ഡൊണാൾഡ് സ്പെൻസ് എന്ന ശാസ്ത്രജ്ഞന്റെ നേതൃത്വത്തിൽ നടന്നത്.

തിരഞ്ഞെടുത്ത കുറച്ചുപേർക്ക് കുറെ വാക്കുകൾ നല്കി അവ പഠിച്ച ശേഷം ഓർമ്മയിൽ നിന്നും കഴിയുന്നത്ര വാക്കുകൾ എടുത്തെഴുതാൻ ആവശ്യപ്പെടുകയാണ് സ്പെൻസ് ചെയ്തത്. പരീക്ഷണവുമായി സഹകരിച്ചവരോടു പറഞ്ഞത് അവരുടെ ഓർമ്മശക്തി മനസ്സിലാക്കാൻ വേണ്ടിയുള്ള ടെസ്റ്റാണിത് എന്നായിരുന്നു. എന്നാൽ യഥാർത്ഥ ലക്ഷ്യം അതായിരുന്നില്ല. സ്പെൻസ് വാക്കുകൾ തിരഞ്ഞെടുത്തത് ഒരു സവിശേഷ രീതിയിലായിരുന്നു. മിക്കവാക്കുകളും ഒരു ആശയവുമായി

ബന്ധപ്പെട്ടതായിരിക്കും. ആ ആശയത്തിന്റെ സൂചകമായ ഒരു വാക്കും കൂട്ടത്തിലുണ്ടാകും. CHEESE എന്ന വാക്കാണ് സൂചകമായി തിരഞ്ഞെടുത്തിരിക്കുന്നത് എന്നു കരുതുക. ഇതിനൊട് ബന്ധപ്പെട്ട കുറെ വാക്കുകളുണ്ടാകും ripe, taste, smell എന്നിങ്ങനെയുള്ളവ). ഒപ്പം ഇതുമായി ബന്ധമൊന്നുമില്ലാത്ത ചിലതും. ഇങ്ങനെയൊരു പൊതു ഘടകം തന്നിരിക്കുന്ന വാക്കുകൾക്കിടയിൽ ഒളിഞ്ഞിരിപ്പുണ്ട് എന്ന് അവരോട് നേരിട്ട് പറയുന്നില്ല. സൂചകമായ വാക്ക് ഓർമ്മിച്ചെഴുതിയവർ അതുമായി ബന്ധപ്പെട്ട വാക്കുകൾ കൂടുതലായി എഴുതുന്നുണ്ടോ എന്നായിരുന്നു സ്പെൻസ് ശ്രദ്ധിച്ചത്. സ്വാഭാവികമായും പ്രതീക്ഷിക്കുക അങ്ങനെയാണല്ലോ. എന്നാൽ ഫലം വിപരീതമായിരുന്നു. CHEESE എന്ന വാക്ക് ഓർത്തെഴുതിയവർ ബന്ധപ്പെട്ട വാക്കുകൾ താരതമ്യേന കുറവായിരുന്നു എഴുതിയത്. എന്നാൽ ചീസ് എന്ന പദം ഓർമ്മയിൽ തങ്ങി നില്ക്കാത്തവർക്കാണ് അതുമായി ബന്ധപ്പെട്ട വാക്കുകൾ കൂടുതലായി ഓർമ്മയിലെത്തിയത്. ചീസ് എന്ന് എഴുതിയവരാകട്ടെ ആ വാക്ക് ഓർമ്മയിലെത്തുന്നതിന് മുമ്പ് എഴുതിയ അനുബന്ധ വാക്കുകളെക്കാൾ കുറവായിരുന്നു പിന്നീട് എഴുതിയത്.

സ്പെൻസർ നല്കുന്ന വിശദീകരണം ഇങ്ങനെയാണ്. വാക്കുകൾക്കിടയിൽ പൊതുവായ ഒന്നുണ്ട് എന്ന് അവരുടെ മസ്തിഷ്കം തിരിച്ചറിയുകയും അതു കണ്ടെത്താൻ ശ്രമിക്കുകയും ചെയ്യും. അതിനാൽ വാക്കുകൾ ഓർമ്മിക്കുന്നതിനിടയിൽ ഇങ്ങനെയൊരു ശ്രമം കൂടി നടക്കുന്നു. സൂചകമായ വാക്ക് എഴുതിക്കഴിയുന്നതോടെ മസ്തിഷ്കം ആ ശ്രമത്തിൽ നിന്നും പിൻവാങ്ങിക്കളയും. എന്നാൽ ആ വാക്കിൽ എത്തിച്ചേരാത്ത ഒരാളെ സംബന്ധിച്ചാകുമ്പോൾ ആ പ്രശ്നം പരിഹരിക്കപ്പെട്ടിട്ടില്ല. അതിനാൽ അന്വേഷണം തുടർന്നു കൊണ്ടേയിരിക്കും. തികച്ചും അബോധമായി നടക്കുന്ന ഒന്നായതിനാൽ പരീക്ഷണത്തോട് സഹകരിച്ചവർ ഇങ്ങനെയൊരു പൊതു ഘടകത്തെക്കുറിച്ച് പിന്നിട് പറയണമെന്നില്ല. എല്ലാഘടകങ്ങളും കോർത്തിണക്കി ഒരു പരിഹാരത്തിലെത്തുന്നതോടെ മസ്തിഷ്കം ഒന്നു റിലാക്സ് ചെയ്യാൻ സാധ്യതയുള്ളതിനാൽ അപൂർണ്ണതയും, വിവരങ്ങളുടെയും വിഭവങ്ങളുടെയും കുറവും പലപ്പോഴും ക്രിയാത്മകതയെ ജ്വലിപ്പിച്ചു നിർത്തിയേക്കാം. കഥകളി വേഷവുമായി ബന്ധപ്പെട്ട ആ കഥ ഓർമ്മയിലെത്തിയപ്പോൾ മഹാകവിയുടെ ബോധം അന്വേഷിച്ചത് ജീവിതവുമായുള്ള ബന്ധത്തെക്കുറിച്ചായിരിക്കും. അവനിവാഴ്വും ഒരരങ്ങാണല്ലോ എന്ന് ഒറ്റവരിയിൽ അവസാനിപ്പിക്കാവുന്ന ഒരു മനോനിലയായിരുന്നില്ല അപ്പോഴത്തേത്. ഉള്ളിലെ അസ്വസ്ഥതയും മങ്ങിയവെളിച്ചവും തെളിയാത്ത പേനയുമെല്ലാം ആ അന്വേഷണത്തിൽ നിന്നും വഴിമാറാതെ ബോധത്തെ പിടിച്ചു നിർത്താനുള്ള

കാരണങ്ങളായി. 'ഒക്കില്ലൊരിക്കലും മേലിലെനിക്കിനി ഇക്കളി വട്ടത്തിലൊത്തു കളിക്കുവാൻ' എന്ന് ആവർത്തിച്ചെഴുതിയിട്ടും ആ അന്വേഷണം തുടർന്നുകൊണ്ടേയിരുന്നു. കാലത്തെഴുന്നേറ്റപ്പോഴും ചുറ്റും കാണുന്നത് ഒരു 'കമനീയകാവ്യപ്രപഞ്ചം' തന്നെയാണ്. 'രാത്രിയിൽ കെട്ടിപ്പുണർന്ന കാവ്യാംഗന പോയെങ്കിലും മധുരം മായാതെ നില്ക്കുന്ന' അവസ്ഥ.

എല്ലാ സൗകര്യങ്ങളുമുള്ള ഒരെഴുത്തു മുറിയും മേശവിളക്കും ഏകാന്തതയിലിരുന്നു മനനം ചെയ്യാൻ ഇഷ്ടം പോലെ സമയവും ഉണ്ടായിരുന്ന മഹാകവിക്ക് എന്നു കരുതുക. അപ്പോഴും ഫലം ഇതു തന്നെയായിരിക്കുമോ?. (എവിടെയും എപ്പോഴും വാക്കുകളുടെ മഹാബലിയാണ് പി, എന്ന് ആദരവോടെ ഓർത്തുകൊണ്ടു തന്നെയാണ് ഇതു കുറിക്കുന്നത്.) ആവണമെന്നില്ല എന്നതാണ് വസ്തുത. ഒരു സാധാരണ ഗോൾഫ് കളിക്കാരൻ ഒരു ഷോട്ടെടുക്കാൻ ഇത്തിരി സമയം അധികം ചെലവഴിക്കുന്നു എന്നു കരുതുക. തീർച്ചയായും അതിന്റെ ഫലം പോസിറ്റീവായിരിക്കും. എന്നാൽ അതിവിദഗ്ധനായ ഒരു കളിക്കാരൻ അത്തരത്തിൽ അധികസമയമെടുത്താൽ അതൊരു മോശം ഷോട്ടാകാനാണു സാധ്യത. ഒരു മികച്ചകളിക്കാരന് എന്താണ് ചെയ്യേണ്ടത് എന്നതിനെക്കുറിച്ച് അബോധമായ ഒരു ജ്ഞാനമുണ്ട്. 'മസിൽ മെമ്മറി' എന്നൊക്കെ കായികപരിശീലകർ വിശേഷിപ്പിക്കുന്ന ഒന്ന്. കൂടുതൽ ചിന്തിക്കുന്നത് പലപ്പോഴും വിപരീതഫലമുളവാക്കുന്ന ഒരിടപെടലായിരിക്കും. ഒരു തുടക്കക്കാരന്റെ യുക്തിഭദ്രവും ബോധപൂർവ്വവുമായ സമീപനവും ഒരു പ്രതിഭാശാലിയുടെ അബേ0ധമായ ചില അയുക്തികളും തമ്മിലുള്ള വ്യത്യാസമാണിത്.

പ്രശ്നങ്ങളുടെ മുന്നിൽ അസാധാരണ മികവു കാണിക്കുന്നവരെ പലപ്പോഴും സഹായിക്കുന്ന മറ്റൊരു ഘടകം ടെക്സ്റ്റ് ബുക്ക് രീതിയിൽ നിന്നുള്ള മാറ്റങ്ങളാണ്. ഇത്തരം നിർദ്ധാരണ നൈപുണ്യങ്ങളെക്കുറിച്ച് ഗഹനമായിത്തന്നെ പഠിച്ച മനഃശാസ്ത്രജ്ഞനാണ് ബെർലിനിലെ മാക്സ് പ്ലാങ്ക് ഇൻസ്റ്റിറ്റ്യൂട്ടിലെ Gerd Gigerenzer. ഒരു കളിക്കാരൻ വായുവിലൂടെ വേഗത്തിലെത്തുന്ന പന്ത് പിടിച്ചെടുക്കുന്നതിനു പിന്നിലുള്ള മസ്തിഷ്ക വ്യാപാരങ്ങളെക്കുറിച്ചു ചിന്തിച്ചാൽ ഇത്തരം കഴിവുകളെക്കുറിച്ചുള്ള ഏകദേശ ധാരണ ലഭിക്കും. പന്തിന്റെ ഗതിയും ഓരോ സമയത്തും അതിന്റെ സ്ഥാനവും വ്യക്തമായിത്തന്നെ കണ്ടെത്താൻ കഴിയുന്ന ശാസ്ത്രീയമാർഗ്ഗങ്ങളുണ്ട്. എന്നാൽ അതിനു പിന്നിലെ ഗണിതം ഇത്തിരി സങ്കീർണ്ണമാണെന്നു മാത്രം. ഒരു യന്ത്രമനുഷ്യന് ഇതു സാധിക്കണമെങ്കിൽ ചലനസമവാക്യങ്ങളും

കലനസമവാക്യങ്ങളും നിർദ്ധാരണം ചെയ്യാനുള്ള വഴികൾ അതിന്റെ മസ്തിഷ്കത്തിലുണ്ടായിരിക്കണം. എന്നാൽ സാധാരണഗതിയിൽ ഒരു കളിക്കാരന്റെ മസ്തിഷ്കം ഇത്തരം സങ്കീർണ്ണമായ ഗണിതക്രിയകളൊന്നും തന്നെ നടത്തുന്നില്ല. ഉണ്ടെങ്കിൽ തന്നെ വളരെ ലളിതമായ ചിലതുമാത്രമായിരിക്കും. ഏതൊരു പരിശീലകനും കളിക്കാർക്കു നല്കുന്ന ആദ്യ നിർദ്ദേശം 'പന്തിൽ നിന്നും കണ്ണെടുക്കാതിരിക്കുക' എന്നതാണ്. താഴ്ന്നിറങ്ങുന്ന പന്തു പിടിക്കണമെന്നു തീരുമാനിച്ചു കഴിഞ്ഞാൽ കളിക്കാരൻ ആദ്യം ചെയ്യുക ആ ദിശയിലേക്ക് ഓടുകയായിരിക്കും. ദൃഷ്ടിപഥത്തിന്റെയും പന്തിന്റെയും ഇടയിലെ കോൺ സ്ഥിരമായി നില്ക്കത്തവിധത്തിൽ ഓട്ടത്തിന്റെ വേഗത ക്രമപ്പെടുത്തുകയും ചെയ്യും. ഒടുവിൽ പന്ത് കളിക്കാരനിലേക്ക് എത്തുകയാണ് ചെയ്യുന്നത്. കാഴ്ചയുടെ കോൺ എന്ന ഒരു ഘടകത്തിൽ മാത്രം ശ്രദ്ധയൂന്നുകയും മറ്റുഘടകങ്ങളെ അവഗണിക്കുകയും ചെയ്യുന്നതിനാൽ അധികം സങ്കീർണ്ണതകളില്ലാതെ തന്നെ ലക്ഷ്യത്തിലെത്തിച്ചേരാൻ കഴിയുന്നു. ഇതാണ് Gigerenzer ഉം സഹഗവേഷകരും നല്കുന്ന വിശദീകരണം. സവിശേഷ സന്ദർഭങ്ങളിലെ വെല്ലുവിളികളെ നേരിടുന്നതിനായി മസ്തിഷ്കം കണ്ടെത്തിയ ചില കുറുക്കുവഴികളിലൊന്നാണിത്. പരിണാമത്തിന്റെ വിവിധഘട്ടങ്ങളിലുമായി ആർജ്ജിച്ചെടുത്തത്. ഇതുപോലുള്ള കഴിവുകൾ മറ്റു ജീവികളിലും കാണാവുന്നതാണ്. പറന്നെത്തുന്ന ചെറുപ്രാണികളെ പിടിക്കാൻ പട്ടികൾ മുകളിൽ വിവരിച്ച അതേ തന്ത്രം തന്നെയാണ് പ്രയോഗിക്കുന്നത്.

ഇത് ആധുനിക കാലത്തെ ഗവേഷണങ്ങളുടെ കഥയാണ്. എന്നാൽ വിദഗ്ധരും പ്രതിഭാശാലികളും എങ്ങനെയാണ് ചിന്തിക്കുന്നത് എന്നറിയാനുള്ള അന്വേഷണത്തിന് നൂറ്റാണ്ടുകളുടെ പഴക്കമുണ്ട്. മഹാനായ ഗ്രീക്കു ദാർശനികൻ സോക്രട്ടീസ് അന്ന് ഏതൻസിലുണ്ടായിരുന്ന പ്രതിഭകളെ അന്വേഷിച്ചു നടന്നിരുന്നു. അവർ ചിന്തിക്കുന്ന രീതിയും അവരുടെ അപഗ്രഥനത്തിന്റെ നിയമാവലികളും മനസ്സിലാക്കാനായി. ആദ്യകാല ഡയലോഗുകളിൽ ഒന്നായ The Eutheyphero യിൽ പ്ലാറ്റോ ഇത്തരമൊരു സന്ദർഭം വിവരിക്കുന്നുണ്ട്. നന്മ തിന്മകളെക്കുറിച്ച് ആധികാരികമായി സംസാരിക്കാൻ കഴിയുന്ന പണ്ഡിതനായിരുന്നു യൂതിഫറോ. ഒരാളുടെ പ്രവൃത്തി നന്മയാണോ അല്ലയോ എന്നു തിരിച്ചറിയാനുള്ള മാനദണ്ഡമെന്താണ് എന്നായിരുന്നു സോക്രട്ടിസിന് അറിയേണ്ടിയിരുന്നത്. എങ്ങനെയാണ് താനത് തിരിച്ചറിയുന്നത് എന്ന് യുതിഫറോ വിശദീകരിക്കുന്നില്ല. പകരം ചില സന്ദർഭങ്ങൾ എടുത്തു കാണിക്കുക മാത്രമാണു ചെയ്യുന്നത്. മിത്തുകളിലെയും പഴങ്കഥകളിലെയും ദേവന്മാരുടെയും ആചാര്യന്മാരുടെയും ചില കർമ്മങ്ങൾ മാതൃകകളായി നിരത്താൻ മാത്രമെ ആ

പണ്ഡിതനു കഴിയുന്നുള്ളു. കവിയും കലാകാരനും ശില്പിയും സംഗീതജ്ഞനും എന്തിന് രാജ്യതന്ത്രജ്ഞന്മാർ വരെ പ്രതികരിച്ചത് ഇതേ രീതിയിൽ തന്നെയായിരുന്നു. തനിക്കെന്നപോലെ അവർക്കും ഒന്നുമറിയില്ല എന്ന നിമഗനത്തിലാണ് സോക്രട്ടീസ് എത്തിച്ചേരുന്നത്. ('I know one thing; that I know nothing')

യന്ത്രമസ്തിഷ്കങ്ങൾ രൂപകല്പന ചെയ്യുന്നതിനെക്കുറിച്ച് ചിന്തിക്കുന്നവർക്ക് നിരാശ നല്കുന്ന ഒന്നാണ് ഈ ചരിത്രപാഠം. മനുഷ്യനെപോലെ ചിന്തിക്കുന്ന യന്ത്രങ്ങളെ എങ്ങനെ സൃഷ്ടിക്കാം എന്ന ചോദ്യത്തിന് ദശാബ്ദങ്ങളുടെ പഴക്കമുണ്ട്. ഈ ദിശയിലുള്ള ഗവേഷണങ്ങളുടെ തുടക്കം വലിയ പ്രതീക്ഷയോടെ ആയിരുന്നു. 1970 ൽ, വാചികമായ നിർദ്ദേശങ്ങൾക്കനുസരിച്ച് ചലിക്കുന്ന ചില യന്ത്രങ്ങൾ നിർമ്മിക്കാൻ സാധിച്ചതോടെ ആ പ്രതീക്ഷ വാനോളമുയർന്നു. ഇനിയൊരു കാത്തിരിപ്പിന്റെ ഇടവേള മാത്രമെയുള്ളു ലക്ഷ്യസാക്ഷാത്കാരത്തിന് എന്നു കരുതിയ ഗവേഷകർ ഒട്ടേറെയുണ്ടായിരുന്നു. എന്നാൽ യാഥാർത്ഥ്യം മറിച്ചായിരുന്നു. ഗവേഷണപുരോഗതിക്കിടയിൽ തികച്ചും അപ്രതീക്ഷിതമായ ചില കടമ്പകൾ ഉയർന്നുവരാൻതുടങ്ങി. ശാസ്ത്രചരിത്രകാരന്മാർ കൃത്യമായി ചൂണ്ടിക്കാണിക്കുന്ന ഒരു സന്ദർഭം കഥകൾ കേട്ടുമനസ്സിലാക്കാൻ കഴിയുന്ന ഒരു പ്രോഗ്രം രൂപപ്പെടുത്താനുള്ള ശ്രമമാണ്. നാലുവയസ്സു പ്രായമായ ഒരു കുട്ടിയുടെ അവബോധം സൃഷ്ടിച്ചെടുക്കുന്നതു പോലും തികച്ചും ദുഷ്കരമായ ഒന്നാണ് എന്ന് ശാസ്ത്രജ്ഞർ എളുപ്പം തിരിച്ചറിഞ്ഞു.

മനുഷ്യരെപ്പോലെ ചിന്തിക്കുകയും മനസ്സിലാക്കുകയും ചെയ്യുന്ന യന്ത്രം എന്ന ആശയത്തിലേക്കു നയിച്ചത് ഒരു കാർട്ടീഷ്യൻ വീക്ഷണമാണ്. ദെക്കാർത്തെയുടെ വീക്ഷണത്തിൽ അറിവു നേടുക എന്നത് ഓരോ സന്ദർഭത്തിലും പ്രാതിനിധ്യസ്വഭാവമുള്ള ചില പ്രതീകങ്ങൾ രൂപപ്പെടുന്നതും പിന്നീട് ആവശ്യമായഘട്ടത്തിൽ പുന:രാവിഷ്കരിക്കപ്പെടുന്നതുമാണ്. ആധുനിക മനുഷ്യന്റെ ചിന്തയെ ഏറെ സ്വാധീനിച്ച ഇമാനുവൽ കാന്റ് എന്ന ദാർശനികൻ അറിവിനെ കാണുന്നത് കാര്യകാരണങ്ങളെ കൂട്ടിയിണക്കുന്ന സവിശേഷ ബന്ധങ്ങളും നിയമക്രമങ്ങളുമായിട്ടാണ്. ഇത്തരം പ്രതീകങ്ങൾക്ക് വിശേഷിച്ച് അർത്ഥമൊന്നും കല്പിക്കാതിരുന്നാലും അവയെ ബന്ധിപ്പിക്കുന്ന യുക്തിബോധം നിലനിൽക്കുമെന്നും അതാണ് യഥാർത്ഥ ജ്ഞാനമെന്നും ഫ്രെജെ വാദിക്കുകയുണ്ടായി. ഈ ബന്ധങ്ങളും നിയമങ്ങളും പലപ്പോഴും അബോധമായി തന്നെ നമ്മുടെയുള്ളിൽ പ്രവർത്തിക്കുന്നതായിരിക്കും വിശേഷിച്ചും നാം വൈദഗ്ധ്യം നേടിയ മേഖലകളിൽ. ഷൂസിന്റെ ലെയ്സ് കെട്ടുന്നതിനെക്കുറിച്ചു ചിന്തിച്ചാൽ ഇതു

വ്യക്തമാകും തുടക്കത്തിൽ ബോധപൂർവ്വം ചെയ്യുന്ന ഇത്തിരി ശ്രമകരമായൊരു പ്രവൃത്തിയാണിത്. എന്നാൽ കുറെക്കാലം കഴിയുമ്പോൾ യാന്ത്രികമായി നടക്കുന്ന ഒന്നായി അതു മാറുന്നു. ആ പ്രവൃത്തിയുടെ ഓരോ ഘട്ടവും മസ്തിഷ്കത്തിൽ അതിനായി സവിശേഷ രീതിയിൽ സൂക്ഷിക്കപ്പെടുന്നു. കമ്പ്യൂട്ടർ ഭാഷയിൽ പറഞ്ഞാൽ 'കമ്പൈയിൽ' ചെയ്യപ്പെടുന്നു. ഈയൊരു ഘട്ടം വരെ ശാസ്ത്രജ്ഞർക്കു വിജയപ്രതീക്ഷനല്കുന്നതാണ്. സമാനമായ പ്രവർത്തനങ്ങൾ യന്ത്രമസ്തിഷ്കത്തിൽ സാധ്യമാണോ എന്നറിയാനുള്ള ശ്രമങ്ങളാണ് knowledge acquisition research എന്ന പേരിൽ അറിയപ്പെടുന്നത്. ഒരോമേഖലയിലും അസാധാരണമായ കഴിവുകളുള്ള യന്ത്രമസ്തിഷ്കങ്ങൾ രൂപപ്പെടുത്തിയെടുക്കുക എന്നതാണ് ഇതിന്റെ അന്തിമലക്ഷ്യം. Expert systems എന്നാണ് ഇവ അറിയപ്പെടുന്നത്. എന്നാൽ ഈ മേഖലയിൽ പ്രവർത്തിക്കുന്ന ഗവേഷകരെ കുഴക്കുന്ന വലിയ പ്രശ്നം മുകളിൽ സൂചിപ്പിച്ചതു തന്നെയാണ്. വിദഗ്ധരും കഴിവുറ്റവരും സവിശേഷ സന്ദർഭങ്ങളിൽ പ്രതികരിക്കുന്ന രീതികൾ ഒരു പൊതുനിയമത്തിന്റെ കീഴിൽ കൊണ്ടുവരാൻ കഴിയില്ല എന്നതാണത്. അറിവെന്നത് ഒരായിരം സവിശേഷ സന്ദർഭങ്ങളായി പിരിയുകയാണിവിടെ. എങ്ങനെയാണ് ഒരു നല്ലഷോട്ട് കളിക്കുക എന്നത് ഓരോ പന്തിനെയും ആശ്രയിച്ചാണ് എന്നു ഒരു മികച്ച ക്രിക്കറ്റുകളിക്കാരൻ നിരീക്ഷിക്കുന്നതു പോലെയാണത്.

മാൽക്കം ഗ്ലാഡ്വെൽ എന്ന ഇംഗ്ലീഷ് പത്രപ്രവർത്തകൻ തന്റെ പ്രസിദ്ധമായ "ബ്ലിങ്ക്" എന്ന പുസ്തകത്തിന്റെ ആമുഖമായി വിവരിക്കുന്ന ഒരു സന്ദർഭമുണ്ട്. 1983 സെപ്റ്റംബറിൽ കാലിഫോർണിയയിലെ മ്യൂസിയത്തിലേക്ക് ഒരു മാർബിൾ ശില്പവുമായി ഒരാളെത്തി. പതിനാറാം നൂറ്റാണ്ടിൽ നിർമ്മിക്കപ്പെട്ട ആ ശില്പത്തിന് അയാളാവശ്യപ്പെട്ടത് ഒരു കോടി ഡോളറാണ്. ഏഴടി ഉയരമുള്ള ആ ശില്പം തികച്ചും അപൂർവ്വമായ ഒന്നായിരുന്നു. അത്തരത്തിലുള്ള ഇരുനോറോളം ശില്പങ്ങൾ മാത്രമാണ് അതുവരെ ഖനനം ചെയ്തെടുക്കാൻ കഴിഞ്ഞിരുന്നത്. എന്നാൽ മിക്കതും കേടുപാടുകൾ പറ്റിയ നിലയിലായിരുന്നു. ഇടുപ്പുകളിൽ കൈകൾ കുത്തി ഇടതുകാൽ അല്പം മുന്നോട്ടാഞ്ഞു നില്ക്കുന്ന നഗ്നമായൊരു പുരുഷശരീരത്തിന്റെ രൂപമായിരുന്നു പ്രസ്തുത ശിലപം. മറ്റെല്ലാ പഴയകാല നിർമ്മിതികളിൽ നിന്നും വിഭിന്നമായ ഒരു വശ്യഭംഗിയുണ്ടായിരുന്നു ആ ശിലപങ്ങൾക്ക്. ഒരു കേടും പറ്റാത്ത അത്തരമൊരു ശില്പത്തിന് അയാളാവശ്യപ്പെട്ടത് ഒരു കോടി ഡോളർ മാത്രമാണല്ലോ എന്നാണ് മ്യൂസിയം അധികൃതർ സമാധാനിച്ചത്. എങ്കിലും ശില്പം ഒറിജിനൽ തന്നെയാണോ എന്നറിയാനുള്ള പരിശോധനകളെല്ലാം നടന്നു.

പ്രഗത്ഭരായ ജിയോളജിസ്റ്റുകളും പരിചയസമ്പന്നരായ ആർക്കിയോളജിസ്റ്റുകളും പരിശോധിച്ചു. ഇലക്ട്രോൺ മൈക്രോസ്കോപ്പ്, ഇലക്ട്രോൺ മൈക്രോപ്രോബ്, സ്പെക്ട്രോമെട്രി, എക്സ്റേ ഫ്ളൂറസൻസ് എന്നിങ്ങനെയുള്ള സർവ്വസന്നാഹങ്ങളുടെയും പിന്തുണയോടെ. പഴക്കത്തെക്കുറിച്ചോ മറ്റു ഘടകങ്ങളെക്കുറിച്ചോ ഒരു സംശയം തോന്നിയില്ല.

എന്നാൽ സംഗതി ഫേക്കായിരുന്നു. അത് ഒറ്റ നോട്ടത്തിൽ തന്നെ തിരിച്ചറിയാൻ കഴിഞ്ഞവരുമുണ്ടായിരുന്നു. ശില്പത്തെ മൂടിയിരുന്ന കവർ ഒന്നു മാറ്റിയപ്പോൾ തന്നെ എന്തോ ഒരു കുറവു തോന്നിയവർ. ആ നോട്ടം ശരിയല്ലല്ലോ എന്നു സംശയിച്ചവർ. ഒറ്റക്കാഴ്ചയിൽ പഴക്കക്കുറവു കണ്ടെത്തിയവർ. നഖങ്ങൾ അങ്ങനെ തന്നെയാണോ എന്നു സ്വയം ചോദിച്ചവർ. തീർച്ചയായും അവരെല്ലാം ആ മേഖലയിലെ വിദഗ്ധർ തന്നെയായിരുന്നു അത്തരം ശില്പങ്ങളെക്കുറിച്ച് പഠിച്ചവരും മനസ്സിലാക്കിയവരുമായിരുന്നു. എന്നാൽ ഒറ്റനോട്ടത്തിൽ അതും ഒരു നിമിഷാർദ്ധം കൊണ്ട് എങ്ങനെയാണ് ശരിയായ നിമഗനത്തിലെത്താൻ കഴിയുന്നത് എന്നതാണ് ചോദ്യം. ഉത്തരം കണ്ടെത്താൻ എളുപ്പമല്ലാത്ത ചോദ്യം. എന്നാൽ അതിന്റെ പിന്നിലൊരു സൂത്രധാരനുണ്ട്. മനുഷ്യമസ്തിഷ്കമെന്ന മഹാവിസ്മയം. നൂറു ബില്യൺ ന്യൂറോണുകൾ, അവയ്ക്കിടയിലെ നിരന്തരമായ ജൈവസന്ദേശ പ്രവാഹങ്ങൾ. ദശലക്ഷം ഗിഗാബൈറ്റ് സ്റ്റോറേജ് കപ്പാസിറ്റി. പകൽക്കിനാവിൽ മയങ്ങിയിരിക്കുമ്പോഴും അപ്രതീക്ഷിത നിമിഷങ്ങളോട് പ്രതികരിക്കാനുള്ള നിതാന്തജാഗ്രത. പത്രത്താളുകളിൽ കാണുന്ന ഒരു സുഡോക്കുകളും പൂരിപ്പിക്കാനായി ഇന്ധനശേഖരത്തിന്റെ തൊണ്ണൂറുശതമാനവും കത്തിച്ചുകളയാനുള്ള സേവനസന്നദ്ധത. ഒപ്പം മനുഷ്യനായിരിക്കുക എന്നത് എത്ര മഹത്തായ അനുഭവമാണ് എന്നോർമ്മിപ്പിക്കുന്ന ചില ചെപ്പടിവിദ്യകളും. അത്തരം ചില സന്ദർഭങ്ങൾ കൗതുകത്തോടെ കാണാനുള്ള ശ്രമമാണ് ഇനിയുള്ള പേജുകളിൽ.

●

ഞെട്ടറ്റുവീഴുന്ന വിസ്മയ നിമിഷങ്ങൾ

ഒരിക്കൽ കേട്ട ആരും തന്നെ ആ കഥ മറന്നിരിക്കാനിടയില്ല. അത്ര നിഷ്കളങ്കമായ ഒരു കഥ പിന്നീട് കേട്ടിരിക്കാനുമിടയില്ല. അന്ന് ആ കുളിത്തൊട്ടിയിൽ നിന്നുമിറങ്ങി സിറാക്കസിലെ തെരുവിലൂടെ ഓടിയ ആർക്കിമിഡിസിന്റെ കഥയാണത്. വിശ്വസനീയത ചോദ്യം ചെയ്യപ്പെടാതെ നൂറ്റാണ്ടുകളെ അതിജീവിച്ച കഥ. തീർച്ചയായും അത്തരമൊരു നിമിഷം ആരുടെ ജീവിതത്തിലുമുണ്ടാകാം അതുവരെ മനസ്സിനെ കുഴക്കിയിരുന്ന പ്രശ്നത്തിന്റെ ഉത്തരം ഒരു കൊള്ളിയാൻ പോലെ തെളിയുന്ന നിമിഷം. അങ്ങനെയുള്ള നിമിഷങ്ങൾ പിന്നിട്ടുള്ള ജീവിതം തന്നെ മാറ്റി മറിച്ചേക്കാം. ഹെലൻ കെല്ലറുടെ കാര്യത്തിൽ സംഭവിച്ചതു പോലെ. അന്ധയും ബധിരയുമായിരുന്ന ഹെലന് ഭാഷ എന്ന ചിഹ്നസമ്പ്രദായത്തെക്കുറിച്ച് ഒന്നുമറിയില്ലായിരുന്നു. ആനി സല്ലിവൻ എന്ന വലിയ അദ്ധ്യാപിക കൈത്തണ്ടയിൽ അക്ഷരങ്ങൾ എഴുതി ഓരോവസ്തുവിനെയും സൂചിപ്പിക്കുന്ന വാക്കുകളാണ് എന്നു മനസ്സിലാക്കിക്കാൻ ശ്രമിച്ചെങ്കിലും അവയെല്ലാം പരാജയമായിരുന്നു. മൂർത്തമായവയെ തൊട്ടറിയാൻ കഴിയുമെങ്കിലും അവയെ സൂചിപ്പിക്കുന്ന അമൂർത്തമായ സൂചകസഞ്ചയങ്ങളുടെ ആവശ്യകത പോലും ആ കുഞ്ഞു മനസ്സിലുണ്ടായിരുന്നില്ല. അതിനാൽ ടീച്ചറുടെ ശ്രമങ്ങൾക്കിടയിൽ ഹെലൻ വാശിപിടിച്ച് പലതും വലിച്ചെറിയുന്ന ഘട്ടം വരെ എത്തി. ഒടുവിൽ ഒരു ടാപ്പിനു കീഴിൽ പിടിച്ച ഹെലന്റെ കൈയിലേക്ക് വെള്ളം തുറന്നു വിട്ടുകൊണ്ട് മറ്റേ കൈത്തണ്ടയിൽ 'വാട്ടർ'എന്നെഴുതിയപ്പോൾ ആ നിമിഷം പിറവിയെടുക്കുകയായിരുന്നു. തന്റെ കൈകളിലേക്ക് ഒഴുകിപ്പരക്കുന്ന തണുത്ത അത്ഭുതത്തിന്റെ പേരാണ് ടീച്ചർ കൈത്തണ്ടയിൽ

കുറിക്കുന്നത് എന്നു തിരിച്ചറിഞ്ഞ നിമിഷം. തന്റെ ആത്മാവിന് ചിറകുകൾ മുളച്ച നിമിഷമായിരുന്നു അതെന്ന് ഹെലൻ പിന്നീട് ഓർക്കുന്നുണ്ട്. തലമുറകളെ പ്രചോദിപ്പിച്ച കഥ അവിടെ തുടങ്ങുകയായിരുന്നു.

ഇത്തരമൊരു നിമിഷത്തിന്റെ അപ്രതീക്ഷിത വരവ് ആരുടെ ജീവിതത്തിലും സംഭവിക്കാവുന്നതാണ്. ഒരു ടാപ്പിനു കീഴിലോ ആപ്പിൾമരത്തിന്റെ ചുവട്ടിലോ വെച്ചാവാമത്. ഒരു ബോധിവൃക്ഷത്തിന്റെ തണലിൽ വെച്ചുമാവാം. തന്റെ മനസ്സിൽ രൂപപ്പെട്ട ചലനനിയമങ്ങൾ വ്യക്തമായി പ്രകടിപ്പിക്കാൻ അന്നുവരെയുള്ള ഗണിതഭാഷ അപര്യാപ്തമാണ് എന്ന തിരിച്ചറിവ് ന്യൂട്ടന്റെ മനസ്സിനെ മഥിച്ചു കൊണ്ടിരുന്നു. ഒരു സവിശേഷ നിമിഷത്തിൽ അതിന്റെ പരിഹാരം ആ മനസ്സിൽ രൂപപ്പെട്ടുകയായിരുന്നു. പ്രസിദ്ധമായ ആ ആപ്പിൾ ഞെട്ടറ്റുവീഴുന്നത് അങ്ങനെയാണ്. അത്തരത്തിൽ ഒരു പരിഹാരത്തിലെത്തുന്നത് ഒരു സവിശേഷ കോണിലൂടെ ഒരു പ്രശ്നത്തെ കാണാൻ തുടങ്ങുമ്പോഴോ സവിശേഷ ദിശയിലൂടെ സമീപിക്കുമ്പോഴോ ആയിരിക്കും. ഗെസ്റ്റാൾട്ട് മനഃശാസ്ത്രത്തിന്റെ വീക്ഷണത്തിൽ ഒരു വസ്തുവിനെയോ വസ്തുതയെയോ നമുക്ക് വ്യത്യസ്ത രീതിയിൽ കാണാൻ കഴിയും. ഒരു കരിങ്കൽ കഷണം കാണുന്ന ഓരോരുത്തരും തിരിച്ചറിയുന്നത് അതിന്റെ വ്യത്യസ്ത ഉപയോഗങ്ങളായിരിക്കും പേപ്പർ വെയ്റ്റായി ഉപയോഗിക്കാമെന്നു കരുതുന്നവരും വല്ലതും ഇടിക്കാനും ചതയ്ക്കാനും കഴിയുമല്ലോ എന്നു കരുതുന്നവരുമുണ്ടാകും. ചെത്തി മിനുക്കി രൂപഭംഗിയുള്ളതാക്കി മാറ്റാൻ പറ്റുമല്ലോ എന്നായിരിക്കും ഒരു കലാകാരൻ ചിന്തിക്കുന്നത്. ('ഒരു സാധാരണ കല്ലിൽ നിന്നും ശില്പമല്ലാത്തതെല്ലാം കൊത്തിമാറ്റിക്കളയുമ്പോഴാണ് ഒരു കലാസൃഷ്ടി രൂപപ്പെടുന്നത്'' എന്ന വാക്കുകളോർക്കുക).

ഗെസ്റ്റാൾട് സമീപനം വിശദമാക്കുന്ന ലളിതമായ ഒരു ഉദാഹരണമുണ്ട്. നെക്കർ ക്യൂബ് എന്നറിയപ്പെടുന്നത്. ഒരു സാധാരണ ക്യൂബിന്റെ (സമചതുരക്കട്ട) ചിത്രമാണത്. ക്യൂബിന്റെ ഓരോ മുഖത്തിലും ശ്രദ്ധ കേന്ദ്രീകരിക്കുമ്പോൾ ആ മുഖം കൂടുതൽ അടുത്താണെന്നു തോന്നും. അല്ലാത്തപ്പോൾ അകന്നതായിട്ടും. ഏതെങ്കിലുമൊരു പ്രശ്നത്തിന്റെ ഉത്തരം കണ്ടെത്താൻ വിഷമിക്കുന്നു എങ്കിൽ ശരിയായ ദിശയിലൂടെയല്ല നാം ആ പ്രശ്നത്തെ സമീപിക്കുന്നത് എന്നാണർത്ഥം. എന്നാൽ സമീപന രീതിയിൽ ചെറിയ ഒരു മാറ്റമുണ്ടാകുമ്പോൾ പരിഹാരമാർഗ്ഗങ്ങൾ തെളിഞ്ഞുവരാൻ തുടങ്ങും. അതുവരെ അപ്രധാനമെന്നു കരുതിയ ഘടകങ്ങൾ പ്രാധാന്യമുള്ളവയാവും. അപ്രസക്തമെന്നു കരുതിയവ പ്രസക്തമാകും. എതിരാളിയെന്നു കരുതിയ

ആൾ സഹായിയാകും. ഒരു തെളിഞ്ഞ അന്തരീക്ഷം രൂപപ്പെട്ടുവരാൻ തുടങ്ങും. ആ മാറ്റം ചിലപ്പോൾ പെട്ടെന്നായിരിക്കുമെന്നു മാത്രം. ഒരു അന്തർദർശനത്തിന്റെ ഫലമായുണ്ടാകുന്നത്. ഇത്തരം നിമിഷങ്ങൾ ഒരർത്ഥത്തിൽ സർഗ്ഗാത്മക നിമിഷങ്ങളാണ്. അടിസ്ഥാനഘടക ങ്ങളെ പുതിയ രീതിയിൽ കാണാൻ തുടങ്ങുകയും അവയെ മറ്റൊരു രീതിയിൽ പുനർഘടിപ്പിക്കുകയും ചെയ്യുന്നതാണ് യഥാർത്ഥത്തിൽ ക്രിയാത്മകത. ഒരു സംഗീതജ്ഞൻ സ്വരങ്ങളുപയോഗിച്ചും ഒരു ചിത്രകാരൻ നിറങ്ങളും രൂപങ്ങളുമുപയോഗിച്ചും സാധിക്കുന്നത് ഇതാണ്. സർവ്വസാധാരണമായ അസംസ്കൃതവസ്തുക്കളും ലഭ്യമായ സാങ്കേതികസഹായങ്ങളും മറ്റുവിഭവങ്ങളുമുപയോഗിച്ച് അന്നുവരെ മാർക്കറ്റിലില്ലാത്തത് എന്ന പ്രതീതി ജനിപ്പിച്ച് പുതിയൊരുത്പന്നം മാർക്കറ്റിലെത്തിക്കുന്ന സംരംഭകനും അതു തന്നെയാണ് ചെയ്യുന്നത്. 'മന്ദാരത്തിന്റെ ഇലകൾ തുന്നിച്ചേർത്ത പുനർജ്ജനിയുടെ കൂട്'' എന്ന് ഒ.വി.വിജയനെഴുതുമ്പോൾ വാക്കുകൾക്കിടയിൽ നിറയുന്ന വശ്യശ ക്തി മലയാളവായനയെ വല്ലാതെ സ്വാധീനിക്കുകയുണ്ടായല്ലോ.

ചിട്ടയായ അപഗ്രഥനത്തിലൂടെ ഒരു പ്രശ്നത്തിന്റെ പരിഹാരവഴിക ളിലെത്തുന്നത് തികച്ചും ബോധപൂർവ്വം നടക്കുന്ന ഒന്നാണ്. എന്നാൽ 'യുറെക്കെ' നിമിഷങ്ങൾ തികച്ചും അപ്രതീക്ഷിതമായി സംഭവിക്കു ന്നതായിരിക്കും. അതിലേക്കെത്തിയ വഴികൾ പലപ്പോഴും അജ്ഞാ തമായിരിക്കുകയും ചെയ്യും. ഇനി പറയുന്ന സാങ്കല്പിക പ്രശ്നത്തിന്റെ ഉത്തരം കാണാനൊന്നു ശ്രമിച്ചു നോക്കുക. എ, ബി, സി, ഡി എന്നു പേരായ നാലുപേർ അവരിലൊരാൾ ഒരു കുറ്റം ചെയ്തിട്ടുണ്ട്. ചോദ്യം ചെയ്തപ്പോൾ അവർ നല്കിയ മറുപടികൾ താഴെ കൊടുത്ത പ്രകാര മാണ്.

എ : ബി യാണ് അതു ചെയ്തത്.

ബി : ഡി യാണ് അതു ചെയ്തത്

സി : ഞാനല്ല അതു ചെയ്തത്.

ഡി : ഞാനാണ് ചെയതത് എന്നു ഡി കളവു പറയുകയാണ്.

അടുത്തത് നിങ്ങൾ ഉത്തരം കണ്ടെത്തേണ്ട ചോദ്യങ്ങളാണ്. ഈ നാലു പ്രസ്താവനകളിൽ ഒന്നുമാത്രമാണ് സത്യമെങ്കിൽ ആരാണ് അതു ചെയ്തത് ?. നാലു പ്രസ്താവനകളിൽ ഒന്നു മാത്രമാണ് കളവെ ങ്കിൽ ആരാണ് കുറ്റവാളി?.

തീർച്ചയായും ഒറ്റ വായനയിൽ തന്നെ ഉത്തരങ്ങൾ മനസ്സിൽ തെളിഞ്ഞു വരാം. എന്നാൽ അതു കഴിയുന്നില്ലെങ്കിൽ ചിട്ടയായ ഒരു അപഗ്രഥനത്തിലൂടെ ഉത്തരങ്ങൾ കണ്ടെത്തുകയാണ് വേണ്ടത്

അതിനായുള്ള ഒരു മാർഗ്ഗം മറ്റൊരു ദിശയിലൂടെ പ്രശ്നത്തെ സമീപിക്കുക എന്നതാണ്. പ്രസ്താവനകളുടെ ശരിതെറ്റുകൾ വിലയിരുത്തി കുറ്റവാളിയിലെത്തുന്നതിനു പകരം കുറ്റവാളിയെ സങ്കല്പിച്ച ശേഷം ഓരോ പ്രസ്താവനയുടെയും ശരിതെറ്റുകൾ പരിശോധിക്കുക എന്നതാണത്. എ യാണ് കുറ്റവാളി എന്നു കരുതുക. അപ്പോൾ ആദ്യത്തെ രണ്ടു പ്രസ്താവനകൾ കള്ളവും അവസാനത്തെ രണ്ടെണ്ണം സത്യവുമാണ്. ബി യാണ് ചെയ്തതെങ്കിലോ. ബി യുടെ പ്രസ്താവന ഒഴിച്ച് ബാക്കിയെല്ലാം സത്യമാണ്. ഇനി സി യാണ് ചെയ്തതെന്ന് സങ്കല്പിക്കുക. അപ്പോൾ ആദ്യത്തെ മൂന്നും കള്ളമാണ് അവസാനത്തേതു മാത്രമാണ് ശരി. ചോദ്യങ്ങൾക്ക് ഉത്തരമായല്ലോ ഒരു പ്രസ്താവന മാത്രമെ സത്യമുള്ളു വെങ്കിൽ സി യാണ് കുറ്റവാളി. ഒന്നു മാത്രമാണ് കള്ളമെങ്കിൽ ബി യാണ് കുറ്റവാളി. (ഡി യാണ് ചെയ്തതെങ്കിൽ രണ്ടെണ്ണം സത്യവും രണ്ടെണ്ണം കള്ളവുമാണെന്നു കാണാം.). ആദ്യവായനയിൽ തന്നെ പ്രശ്നത്തിന്റെ ഉത്തരത്തിലെത്തിയ ഒരാളെ സംബന്ധിച്ച് മസ്തിഷ്കം വളരെ വേഗത്തിൽ ഇത്തരമൊരപഗ്രഥനം നടത്തിയുട്ടാണ്ടാവാം. അതു ബോധപൂർവ്വമായി അനുഭവപ്പെടണമെന്നില്ല.

വളരെ പ്രശസ്തമായ മറ്റൊരു പ്രശ്നമുണ്ട്. ഒമ്പതു കുത്തുകൾ ചിത്രത്തിൽ കാണിച്ചിരിക്കുന്നതു പോലെ വരിയും നിരയുമായി അടയാളപ്പെടുത്തിയിരിക്കുന്നു. അവയെ നാലു രേഖകൾ കൊണ്ടു യോജിപ്പിക്കണം. രേഖകൾ വരയ്ക്കാൻ തുടങ്ങിയാൽ പിന്നെ പെൻസിലുയർത്താൻ പാടില്ല. തുടർച്ചയായി വരയ്ക്കണം എന്നർത്ഥം. വളരെ പെട്ടെന്ന് ഈ പ്രശ്നത്തിന്റ ഉത്തരം കണ്ടെത്തുന്നവർ കുറവാണ് എന്നാണ് വിദഗ്ധരുടെ അഭിപ്രായം.

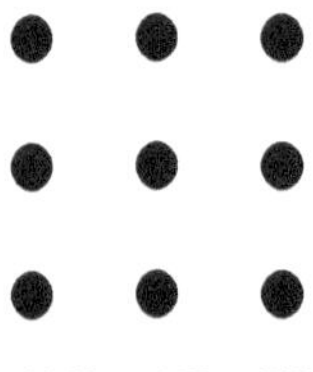

ഈ പ്രശ്നം അസാധ്യമായതൊന്നുമല്ല. ഉത്തരം കണ്ടു കഴിഞ്ഞാൽ ഉണ്ടാകുന്ന ആദ്യ പ്രതികരണം 'ഇത്രയേ ഉള്ളൂ അല്ലേ' എന്നായിരിക്കും. താഴെ കൊടുത്തിരിക്കുന്നത് ഒരു ശരിയായ മാർഗ്ഗമാണ്.

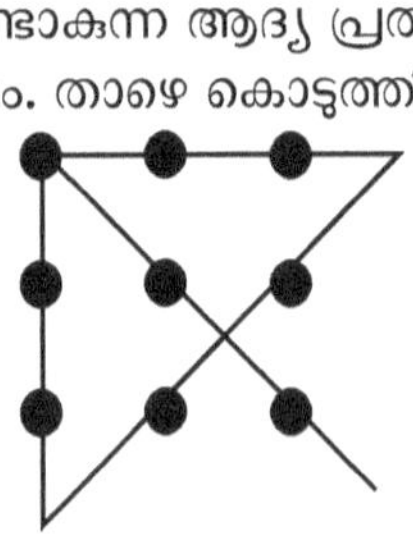

ഒമ്പതു കുത്തുകളും ചേർന്ന് സൃഷ്ടിക്കുന്ന അതിരുകൾക്ക് പുറത്തേക്ക് രേഖകൾ വരയ്ക്കാമെന്നത് പെട്ടെന്ന് മനസ്സിലെത്തില്ല എന്നതാണ് ഈ പ്രശ്നത്തിന്റെ കാഠിന്യം വർദ്ധിപ്പിക്കുന്നത്. ആ ചട്ടക്കൂടിന് പുറത്തേക്ക് കടക്കാനാവാതെ ചിന്തകൾ കുഴങ്ങിപ്പോകുന്നു എന്നു സാരം. പെട്ടെന്നൊരു മുറിച്ചുകടക്കൽ സാധ്യമായാൽ ഉത്തരവുമായി. എന്തുകൊണ്ടാണ് 'ഈ മുറിച്ചുകടക്കൽ' എളുപ്പത്തിൽ മനസ്സിലെത്താത്തത് എന്നതിന് തൃപ്തികരമായ ഉത്തരം ഗെസ്റ്റാൾട്ട് മന:ശാസ്ത്രത്തിലുണ്ട്. ഒമ്പതുകുത്തുകളെയും വേറെവേറെയായല്ല മനസ്സുകാണുന്നത് പകരം ഒരു സമഗ്രതയായിട്ടാണ്. അവയ്ക്കിടയിലും പുറത്തുമുള്ള ഒഴിഞ്ഞസ്ഥലങ്ങളെ മസ്തിഷ്കം അവഗണിക്കുകയാണ് ചെയ്യുന്നത്. പുസ്തകം വായിക്കുന്ന ഒരാൾ അതിന്റെ മാർജിനിനെക്കുറിച്ച് ചിന്തിക്കാറില്ലല്ലോ. ശ്രദ്ധമുഴുവനും പാഠത്തിലായിരിക്കും. മാർജിനും കൂടി ചേർന്നതാണ് ആ പേജ് എന്ന ധാരണ പോലും ഉണ്ടാവില്ല. അതേ പോലെ ഈ ഒമ്പതു കുത്തുകളുടെയും പശ്ചാത്തലം അവഗണിക്കപ്പെടുകയാണ് ചെയ്യുന്നത്. പരിധികൾ വെക്കാനും ചട്ടക്കൂടുകൾ തീർക്കാനുമുള്ള പ്രവണത മസ്തിഷ്കത്തിന്റെ പ്രധാന ഗുണങ്ങളിലൊന്നാണ്. അനുഭവങ്ങളിലൂടെ ആർജ്ജിച്ചെടുക്കുന്നത്. അനുഭവങ്ങൾ താരതമ്യേന കുറവുള്ളതിനാൽ കുട്ടികളിൽ പലപ്പോഴും ഈ മുറിച്ചുകടക്കൽ എളുപ്പമാകുന്നതു കാണാം. പലപ്രശ്നങ്ങളുടെയും ഉത്തരങ്ങൾ അവർ എളുപ്പം കണ്ടെത്തുന്നതിന്റെ കാരണങ്ങളിലൊന്നിതാണ്. വിശേഷിച്ചും ആധുനിക ഇലക്ട്രോണിക്സ് ഉപകരണങ്ങൾ കൈകാര്യം ചെയ്യുമ്പോൾ.

മുകളിൽ കൊടുത്ത പ്രശ്നത്തിൽ കാഴ്ചയുമായി ബന്ധപ്പെട്ട ചില വസ്തുതകൾ കൂടി അടങ്ങിയിരിക്കുന്ന താഴെ കൊടുത്തിരിക്കുന്ന ചിത്രം ശ്രദ്ധിച്ചു നോക്കുക. ഒരു വെളുത്ത ത്രികോണം കാണുന്നില്ലേ. പശ്ചാത്തിലെ

രൂപങ്ങളെയെല്ലാം മറച്ചുകൊണ്ടു നില്ക്കുന്ന ഒരു വെളുത്ത ത്രികോണം. തീർച്ചയായും കാണുന്നുണ്ടാകും. സാങ്കേതികമായ അർത്ഥത്തിൽ അങ്ങനെയൊരു ത്രികോണമില്ല എങ്കിലും. കറുത്ത ത്രികോണത്തിലെയും കറുത്ത വൃത്തങ്ങളിലെയും വിള്ളലുകൾ

മാത്രമാണ് യഥാർത്ഥത്തിലുള്ളത്. കാനിസ്സ ത്രികോണം എന്നാണ് മുകളിലത്തെ ചിത്രമറിയപ്പെടുന്നത്. കാഴ്ചയെന്നത് ചുറ്റുമുള്ളവയിലേക്ക് തുറക്കുന്ന ഒരു കിളിവാതിൽ മാത്രമല്ല. സർഗ്ഗാത്മകമായ ആവിഷ്കാരം കൂടിയാണ് എന്നു വ്യക്തമാക്കുന്നതാണ് ഈ രൂപം. മണ്ണിൽ ചിതറിക്കിടക്കുന്ന പൂവിതളുകൾ പെറുക്കിയടുക്കി 'വിണ്ണിലെ കല്പദ്രുമത്തിന്റെ കൊമ്പിലെ വാടാമലരാ'ക്കുന്ന മഹാവിദ്യ മസ്തിഷ്കത്തിൽ തന്നെ ഒളിഞ്ഞിരിക്കുന്നു എന്നു സാരം. കാഴ്ചയുടെ കേന്ദ്രം പരിണമിച്ചുണ്ടായത് അതിജീവനത്തെ സഹായിക്കുന്ന തരത്തിലാണ്. കാട്ടു പൊന്തകൾക്കിടയിൽ മിന്നലുപോലെ തെളിയുന്ന വരയും കുറിയും വായിച്ചെടുത്ത് വരാൻ പോകുന്ന അപകടം മുൻകൂട്ടി മനസ്സലാക്കുന്നത് ആദിമമനുഷ്യന്റെ നിലനില്പിന് ഒഴിച്ചു കൂടാനാവാത്തതാണല്ലോ. നേരത്തെ ചർച്ച ചെയ്ത പ്രശ്നത്തിലെ ഒമ്പതു കുത്തുകൾ തീർക്കുന്ന ചട്ടക്കൂടിനു പുറത്തേക്ക് ചിന്തകൾ അനായസമായി കടന്നു ചെല്ലാത്തതിന് കാഴ്ചയുടെ ഈ സവിശേഷതയും ഒരു കാരണമാണ്.

അന്തർദർശനത്തിന്റെ നിമിഷങ്ങളെക്കുറിച്ചു മനസ്സിലാക്കാനായി നടന്ന പ്രസിദ്ധമായ മറ്റൊരു പഠനം അറിയപ്പെടുന്നത് Two String Problem എന്നാണ്. എൻ. ആർ. എഫ് മേയറും സഹഗവേഷകരും ചേർന്നാണ് ഈ പരീക്ഷണം നടത്തിയത്. വളരെ ലളിതമായൊരു പരീക്ഷണമാണിത്. മുകളിൽ നിന്നും രണ്ടു ചരടുകൾ തൂങ്ങിക്കിടക്കുന്ന ഒരു മുറിയിലേക്ക് ഒരാളെ കടത്തിവിട്ടുകൊണ്ടാണ് പരീക്ഷണത്തിന്റെ തുടക്കം. അയാൾ ചെയ്യേണ്ടത് ചരടുകളുടെ താഴത്തെ അറ്റങ്ങൾ ചേർത്തു കെട്ടുകയാണ്. ഒരേ സമയത്ത് രണ്ടു ചരടുകളുടെയും അറ്റങ്ങൾ എത്തിപ്പിടിക്കാൻ കഴിയാത്ത അകലത്തിലാണ് അവ തൂങ്ങിക്കിടക്കുന്നത്. ഇതാണ് ഈ പ്രശ്നത്തെ പ്രയാസമുള്ളതാക്കുന്നത് അനുവദിച്ച പത്തു മിനിറ്റിനുള്ളിൽ യാതൊരു സൂചനയുമില്ലാതെ ഇതിനുള്ള വഴി കണ്ടെത്തിയവർ നാല്പതുശതമാനത്തിലും കുറവായിരുന്നു. ഒരു കസേര രണ്ടു കൊടിലുകൾ പിന്നെ അപ്രധാനമായ ചിലത് ഇവയായിരുന്നു ആ മുറിയിലുണ്ടായിരുന്ന മറ്റു വസ്തുക്കൾ. നിശ്ചിതസമയത്തിനകം ഉത്തരം കണ്ടെത്താനായില്ലെങ്കിൽ സംഘാടകരിലൊരാൾ മുറിയിലെത്തി അറിയാതെയെന്നോണം ചരടുകളിലൊന്നിൽ മുട്ടിയുരുമ്മും. അതു മെല്ലെ ഇളകിയാടാൻ തുടങ്ങുന്നതോടെ അതുവരെ ഉത്തരം കണ്ടെത്താനാവാതെ കുഴങ്ങിയ ആളുടെ മനസ്സിൽ ആ വഴി തെളിഞ്ഞു വരും. നിലത്തു കിടക്കുന്ന കൊടിലുകളെടുത്ത് അയാൾ ചരടുകളോട് ചേർത്തു കെട്ടുകയും ഒരു പെൻഡുലം പോലെ ആട്ടിവിടുകയും ചെയ്യും. പിന്നീട് എന്താണ് നടക്കുക എന്നു പറയേണ്ടതില്ലല്ലോ.

സൂചനയുടെ സഹായത്തോടെ ആയാലും അല്ലാതെ ആയാലും പ്രശ്നത്തിന്റെ പരിഹാരം മനസ്സിലെത്തുന്നത് ഒരു അന്തർദർശന ത്തിന്റെ രൂപത്തിലാണ്. മുറിയിൽ അല്പസമയം ചെലവഴിക്കുന്ന ആളുടെ കണ്ണിൽ തീർച്ചയായും ആ കൊടിലുകൾ പെട്ടിരിക്കും. എന്നാൽ അവകൊണ്ട് ഇങ്ങനെയൊരു ഉപയോഗമുണ്ട് എന്ന ചിന്ത പെട്ടെന്ന് മനസ്സിലെത്തണമെന്നില്ല. ഓരോ വസ്തുവിന്റെയും ഉപയോഗത്തെക്കുറിച്ച് മനസ്സിൽ ഉറച്ചു പോയ ചില ധാരണകളുണ്ട്. അവയിൽ നിന്നൊരു മാറി ചിന്തിക്കൽ സാധാരണഗതിയിൽ എളു പ്പമല്ല. പലപ്പോഴും ഇല്ലാത്ത അതിരുകളും വല്ലാത്ത നിയമാവലികളും മസ്തിഷ്കം സൃഷ്ടിച്ചുകൊണ്ടിരിക്കും. ഒമ്പതുകുത്തുകളുടെ കാര്യത്തിൽ സംഭവിച്ചതു പോലെ. ഓരോവസ്തുവിന്റെയും ധർമ്മത്തെക്കുറിച്ചുള്ള ധാരണകളിൽ ഉറച്ചു നില്ക്കുകയും ചെയ്യും. വർഷങ്ങൾക്കു ശേഷം ചില ശാസ്ത്രജ്ഞർ മേയറുടെ പരീക്ഷണം ചില മാറ്റങ്ങളോടെ നടത്തുകയു ണ്ടായി. അതിനായി സഹകരിച്ചവർ മറ്റൊരു ജോലി അതിനു മുമ്പ് ചെയ്യേണ്ടതുണ്ടായിരുന്നു. ഒരു ഗ്രൂപ്പിനോട് ആവശ്യപ്പെട്ടത് ഒരു സർക്യൂട്ട് ബോർഡിൽ ഒരു ഇലക്ട്രിക്ക് സ്വിച്ച് ഫിറ്റു ചെയ്യാനാണ്. രണ്ടാമത്തെ ഗ്രൂപ്പ് ചെയ്യേണ്ടിയിരുന്നത് റിലേ എന്നു വിശേഷിപ്പി ക്കപ്പെടുന്ന ഒരു ഉപകരണം ഫിറ്റു ചെയ്യാനായിരുന്നു. ഈ ടാസ്കുകൾ പൂർത്തിയാക്കിയതിനു ശേഷമാണ് അവരെ ചരടുകൾ തൂങ്ങിക്കിടക്കു ന്ന മുറിയിലേക്കു നയിച്ചത്. നേരത്തെ വിശദീകരിച്ചതിൽ നിന്നും ചെറിയ ഒരു വ്യത്യാസമുണ്ടായിരുന്നത് കൊടിലുകൾക്കു പകരം സ്വി ച്ചുകളും റിലേ എന്ന ഉപകരണവുമായിരുന്നു എന്നതാണ്. രസകരമായ വസ്തുത സ്വിച്ചു ഫിറ്റു ചെയതവരിൽ ബഹുഭൂരിപക്ഷവും ചരടുകളുടെ അറ്റത്ത് വെയിറ്റായി തിരഞ്ഞെടുത്തത് മറ്റേ ഉപകരണമായിരുന്നു. രണ്ടാമത്തെ ഗ്രൂപ്പിലുള്ളവർ തിരിച്ചും. അല്പ സമയത്തേക്കാണെങ്കിലും ഒരു ഉപകരണം അതിന്റെ സ്വാഭാവിക ധർമ്മത്തിനായി ഉപയോ ഗിച്ചയാൾക്ക് അതു പെൻഡുലം വെയ്റ്റായി ഉപയോഗിക്കാൻ തോന്നിയില്ല എന്നതാണു യാഥാർത്ഥ്യം. മൂന്നാമതൊരു ഗ്രൂപ്പിനെ മറ്റു ടാസ്കുകളൊന്നും നല്കാതെ നേരിട്ട് മുറിയിലേക്കു നയിച്ചപ്പോൾ പകുതി പേർ സ്വിച്ചും പകുതി പേർ റിലേയും പെൻഡുലം വെയ്റ്റായി ഉപയോഗിച്ചു. ഉറച്ചുപോകുന്ന ധാരണകളുടെ സ്വാധീനം എത്രമാത്രം ശക്തമാണെന്ന് ഈ പരീക്ഷണം വ്യക്തമാക്കുന്നു. ആ സ്വാധീന വലയത്തിൽ നിന്നും പുറത്തുകടക്കാൻ കഴിയുന്ന നിമിഷങ്ങൾ തികച്ചും അത്ഭുതനിമിഷങ്ങളായിരിക്കും അത്തരമൊരു നിമിഷം ഒരു അഗ്നിശമനസേനാംഗത്തെ ജീവിതത്തിലേക്കു തിരിച്ചുകൊണ്ടു വന്ന കഥയാണ് ഇനി പറയാൻ പോകുന്നത്.

ഒരു കുന്നിൻ ചരിവിലെ തീയണക്കാൻ വാഗ് ഡോഡ്ജ് എന്ന

ഫോർമാനും പതിനഞ്ച് അഗ്നിശമന സേനാംഗങ്ങളും കൂടി കുന്നിന്റെ എതിർവശത്ത് പാരച്യൂട്ടിലിറങ്ങിയപ്പോൾ പതിവു ജോലികളിലൊന്നു മാത്രമായിരിക്കുമെന്നാണ് അവർ കരുതിയത്. താഴെ ഭാഗത്ത് പുല്ലുകളിൽ പടർന്നു കൊണ്ടിരുന്ന തീയണക്കാൻ മുകളിൽ നിന്നു താഴോട്ടിറങ്ങുകയായിരുന്നു അവർ. അവർ നീങ്ങിക്കൊണ്ടിരുന്ന അതേ ദിശയിൽ തന്നെയായിരുന്നു അപ്പോൾ കാറ്റിന്റെയും ഗതി. അവരുടെ കണക്കു കൂട്ടലുകളെല്ലാം തെറ്റിച്ചു കൊണ്ട് പെട്ടെന്ന് കാറ്റിന്റെ ഗതി മാറി അവരുടെ നേരെ വിശി തുടങ്ങി. താഴെ നിന്നു അഗ്നിനാളങ്ങൾ അവർക്കു നേരെ പാഞ്ഞുവരുന്നതാണ് അവർ പിന്നീട് കണ്ടത്. ഇടതൂർന്ന് വളർന്നു നില്ക്കുന്ന പുല്ലുകളെ വെട്ടി വിഴുങ്ങി അവർക്കു നേരെ ചീറിയടുക്കുന്ന വിപത്തിൽ നിന്നും തിരിഞ്ഞോടാൻ മാത്രമെ അവർക്കു കഴിയുമായിരുന്നുള്ളൂ. കയറ്റവും കൈയിലുണ്ടായിരുന്ന വസ്തുക്കളുടെ ഭാരവും കാരണം അതത്ര എളുപ്പമായിരുന്നില്ല. ആ ഓട്ടത്തിനിടയിൽ ഡോഡ്ജ് ഒരു നിമിഷം ഒന്നു നിന്നു. കാറ്റിനും അഗ്നി നാളങ്ങൾക്കും പുറം തിരിഞ്ഞുകൊണ്ട്. എന്നിട്ട് പോക്കറ്റിൽ നിന്നും ഒരു തീപ്പെട്ടി പുറത്തെടുത്ത് തൊട്ടു മുന്നിലെ പുല്ലുകൾക്കു തീ കൊടുത്തു. ഡോഡ്ജിനു മുന്നിലായി മുകളിലേക്ക് പുല്ലുകൾ കത്തിക്കയറി. മുന്നിൽ രൂപപ്പെട്ട കരിഞ്ഞൊഴിഞ്ഞ സ്ഥലത്തേക്ക് ഡോഡ്ജ് കയറി നിന്നു. പിന്നിൽ നിന്നു വന്ന കാട്ടുതീ ഡോഡ്ജിന്റെ വശങ്ങളിലൂടെ മുകളിലേക്കു കയറിപ്പോയി. ഡോഡ്ജിന്റെ കൂടെയുണ്ടായിരുന്നവരിൽ പതിമൂന്നു പേരാണ് അന്നു മരണത്തിനു കീഴടങ്ങിയത്.

തീയായിരുന്നു ആ ഫയർമാന്റെ മുന്നിലുണ്ടായിരുന്ന പ്രശ്നം ആ മനസ്സിൽ പെട്ടെന്നു തോന്നിയ ഉത്തരവും അതു തന്നെയായിരുന്നു., ഒഴിഞ്ഞു മാറേണ്ടതും അകന്നു നില്ക്കേണ്ടതുമായ അപകടം മാത്രമായിരുന്നു മറ്റുള്ളവർക്ക് ആ അഗ്നിനാളങ്ങൾ. അതിനാൽ അവരുടെ മനസ്സിലേക്ക് ഒരു തീപ്പെട്ടിയോ ലൈറ്ററോ ഒരു രക്ഷകയുടെ രൂപത്തിൽ പ്രത്യക്ഷപ്പെടാനുള്ള സാധ്യത വിദൂരമായിരുന്നു. തീ നാളങ്ങളിൽ നിന്നും രക്ഷപ്പെടാനുള്ള വഴി അതിൽ നിന്നും അകന്നു നില്ക്കുക എന്നതു തന്നെയാണ്. മറ്റുള്ളവർ ഓടിയകലാൻ ശ്രമിച്ചപ്പോൾ ഡോഡ്ജ് തീനാളങ്ങളെ തന്നിൽ നിന്നും അകറ്റിക്കളയുകയായിരുന്നു. അതിനു സഹായിച്ചതും തീനാളങ്ങൾ തന്നെയാണ് എന്നതാണ് ഇവിടെ ശ്രദ്ധേയമായ വസ്തുത. മസ്തിഷ്കം അതിന്റെ സർവ്വസന്നാഹങ്ങളോടെയും പ്രശ്നത്തെ സമീപിക്കുന്ന സന്ദർഭമാണിത്. എന്നാൽ സാധാരണ ഗതിയിൽ അതിന്റെ അപഗ്രഥന ശേഷിയെ ഒരു മിനിമം ലവലിൽ നിർത്താനുള്ള ശ്രമം മസ്തിഷ്കത്തിനുണ്ടെന്നു കാണാം. വായിക്കുമ്പോൾ അക്ഷരത്തെറ്റുകൾ കാണാതെ പോകുന്നതു

സ്വാഭാവികമാണല്ലോ. പ്രൂഫ് റീഡിംഗ് അനായാസം ചെയ്യാവുന്ന ഒന്നല്ല എന്ന് ആരും സമ്മതിക്കും. ഓരോ വാക്കും വായിക്കുമ്പോൾ അവയുടെ സന്ദർഭവും അർത്ഥവുമെല്ലാം ചേരുന്ന ഒരു സമഗ്രതയായിട്ടാണ് മനസ്സ് കാണുന്നത്. അക്ഷരത്തെറ്റുകൾ മാത്രമല്ല അപ്രധാനമായ ചില ഘടകങ്ങളും അവഗണിച്ച് കൊണ്ടാവും ആ മുന്നോട്ട് പോക്ക്. ഇതു ചിലപ്പോൾ അപകടത്തിൽ ചാടിക്കുകയും ചെയ്യും. ശാസ്ത്രജ്ഞർ എടുത്തു കാണിക്കുന്ന ഒരു ഉദാഹരണമുണ്ട്. How many animals of each kind did Moses take on the ark എന്ന ചോദ്യത്തിന് രണ്ട് എന്നു പെട്ടെന്ന് ഉത്തരം നല്കിയവർ ഒട്ടേറെ ഉണ്ടായിരുന്നു. മോസസായിരുന്നില്ല അതു നോഹയായിരുന്നു എന്നു പലരും ശ്രദ്ധിച്ചില്ല. അതറിയാത്തതു കൊണ്ടല്ല. ചോദ്യത്തിലെ ഓരോ വാക്കും അപഗ്രഥിച്ച് മനസ്സിലാക്കാന്നതിനു പകരം അതിലടങ്ങിയ ആശയമാണ് ശ്രദ്ധയിൽ പെടുന്നത്. അതാണ് ഈ പിഴവിനു കാരണം. പെട്ടകമെന്നും മൃഗങ്ങളെന്നും കേൾക്കുമ്പോൾ മസ്തിഷ്കം പ്രതീക്ഷിക്കുന്നത് നോഹയെയാണ്. ഇത്തരത്തിലുള്ള പ്രതീക്ഷകൾ വെച്ച് പുലർത്തുകയെന്നത് മസ്തിഷ്കത്തിന്റെ സ്ഥായിയായി ഗുണങ്ങളിലൊന്നാണ്. ഒരു റസ്റ്റോറന്റിലോ തിയേറ്ററിലോ ചെന്നാൽ എന്താണു സംഭവിക്കുക എന്നതിനെക്കുറിച്ച് വ്യക്തമായ ഒരു ധാരണ നമുക്കുണ്ട്. വളരെ സ്വാഭാവികമായ സന്ദർഭമായതിനാൽ തികച്ചും ആയാസരഹിതമായ ഒരവസ്ഥയിലായിരിക്കും മസ്തിഷ്കമപ്പോൾ. എന്നാൽ അപ്രതീക്ഷിതമായ വല്ലതും സംഭവിച്ചാൽ ന്യൂറോണുകളുടെ പ്രതികരണത്തിൽ പ്രകടമായ മാറ്റങ്ങളുണ്ടാകും. വെയിറ്റർക്കു പകരം അടുത്തു വന്നു നില്ക്കുന്നത് ഒരു സെലിബ്രിറ്റിയാണെങ്കിൽ ഇങ്ങനെ സംഭവിക്കാം. ഈ മാറ്റങ്ങൾ കൃത്യമായി മനസ്സിലാക്കാൻ ഇന്ന് ശാസ്ത്രത്തിനു കഴിയും.

ന്യൂറോളജിസ്റ്റുകൾ അതിനായി ഉപയോഗിക്കുന്നത് fMRI (functional magnetic resonance imaging) എന്ന സാങ്കേതിക സംവിധാനമാണ്. മസ്തിഷ്കത്തിലെ കോശകലകൾ രക്തത്തിൽ നിന്നും ആഗിരണം ചെയ്യുന്ന ഓക്സിജന്റെ നിരക്ക് മനസ്സിലാക്കുന്നതാണ് ഈ സംവിധാനം. ആ നിരക്കിന്റെ സൂചകം അറിയപ്പെടുന്നത് BOLD (blood oxygen level dependent) എന്നാണ്. ന്യൂറോണുകൾ കൂടുതൽ ആക്ടീവാകുമ്പോൾ കൂടുതൽ ഓക്സിജൻ ആഗിരണം ചെയ്യുന്നതിനാൽ ന്യൂറോണുകൾ ഉത്തേജിക്കപ്പെടുന്നതിന്റെ അളവായി ബോൾഡ് സിഗ്നൽ മാറുന്നു. 2013 ൽ നടന്ന ഒരു പഠനം ഇങ്ങനെയായിരുന്നു. തിരഞ്ഞെടുത്ത ഒരു ഗ്രൂപ്പിന് ശരിയോ തെറ്റോ എന്നു കണ്ടെത്താനായി 160 വാചകങ്ങൾ നല്കുകയായിരുന്നു. അവയിൽ പകുതി ശരിയായിരുന്നു. ബാക്കിയുള്ളതിന്റെ പകുതി തെറ്റായവയും. ബാക്കി

നാലുതെണ്ണം ചെറിയൊരു മാറ്റം വരുത്തിയ വാചകങ്ങളായിരുന്നു. നേരത്തെ സൂചിപ്പിച്ച മോസസ്സ്- നോഹ മാറ്റം പോലെ. അതു ശ്ര ദ്ധിക്കാതെ പോകുന്ന ഒരാളെ സംബന്ധിച്ച് ആ വാചകം ശരിയായി രുന്നു. പങ്കെടുത്തവർ വാചകങ്ങൾ വായിച്ച് ശരി അല്ലെങ്കിൽ തെറ്റ് എന്ന് എഴുതുന്നതിനിടയിൽ അവരുടെ മസ്തിഷ്ക പ്രവർത്തനങ്ങൾ fMRI മെഷീൻ നിരീക്ഷിച്ചു കൊണ്ടിരുന്നു. ശരിയെന്നോ തെറ്റെന്നോ ഉറപ്പുള്ള വാചകങ്ങൾ വായിക്കുമ്പോൾ അവരുടെ മസ്തിഷ്ക പ്രവർത്ത നങ്ങളിൽ പ്രകടമായ വ്യത്യാസങ്ങളൊന്നുമില്ലായിരുന്നു. എന്നാൽ ആ നാലുതു കുസൃതി ചോദ്യങ്ങളുടെ കാര്യം വ്യത്യസ്തമായിരുന്നു. വാച കങ്ങളിൽ വരുത്തിയ ട്വിസ്റ്റ് ശ്രദ്ധിക്കാതെ പോയവരുടെ മസ്തിഷ്ക പ്രവർത്തനങ്ങൾ അതേ രീതിയിൽ തന്നെയായിരുന്നെങ്കിലും പിഴവു തിരിച്ചറിഞ്ഞവരുടെ ന്യൂറോണുകൾ ഉത്തേജിക്കപ്പെട്ടത് മറ്റൊരു പാറ്റേണിലായിരുന്നു. ആ സവിശേഷ സന്ദർഭത്തിൽ അതുവരെ രംഗത്തു വരാതിരുന്ന ന്യൂറോണുകളുടെ പങ്കാളിത്തവുമുണ്ടായിരുന്നു. ഗവേഷകർ ഏറെ ശ്രദ്ധിച്ചൊരു കാര്യം പ്രിഫ്രോണ്ടൽ കോർട്ടക്സ് എന്ന മസ്തിഷ്ക ഭാഗത്തിലുണ്ടായ മാറ്റങ്ങളാണ്. സങ്കീർണ്ണമായ മനോ വ്യാപാരങ്ങളെ നിയന്ത്രിക്കുന്ന കേന്ദ്രമാണിത്. പരിചിതമായ ശീല ങ്ങളിൽ നിന്നും അകന്നു നില്ക്കാൻ മനസ്സിനെ നിയന്ത്രിക്കേണ്ടിവരുന്ന സന്ദർഭങ്ങളിൽ ഈ ഭാഗായിരിക്കും പ്രവർത്തന നിരതമാകുന്നത്.

സന്ദർഭത്തിനു ചേരാതെ നില്ക്കുന്ന ഒരു വാക്കോ സൂചകമോ കാണുമ്പോൾ നമ്മുടെ ബാഹ്യപ്രതികരണം അത്ര ശ്രദ്ധിക്കപ്പെട്ടു ന്നതാവണമെന്നില്ല. ഒരു ചെറിയ നെറ്റി ചുളിക്കലോ ഒരു കൗതുകമോ മാത്രമായി അത് ഒതുങ്ങിയേക്കാം. എന്നാൽ അത്തരം സന്ദർഭങ്ങ ളിൽ നമ്മുടെ മസ്തിഷ്കം കുറെക്കൂടി ഗൗരവത്തോടെയും കാര്യക്ഷമ മായും പ്രതികരിക്കുകയും പ്രവർത്തിക്കുകയും ചെയ്യുന്നതു കാണാം. ാജാൺ കൗനിയോസ്, മാർക്ക് ബീമാൻ എന്നീ ശാസ്ത്രജ്ഞർ ഇതു സ്ഥാപിക്കുന്നത് EEG തരംഗങ്ങളിലുണ്ടാകുന്ന വ്യതിയാനങ്ങളെ അടിസ്ഥാനമാക്കിയാണ്. ഒരു കമ്പ്യൂട്ടർ മോണിട്ടറിൽ തെളിയുന്ന വാചകങ്ങൾ വായിക്കുന്ന ഒരാളുടെ EEG പ്രതികരണങ്ങൾ പഠിച്ചാണ് അതു സാധിക്കുന്നത്."He takes his coffee with cream and dog'എന്ന വാചകത്തിലെ ഓരോ വാക്കും മോണിട്ടറിനു നടുവിൽ ഒന്നിന്റെ സ്ഥാനത്ത് മറ്റൊന്ന് എന്ന രൂപത്തിൽ തെളിഞ്ഞു വരുന്നു എന്നു കരുതുക. അവസാന വാക്കെത്തുന്നതു വരെ EEG പ്രതികരണം ലഘു വായതായിരിക്കും എന്നാൽ അവസാനത്തെ വാക്ക് തികച്ചും അപ്ര തീക്ഷിതമായതിനാൽ EEG യിൽ വലിയൊരു തരംഗവ്യതിയാനം രൂപപ്പെടുന്നു. പ്രതീക്ഷയ്ക്കു വിപരീതമായതു സംഭവിക്കുമ്പോഴുള്ള ഒരു പ്രതിഷേധപ്രതികരണമാണിത്.

ഗവേഷകർ എത്തിച്ചേർന്ന നിഗമനമിതാണ്, ചുറ്റുമുള്ള ലോകത്തെ കാണുകയും മനസ്സിലാക്കുകയും ചെയ്യുമ്പോൾ രണ്ടു തരത്തിലുള്ള മസ്തിഷ്ക പ്രവർത്തനങ്ങളാണ് നടക്കുന്നത്. പാറ്റേണുകൾ തിരിച്ചറിയുകയും അപ്രധാനമായ ഘടകങ്ങളെ അവഗണിക്കുകയും ചെയ്തുകൊണ്ട് പ്രതീക്ഷിക്കാവുന്ന നിഗമനങ്ങളിൽ എത്തിച്ചേരുന്നതാണ് ഒന്നാമത്തേത്. ചെറിയ ചെറിയ പോരായ്മകൾ പരിഹരിച്ചും തലനാരു കീറിയുള്ള പരിശോധനകൾ ഒഴിവാക്കിയും അനുയോജ്യമായ ബിംബങ്ങൾ രൂപപ്പെടുത്തുന്ന ഒന്നാണിത്. ഇത്തിരി യാന്ത്രികമായും ഒരു പരിധിവരെ അബോധമായും നടക്കുന്ന ഒന്ന്. കൻസ്സാ ത്രികോണത്തിന്റെ കാര്യത്തിൽ സംഭവിക്കുന്നതു പോലെ. ഈയൊരു രീതിയെ പരിശോധിക്കുന്നതും തിരുത്തുകയോ തള്ളിക്കളയുകയോ ചെയ്യുന്നതുമാണ് രണ്ടാമത്തേത്. മുൻധാരണകളെയും അനുഭവങ്ങളെയുമാണ് രണ്ടാമത്തെ സിസ്റ്റം ആശ്രയിക്കുന്നത്, മുൻവിധികളെയല്ല. തികച്ചും ബോധപൂർവ്വം നടക്കുന്ന ഈ പ്രവർത്തനം ചതിക്കുഴികൾ തിരിച്ചറിയാൻ സഹായിക്കുന്നതാണ്. എടുത്തുചാട്ടങ്ങളെ നിയന്ത്രിക്കുന്നതുമാണ്. ഓരോ രീതിക്കും അതിന്റേതായ ഗുണങ്ങളുണ്ട് ചില പരിമിതികളും. ഒരു ചട്ടക്കൂട്ടു സൃഷ്ടിച്ച്, ഒരു സമഗ്രതയായി ചില അറിവുകളും കഴിവുകളും സൂക്ഷിക്കുന്നത് മസ്തിഷ്കത്തിന്റെ പ്രവർത്തനശേഷി വർദ്ധിപ്പിക്കുന്നതിന് എറെ സഹായകരമാണ്. നേരത്തെ പറഞ്ഞ റസ്റ്റോറന്റിന്റെ കാര്യം ഓർക്കുന്നില്ലേ. എത്ര ആയാസരഹിതമായ അവസ്ഥയിലായിരിക്കും മസ്തിഷ്കമപ്പോൾ. പ്രതീക്ഷിച്ചപോലെ കാര്യങ്ങൾ നടക്കുന്നതിനാൽ മസ്തിഷ്കത്തിലെ ജൈവപ്രവർത്തനങ്ങൾക്ക് ഒരു ലാളിത്യം കൈവരുന്ന നിമിഷങ്ങളാണവ. നമ്മുടെ മനസ്സും ശരീരവും ആ ലാളിത്യം ആസ്വദിക്കുകയും ചെയ്യുന്നു. എന്നാൽ തികച്ചും അപ്രതീക്ഷിതമായ വല്ലതും സംഭവിച്ചാൽ മസ്തിഷ്കപ്രവർത്തനത്തനങ്ങളുടെ താളം മാറുന്നു. അതു നമ്മുടെ മനസ്സിന്റെ സ്വച്ഛതയെത്തന്നെ പ്രതികൂലമായി ബാധിച്ചേക്കാം. എല്ലാ ഉന്മേഷവും നഷ്ടമായതു പോലെയായിരിക്കും അവിടെ നിന്നും പുറത്തിറങ്ങുന്നത്.

പ്രവർത്തനത്തിന്റെ ഒരു മിനിമം ലവൽ നിലനിർത്തുന്നത് ആവശ്യമായ ഘട്ടത്തിൽ കൂടുതൽ കാര്യക്ഷമമായി പ്രവർത്തിക്കാനുള്ള ഒരു തയ്യാറെടുപ്പു കൂടിയാണ്. പഠനത്തിന്റെയും ഗവേഷണത്തിന്റെയും ഇടയിലായാലും സങ്കീർണ്ണമായ ജോലികൾക്കിടയിലായാലും ഇത്തരി സമയം യാന്ത്രികമായിപ്പോകുന്നത് ഒരു ദോഷമല്ല. എത്ര ശ്രദ്ധാപൂർവ്വം ചെയ്യുന്ന കാര്യമായാലും ഇടയ്ക്ക് മനസ്സൊന്നു മേയാൻ പോകുന്ന അനുഭവമുണ്ടാകാറുണ്ടല്ലോ. ആയാസരഹിതമായ അവസ്ഥയിലേക്കു തിരിച്ചു പോകാനുള്ള പ്രവണതയുടെ ഫലമാണിത്.

ഇത്തരമൊരു മിനിമം ലവലിൽ നിർത്തി കാര്യങ്ങൾ ഗ്രഹിക്കുകയും അപഗ്രഥിക്കുകയും ചെയ്യുന്നതിന്റെ ലക്ഷ്യം ഊർജ്ജസംരക്ഷണം മാത്രമല്ല കാര്യക്ഷമത വർദ്ധിപ്പിക്കലുമുണ്ട്. ചെസ്സ് ഗ്രാന്റ് മാസ്റ്റർ മാരുടെ കേളീ തന്ത്രം ഇതിന് മികച്ച ഉദാഹരണമാണ്. കുറെ ആളുകളോട് ഒരേ സമയം അവർക്ക് കളിക്കാൻ കഴിയുന്നത് എങ്ങ നെയാണെന്ന് നാം അത്ഭുതപ്പെടാറുണ്ട്. ഓരോ എതിരാളിയുടെയും അടുത്തെത്തി ബേർഡിലേക്കൊന്നു നോക്കുമ്പോൾ തന്നെ അടുത്ത നീക്കം അവരുടെ മനസ്സിൽ തെളിഞ്ഞുവരും. ആ ഒരു കാഴ്ചയിൽ നിന്നാണ് അടുത്ത തന്ത്രം രൂപപ്പെടുന്നത്. ഒരു പാട് നീക്കങ്ങൾ മുൻകൂട്ടി കാണുന്നവരാണ് മികച്ച കളിക്കാർ എന്നു സാധാരണ പറയാറുണ്ടല്ലോ. പ്രശസ്തനായൊരു ക്യൂബൻ ഗ്രാന്റ്മാസ്റ്ററോട് താങ്കൾ എത്രനീക്കങ്ങൾ മുൻകൂട്ടി കാണാറുണ്ട് എന്ന ചോദ്യത്തിന് അദ്ദേഹം നല്കിയ മറുപടി ഇങ്ങനെയായിരുന്നു, 'ഒരു നീക്കം, ഏറ്റവും നല്ല ഒരു നീക്കം മാത്രം.'

വിദഗ്ധരായ കളിക്കാർ അവരുടെ എതിരാളികളെക്കാൾ കൂടുതൽ ചിന്തിക്കുന്നു എന്നും അല്ലെങ്കിൽ കൂടുതൽ വേഗത്തിൽ ചിന്തിക്കുന്നു എന്നും മറ്റുമുള്ള സാമാന്യധാരണകളൊന്നും ശരിയല്ല. പകരം അവർ വളരെ വേഗത്തിൽ ചില പാറ്റേണുകൾ തിരിച്ചറിയുന്നു എന്നതാണ് വസ്തുത. വളരെക്കാലത്തെ പരിചയവും പരിശീലനവും മുമ്പു നടന്ന മത്സരങ്ങൾ അപഗ്രഥിച്ച ഓർമ്മകളും എല്ലാം ചേർന്ന് ശരിയായ ദിശയിലേക്ക് അവരുടെ ചിന്തയെ നയിക്കുന്നു. അതിനാൽ അവർ കൂടുതൽ ചിന്തിക്കേണ്ടി വരുന്നില്ല പകരം കുറച്ച് മാത്രം ചിന്തിച്ചാൽ മതി. തികച്ചും അർത്ഥപൂർണ്ണമായി ഒരു കളിക്കിടയിൽ രൂപപ്പെടുന്ന കരുക്കളുടെ സ്ഥാനം വളരെ വേഗത്തിൽ അവരുടെ ഓർമ്മയിൽ പതിയും. അതു സാധ്യമാവുന്നത് മുമ്പ് നടന്ന മത്സരങ്ങളുമായി താരതമ്യം ചെയ്തു മനസ്സിലാക്കുന്നതിലൂടെയാണ് പ്രശസ്തമായ ഏതെങ്കിലും മത്സരത്തിൽ സമാനമായി വന്ന പാറ്റേൺ അവരുടെ മനസ്സ് ഓർത്തെടുക്കും. പിന്നെ ശ്രദ്ധിക്കുക ചെറിയ ചില വ്യത്യാസ ങ്ങളായിരിക്കും ഒരു കാലാൾ ഒരു സ്റ്റെപ്പ് മുന്നിലായിരുന്നു എന്നോ മറ്റോ പോലെ . എന്നാൽ വെറുതെ കുറെ കരുക്കൾ നിരത്തി വെച്ച് അതോർക്കാൻ പറഞ്ഞാൽ ഒരു തുടക്കക്കാരന്റെ അതേ അവസ്ഥ തന്നെയായിരിക്കും ഗ്രാന്റ് മാസ്റ്ററുടേതും.

ചെസ്സുകളിയിൽ മാത്രമല്ല ഏതു കളിയിലും സംഭവിക്കുന്നത് ഇതു തന്നെയാണ്. ഫാസ്റ്റു ബൗളിംഗിനെ നേരിടുന്ന ഒരു ക്രിക്കറ്റു ബാറ്റ്സ്മാൻ ഏതുതരം ഷോട്ടാണ് കളിക്കേണ്ടത് എന്നു തീരുമാനിക്കു ന്നത് എത്ര പെട്ടെന്നാണ്. അത്തരമൊരു തീരുമാനത്തിലെത്താൻ

ലഭിക്കുന്ന സമയം സെക്കന്റിന്റെ ഒരംശം മാത്രമായിരിക്കും. ബൗളറുടെ ശരീരഭാഷയും പന്തിന്റെ ഗതിയും എവിടെ പിച്ച് ചെയ്യുമെന്ന കണക്കു കൂട്ടലുമെല്ലാം അപഗ്രഥിച്ചതിനു ശേഷം മാത്രം സാധ്യമാവുന്ന ഒരു തിരഞ്ഞെടുപ്പാണിത്. സെക്കന്റുകൾക്കിടയിൽ ഇതു സാധിക്കുന്ന തെങ്ങനെയാണ്. ബൗളർ പന്തെറിയാൻ തുടങ്ങുന്ന നിമിഷം തന്നെ പന്തിന്റെ ഗതിയെക്കുറിച്ചൊരു ധാരണ രൂപപ്പെടുന്നു. സമാനമായ പന്തുകൾ നേരിട്ട അനുഭവങ്ങൾ ഓർമ്മയിലെത്തുന്നു. ഒരു മസിൽ മെമ്മറിയായി. പിന്നെയുള്ള ശരീരചലനങ്ങൾ ആ ഒരു ഷോട്ടിനുവേണ്ടി മാത്രമാകുന്നു. മറ്റൊന്നിനും സ്ഥാനമില്ലാതാവുന്നു. മഹാനായ ആ ക്യൂബൻ ചെസ്സ്മാസ്റ്ററുടെ വാക്കുകൾ കടമെടുത്താൽ. 'Just one, the best one'. ഈ സ്വാഭാവികമായ ഒഴുക്കിൽ ഒരു മാറ്റം വരുത്താനുള്ള ശ്രമമായിരിക്കും ബൗളറുടെ ഭാഗത്തു നിന്നുമുണ്ടാകുന്നത്. പന്തിന്റെ ഗതിയിൽ അപ്രതീക്ഷിതമായ മാറ്റങ്ങൾ വരുത്തിയും വേഗതയിൽ വ്യതിയാനങ്ങൾ ഒളിപ്പിച്ചു വെച്ചും അവരതു സാധിക്കുന്നു. കമെന്ററ്റർമാരുടെ ഒരു സ്ഥിരം പ്രയോഗമുണ്ടല്ലോ 'keep the batsman busy' എന്ന്. ബാറ്റ്സ്മാന്റെ മസ്തിഷ്കപ്രവർത്തനങ്ങളുടെ താളത്തിൽ മാറ്റമുണ്ടാകുന്നതാണ് യഥാർത്ഥത്തിൽ സംഭവിക്കുന്നത്. പ്രകടനത്തിന്റെ അനായാസതയെ അതു ബാധിക്കുകയും ചെയ്യുന്നു.

2013 ൽ പ്രസിദ്ധീകരിക്കപ്പെട്ട ഒരു ഗവേഷണഫലം എതിരാളികൾ പന്തുമായി മുന്നിലെത്തുമ്പോൾ പ്രഗത്ഭരായ ഫുട്ബാൾ കളിക്കാരുടെ മസ്തിഷ്കത്തിന്റെ സവിശേഷ ഭാഗങ്ങളിലുണ്ടാകുന്ന പ്രതികരണവ്യത്യാസങ്ങളെക്കുറിച്ചായിരുന്നു. രണ്ടു ഗ്രൂപ്പ് കളിക്കാരെ തിരഞ്ഞെടുക്കുകയായിരുന്നു ഗവേഷകർ ആദ്യമായി ചെയ്തത്. ഒന്നാമത്തെ ഗ്രൂപ്പിലുണ്ടായിരുന്നത് തികഞ്ഞ പ്രൊഫഷണലുകളായിരുന്നു. രണ്ടാമത്തെതിലാകട്ടെ ഒരു രസത്തിനു വേണ്ടി കളിക്കുന്നവരും വാശിയേറിയ ഒരു മത്സരത്തിനിടയിലാണ് തങ്ങളെന്ന് സങ്കല്പിക്കാനാണ് കളിക്കാരോട് ആദ്യം ആവശ്യപ്പെട്ടത്. എന്നിട്ട് അവരുടെ മുന്നിലെ സ്ക്രീനിൽ എതിർടീമിലെ ഒരു കളിക്കാരൻ പന്തുമായി വരുന്ന വീഡിയോ കാണിക്കും. അവർ ചെയ്യേണ്ടത് ഇത്രയുമാണ് എതിരെ വരുന്ന കളിക്കാരന്റെ അടുത്ത നീക്കമെന്തായിരിക്കുമെന്നു പ്രവചിക്കുക. അതായത് പന്തു ക്രോസു ചെയ്യുമോ അതോ പന്തുമായി വെട്ടിച്ചു കയറാൻ ശ്രമിക്കുമോ എന്നു കണ്ടെത്തുക. വീഡിയോ കാണുന്നതിനിടയിൽ അവരുടെ മസ്തിഷ്കം സ്കാനിംഗിന് വിധേയമാക്കുകയും ചെയ്തിരുന്നു. തീർച്ചയായും എതിരാളിയുടെ നീക്കം മുൻകൂട്ടി കാണുന്നതിൽ പ്രൊഫഷണൽ കളിക്കാരാണ് മികവു പുലർത്തിയിരുന്നത്. എന്നാൽ ഗവേഷകർ ശ്രദ്ധിച്ചത് മറ്റൊരു കാര്യമാണ് തികച്ചും അപ്രതീക്ഷിതമായ ഒരു നീക്കം മുൻകൂട്ടി

മനസ്സലാക്കുമ്പോൾ കളിക്കാരുടെ മസ്തിഷ്കത്തിലെ പ്രിഫ്രോണ്ടൽ കോർട്ടക്സിലെ ന്യൂറോണുകൾ പ്രവർത്തനനിരതമാകുന്നു എന്നതാണത്. പ്രഗത്ഭരായ കളിക്കാരുടെ കാര്യത്തിൽ മാത്രമല്ല സാധാരണ കളിക്കാരുടെ കാര്യത്തിലും ഇതു ശരിയായിരുന്നു. വായനക്കിടയിൽ തെറ്റുകൾ കണ്ടെത്തുമ്പോൾ ഉത്തേജിക്കപ്പെടുന്ന അതേ ഭാഗങ്ങൾ തന്നെയാണിത്.

ബോധപൂർവ്വം നടക്കുന്ന കാര്യങ്ങൾക്ക് മുകളിൽ പറഞ്ഞ ഭാഗത്തിന്റെ പിന്തുണ ആവശ്യമുണ്ട് എന്നു സാരം. യാന്ത്രികമായി നടക്കുന്നത് എന്നു നാം കരുതുന്ന പല കാര്യങ്ങളും പൂർണ്ണമായിട്ടും അങ്ങനെയല്ല എന്ന വസ്തുതയും ഇവിടെ ഓർക്കേണ്ടതുണ്ട്. തികച്ചും അലസമായ ഒരു നടത്തത്തിനിടയിൽ കൂടെ നടക്കുന്ന ആളോട് എനിക്കൊരു പ്രധാന കാര്യം സംസാരിക്കാനുണ്ട് താങ്കളുടെ ജീവിതവുമായി ബന്ധപ്പെട്ടതാണത് എന്നു പറഞ്ഞു നോക്കൂ. ഉടനെ അയാളവിടെ നില്ക്കും. നിങ്ങൾ പറയുന്ന കാര്യം വല്ലാതെ സ്പർശിക്കുന്നതാണെങ്കിൽ അയാളെവിടെയെങ്കിലും ഒന്നു ചാരി നില്ക്കും. അതിലും ഗൗരവമുള്ളതാണെങ്കിൽ തളർന്നിരുന്നു പോയെന്നും വരാം. നില്ക്കുന്നതും നടക്കുന്നതും തികച്ചും യാന്ത്രികമായ ക്രിയകളല്ല എന്ന് ശാസ്ത്രജ്ഞർ പറയുന്നത് അതുകൊണ്ടാണ്.

പ്രിഫ്രോണ്ടൽ കോർട്ടക്സിന്റെ ഇടപെടലിന് എന്തെങ്കിലും തടസ്സം നേരിട്ടാൽ തികച്ചും യാന്ത്രികമായെത്തുന്ന നിഗമനങ്ങളിൽ പിഴവു വരാനുള്ള സാധ്യതകൂടുന്നു. മസ്തിഷ്കത്തിലെ ക്ഷതം കാരണമോ മറ്റു രോഗങ്ങൾ കാരണമോ ഇതു സംഭവിക്കാം. ഇവിടേക്കുള്ള രക്തധമനികൾക്കു കേടുബാധിച്ച ചില രോഗികൾക്ക് ശരിയോ തെറ്റോ എന്നു കണ്ടെത്താൻ നേരത്തെ വിശദീകരിച്ച തരത്തിലുള്ള ചില ചോദ്യങ്ങൾ നല്കിയപ്പോൾ വാചകങ്ങളിൽ ഒളിപ്പിച്ച കുസൃതികൾ കണ്ടെത്തുന്നതിൽ അവർ സാധാരണ ആളുകളെ അപേക്ഷിച്ച് ഏറെ പിന്നിലായിരുന്നു. അബോധമായും യാന്ത്രികമായും എത്തിച്ചേരുന്ന നിഗമനങ്ങളെ വിലയിരുത്താനും സൂപ്പർവൈസു ചെയ്യാനുമുള്ള സംവിധാനത്തിന് തകരാറു സംഭവിക്കുന്നതാണ് ഇതിനു കാരണം. അനുഭവശകലങ്ങൾ ചേർത്തുവെച്ചും വിള്ളലുകളെ സുന്ദരമായി വിളക്കിച്ചേർത്തും മനസ്സ് തിടുക്കപ്പെട്ടു മെനയുന്ന കഥയുടെ ഗതിയിൽ ബോധപൂർവ്വമായ ഇടപെടലുകൾ ഉണ്ടാവുന്നതിന് സവിശേഷമായ മസ്തിഷ്ക ഭാഗങ്ങളുടെ പ്രവർത്തനവും പിന്തുണയും വേണമെന്നു സാരം.

മസ്തിഷ്കത്തിലൊരു സിക്സ്പാക്ക്

ബോബി ജോൺസ് എന്ന പ്രസിദ്ധനായ ഗോൾഫ് കളിക്കാരൻ ഒരിക്കൽ ഇങ്ങനെ നിരീക്ഷിക്കുകയുണ്ടായി, Golf is a game that is played in a five inch course- the distance between your ears. ഏതു വലിയകളിക്കാരന്റെ വിജയത്തിനു പിന്നിലും കഠിനമായ പരിശീലനത്തിന്റെയും പരിശ്രമത്തിന്റെയും നീണ്ട കാലയളവുകളുണ്ടാകും. ആ ശ്രമങ്ങൾക്കിടയിൽ അയാളിൽ ശാരീരികമായ ചില മാറ്റങ്ങളുണ്ടാകുമെന്നതു സത്യമാണ്. എന്നാൽ സ്ഥിരമായി ജിമ്മിൽ പോകുന്ന ഒരാളുടെ മസിലുകളിൽ മാറ്റമുണ്ടാകുന്നതു പോലെ നിരന്തരം ചെസ്സുകളിക്കുകയോ സങ്കീർണ്ണമായ ഗണിതപ്രശ്നങ്ങളുമായി ഇടപഴകുകയോ ചെയ്യുന്ന ഒരാളുടെ മസ്തിഷ്കത്തിൽ ഘടനാപരമായ എന്തെങ്കിലും മാറ്റമുണ്ടാകുമോ?. ആ ദിശയിൽ നടന്ന ചില ആധികാരിക പഠനങ്ങളുണ്ട്. അവയിൽ ഏറ്റവും പ്രസിദ്ധമായത് ലണ്ടൻ യൂനിവേഴ്സിറ്റി കോളേജിലെ ന്യൂറോ സയന്റിസ്റ്റായരുന്ന എലെനർ മെഗ്വാരെ ചില ടാക്സി ഡ്രൈവർമാരിൽ നടത്തിയ പഠനമാണ്.

ലണ്ടൻ നഗരത്തിലൂടെ ടാക്സിയോടിക്കുക എന്നത് ഏറെ ദുഷ്കരമായൊരു കാര്യമാണ്. നെടുകെയും കുറുകെയുമായും ഏങ്കോണിച്ചും കിടക്കുന്ന തെരുവുകളും ഒട്ടേറെ എലൈന്റുകളും വൺവെകളും മതിലുകളുമെല്ലാം ചേർന്ന് സൃഷ്ടിക്കുന്നത് അതി സങ്കീർണ്ണമായൊരു ട്രാഫിക്കാണ്. പിന്നെ എല്ലാറ്റിന്റെയും നടുവിലൂടെ ഒഴുകുന്ന തെംസ് നദിയും നദിക്കു കുറുകെയുള്ള പാലങ്ങളും. നഗരത്തിലൂടെയുള്ള യാത്രക്കിടയിൽ ഇവ കടക്കേണ്ട സന്ദർഭങ്ങളുമുണ്ടാകും ഏതെങ്കിലും

ഒരു തെരുവിലെത്തിയാൽ തന്നെ ഒരു അഡ്രസ്സ് കണ്ടുപിടിക്കുക എളുപ്പമല്ല. നാവിഗേഷണൽ സിസ്റ്റമുള്ള വാഹനങ്ങളും ഇലക്ട്രോണിക്സ് ഉപകരണങ്ങളുടെ സഹായവുമെല്ലാം ലഭ്യമാണെങ്കിലും ഏറ്റവും നല്ലത് ഒരു ടാക്സി വിളിക്കുക എന്നതാണ്. കുറുത്തുകുറുകിയ കാൽ ലക്ഷത്തോളം ടാക്സികാറുകളാണ് നഗരത്തിലൂടെ ഓടുന്നത്. യാത്രക്കാരെ ഒരിടത്തുനിന്നും വളരെ കൃത്യമായി ലക്ഷ്യത്തിലെത്തിക്കുക മാത്രമല്ല ആ സമയത്തുണ്ടാവാനിടയുള്ള ട്രാഫിക്ക് ജാമുകളെക്കുറിച്ചും റോഡ്ബ്ലോക്കുകളെക്കുറിച്ചും എവിടെയെല്ലാമാണ് റോഡുപണി നടക്കുന്നത് എന്നതിനെക്കുറിച്ചും അവർക്ക് വ്യക്തമായ ധാരണകളുമുണ്ടാകും. അഡ്രസ്സ് മറന്നു പോയ ഒരു യാത്രക്കാരൻ തൊട്ടടുത്തുള്ള ഒരടയാളം പറഞ്ഞാൽ തന്നെ കൃത്യമായ സ്ഥലത്തെത്തിക്കും. ഒരു മഹാനഗരത്തിന്റെ ട്രാഫിക്കിനെ അതിന്റെ എല്ലാ സങ്കീർണ്ണതകളോടെയും നേരത്തെ ആ ഗോൾഫ് കളിക്കാരൻ പറഞ്ഞ അഞ്ചിഞ്ചു സ്ഥലത്തേക്കു ചുരുക്കിയൊതുക്കുക എന്നത് ഒരു നിസ്സാരകാര്യമല്ല.

ലണ്ടൻ നഗരത്തിലെ ടാക്സി ഡ്രൈവർ നഗര കേന്ദ്രത്തിന്റെ പത്തു കിലോമീറ്റർ പരിധിക്കുള്ളിലെ എല്ലാ തെരുവുകളും പാർക്കുകളും ഓഫീസുകളും പാർപ്പിടസമുച്ചയങ്ങളും ആശുപത്രികളും ആരാധനാലയങ്ങളുമെല്ലാം അറിഞ്ഞിരിക്കണം. ഈ പരിധിക്കുള്ളിൽ ഏകദേശം കാൽലക്ഷം തെരുവുകളുണ്ട്. പ്രഗത്ഭനായ ഒരു ടാക്സി ഡ്രൈവർക്ക് ആ തെരുവുകൾ മാത്രമല്ല. ഓരോന്നിന്റെയും മുക്കും മൂലയും മന:പാഠമായിരിക്കും. 2014 ൽ ന്യൂയോർക്ക് ടൈംസ് മാഗസിൻ ഈ ഡ്രൈവർമാരുടെ അവിശ്വസനീയമായ പ്രകടനത്തെക്കുറിച്ച് ഒരു പഠനം പ്രസിദ്ധീകരിക്കുകയുണ്ടായി.

വളരെ വിഷമം പിടിച്ച ഒരു ടെസ്റ്റിനൊടുവിൽ മാത്രമാണ് ഒരാൾക്ക് അവിടെ ടാക്സി ഡ്രൈവറാകാനുള്ള ലൈസൻസ് ലഭിക്കുന്നത്. ടെസ്റ്റിനു തയ്യാറെടുക്കുന്നവർ നഗരം ചുറ്റി ഓരോ തെരുവിനെക്കുറിച്ചും ലാന്റ്മാർക്കുകളെക്കുറിച്ചുമുള്ള നോട്ടുകൾ കുറിച്ചെടുക്കും. അതിനായി മുന്നിൽ നഗരത്തിന്റെ ഭൂപടം ഘടിപ്പിച്ച മോട്ടോർ സൈക്കിളിൽ സഞ്ചരിക്കുകയാണവർ ചെയ്യുന്നത്. ഇങ്ങനെയുള്ള പരിശീലനത്തിനൊടുവിൽ നടക്കുന്ന പരീക്ഷ ലോകത്തിലെ എ;റ്റവും വിഷമം പിടിച്ച പരീക്ഷകളിലൊന്നായിട്ടാണ് അറിയപ്പെടുന്നത്. പരീക്ഷകൻ നല്കുന്ന സൂചനകളിൽ നിന്നും സ്ഥലങ്ങൾ കൃത്യമായി കണ്ടെത്തുകയും അവയ്ക്കിടയിലെ ഏറ്റവും അനുയോജ്യമായ വഴി കണ്ടെത്തുകയുമാണ് ചെയ്യേണ്ടത്. ഓരോ ടെസറ്റിലെ പ്രകടനവും വിലയിരുത്തി മാർക്കുകൾ നല്കും. ഓരോഘട്ടം കഴിയും തോറും പരീക്ഷ കഠിനമാകുന്നതിനാൽ പകുതിയിലധികം പേർ പാതി

വഴിയിൽ കൊഴിഞ്ഞു പോകും. ഒടുവിൽ എല്ലാ കടമ്പകളും കടന്ന് വിജയിക്കുന്നവരുടെ കൃത്യത ഗൂഗിൾ മാപ്പിനെ പോലും അതിശയിക്കുന്നതായിരിക്കും. സവിശേഷ സിദ്ധികൾ ആർജ്ജിക്കുന്ന രീതികളെക്കുറിച്ച് പഠനം നടത്തുന്ന സൈക്കോളജിസ്റ്റുകളുടെ ശ്രദ്ധ ഈ ദിശയിലേക്കു തിരിഞ്ഞതിൽ അത്ഭുതപ്പെടാനില്ലല്ലോ.

രണ്ടായിരത്തിലാണ് മെഗ്വാരെ തന്റെ പ്രസിദ്ധമായ പഠനത്തിന്റെ ആദ്യഫലങ്ങൾ പ്രസിദ്ധീകരിക്കുന്നത്. പതിനാറു ടാക്സി ഡ്രൈവർമാരുടെ മസ്തിഷ്കം സ്കാൻ ചെയ്തു പരിശോധിക്കുകയായിരുന്നു അവർ. താരതമ്യം ചെയ്യാനായി ഡ്രൈവർമാരല്ലാത്ത ഒരു ഗ്രൂപ്പിനെയും സ്കാനിംഗിന് വിധേയമാക്കുകയുണ്ടായി. മെഗ്വാരെ പ്രധാനമായും ശ്രദ്ധിച്ചത് മസ്തിഷ്കത്തിലെ ഹിപൊകാമ്പസ് എന്ന ഭാഗമാണ്. ഓർമ്മകൾ രൂപപ്പെടുത്തുന്നതിൽ പ്രധാന പങ്കുവഹിക്കുന്ന ഭാഗമാണിത്. പലയിടങ്ങളിലായി ഭക്ഷണം ശേഖരിച്ചുവെക്കുന്ന ചില പക്ഷികളുടെ മസ്തിഷ്കഭാഗത്തിന് അത്തരം ശീലങ്ങളില്ലാത്ത സമാനവിഭാഗത്തിലെ പക്ഷികളുടെതിനെക്കാൾ വലിപ്പക്കൂടുതലുള്ളതായി കണ്ടെത്തിയിരുന്നു. മാത്രവുമല്ല പലഭാഗങ്ങളിലായി ഭക്ഷണം സൂക്ഷിക്കുകയും അവ ഓർത്തെടുക്കുകയും ചെയ്യുന്ന രൂപത്തിലേക്ക് തങ്ങളുടെ പതിവുരീതികൾ മാറ്റാൻ ശ്രമിക്കുന്നവയുടെ മസ്തിഷ്കത്തിൽ കുറെശ്ശെ മാറ്റങ്ങൾ വരുന്നതായും ഗവേഷകർ മനസ്സിലാക്കിയിരുന്നു. സമാനമായ മാറ്റങ്ങൾ മനുഷ്യരിൽ ഉണ്ടാകുമോ എന്നായിരുന്നു മെഗ്വാരെയുടെ അന്വേഷണ വിഷയം.

പരിശോധനയ്ക്കു വിധേയരാക്കിയ ടാക്സി ഡ്രൈവർമാരുടെ ഹിപൊകാമ്പസിന്റെ പിൻഭാഗത്തായി മറ്റുള്ളവരുടെതിനേക്കാളും ഒരു വലിപ്പക്കൂടുതൽ മെഗ്വാരെ കണ്ടെത്തുകയുണ്ടായി. ഈ ചെറിയ തടിപ്പ്. അവരുടെ നാവിഗേഷനൽ സ്കിൽ മാറുന്നതനുസരിച്ച് രൂപപ്പെടുന്നതാണ് എന്നായിരുന്നു ഗവേഷകയുടെ നിഗമനം. പിന്നീട് നടന്ന ഒരു പഠനത്തിൽ അവർ ലണ്ടനിലെ ടാക്സി ഡ്രൈവർമാരോടൊപ്പം ബസ് ഡ്രൈവർമാരെയും സ്കാനിംഗിന് വിധേയാരാക്കി. ബസ് ഡ്രൈവർമാരുടെ കാര്യത്തിലുള്ള വ്യത്യാസം അവർ എന്നും ഒരേ റൂട്ടിലൂടെ സഞ്ചരിക്കുന്നവരാണ് എന്നതാണ്. ടാക്സി ഡ്രൈവർമാരുടെ ഹിപൊകാമ്പസിന്റെ പിൻഭാഗം താരതമ്യേന വലിപ്പം കൂടിയതായിരുന്നു. അത്തരമൊരു മാറ്റം ഡ്രൈവിംഗ് പരിശീലിക്കുന്നതുകൊണ്ടു മാത്രമുണ്ടാകുന്നതല്ല. പകരം അതിൽ പ്രകടിപ്പിക്കുന്ന മികവുമായി ബന്ധപ്പെട്ടതാണ് എന്നു വ്യക്തം. ഈയൊരു ഘട്ടത്തിൽ ഉയരാവുന്നൊരു ചോദ്യമുണ്ട്. ഈ ഡ്രൈവർമാരുടെ ഹിപൊകാമ്പസ് ജന്മനാ തന്നെ വലിയതാണെങ്കിലോ. അതിന്റ ഫലമായാണ് അവർ

പ്രകടിപ്പിക്കുന്ന മികവെന്നു കരുതാമല്ലോ. എന്നാൽ ഈ സാധ്യത തള്ളിക്കളയുന്നതായിരുന്നു മെഗ്വാരെയുടെ പഠനത്തിന്റെ അടുത്ത ഘട്ടം.

അതിനുവേണ്ടി മെഗ്വാരെ ടാക്സിഡ്രൈവർമാരാകാൻ തയ്യാറെടുക്കുന്നവരെ തുടർച്ചയായി നിരീക്ഷിക്കുകയായിരുന്നു. എഴുപത്തിയൊൻപതു പേരെ അവർ ഇതിനായി തിരഞ്ഞെടുത്തു. എല്ലാവരും ലൈസൻസ് ടെസ്റ്റിനു തയ്യാറെടുക്കുന്നവർ. ഇതിലൊന്നും പെടാത്ത മുപ്പത്തിയൊന്നു പേരെ വേറെയും കണ്ടെത്തി. കൺട്രോൾ ഗ്രൂപ്പ് എന്നു ഗവേഷകർ വിശേഷിപ്പിക്കുന്ന വിഭാഗം. തുടക്കത്തിൽ സ്കാൻ ചെയ്തു പരിശോധിച്ചപ്പോൾ ഇവരുടെ ഹിപൊകാമ്പസിന് പ്രകടമായ വ്യത്യാസമൊന്നും കാണ്ടില്ല. നാലു വർഷങ്ങൾക്കുശേഷം അവരെ വീണ്ടും കണ്ടെത്തിയപ്പോൾ നാല്പത്തിയൊന്നുപേർ ലൈസൻസുള്ള ഡ്രൈവർമാരായി മാറിയിരുന്നു. മുപ്പത്തിയെട്ടുപേർ ടെസ്റ്റിൽ പരാജയപ്പെടുകയോ ഇടയ്ക്കു നിർത്തി മറ്റു വഴികൾ തിരഞ്ഞെടുക്കുകയോ ചെയ്തവരായിരുന്നു. വീണ്ടും സ്കാൻ ചെയ്തപ്പോൾ പരിശീലനം തുടർന്ന് സ്ഥിരം ഡ്രൈവർമാരായി മാറിയവരുടെ ഹിപൊകാമ്പസിൽ പ്രകടമായ മാറ്റം സംഭവിച്ചിരുന്നു. എന്നാൽ ഇടയ്ക്കു നിർത്തിയവരുടെയും കൺട്രോൾ ഗ്രൂപ്പിന്റെയും മസ്തിഷ്കഭാഗങ്ങളിൽ പ്രകടമായ മാറ്റങ്ങളൊന്നും കണ്ടെത്താനായതുമില്ല.

ഇരുപത്തിയൊന്നാം നൂറ്റാണ്ടിന്റെ തുടക്കം വരെ കരുതിയിരുന്നത് പ്രായപൂർത്തിയായി കഴിഞ്ഞ ഒരാളുടെ മസ്തിഷ്കത്തിൽ പിന്നീട് ഘടനാപരമായ മാറ്റങ്ങളൊന്നും സാധ്യമല്ല എന്നായിരുന്നു. പുതിയതായി വല്ലതും പഠിക്കുമ്പോൾ ചില ന്യൂറൽ കണക്ഷനുകൾ ശക്തമാവുകയും മറ്റുചിലത് ദുർബലമാവുകയും ചെയ്യുക മാത്രമാണ് സംഭവിക്കുന്നത് എന്നായിരുന്നു പരക്കെയുള്ള വിശ്വാസം. മസ്തിഷ്കത്തിന്റെ മൊത്തത്തിലുള്ള ഘടനയും ന്യൂറൽ നെറ്റ്വർക്കുകളും സ്ഥിരമായി നില്ക്കുന്നു എന്നു സാരം. കഴിവുകളിലുള്ള വ്യത്യാസം ജനിതകമായി തന്നെ രൂപപ്പെട്ടതാണെന്നും പഠനമെന്നത് ഈ സ്ക്രിപ്റ്റിനനുസരിച്ച് മാത്രം മുന്നോട്ടു കൊണ്ടുപോകാൻ കഴിയുന്നതാണെന്നുമായിരുന്നു കരുതിയിരുന്നത്. എന്നാൽ മസ്തിഷ്കം 'പശിമയുള്ള'താണ് എന്നു സ്ഥാപിക്കുന്നതാണ് പുതിയ നൂറ്റാണ്ടിന്റെ തുടക്കത്തിലെ കണ്ടെത്തലുകൾ. (പ്രൈമറി ക്ലാസിൽ പഠിക്കുന്ന കാലത്ത് ഞങ്ങളുടെ അമ്മിണി ടീച്ചർ ദേഷ്യം വരുമ്പോൾ 'മരത്തലയാ' എന്നു വിളിക്കാറുണ്ടായിരുന്നു. ആ 'മര' പ്രയോഗത്തിൽ ഒരു പോസിറ്റീവ് സൂചനകൂടി ഉണ്ടായിരുന്നോ?)

സവിശേഷഘട്ടങ്ങൾ ആവശ്യപ്പെടുന്ന രീതിയിൽ പൊരുത്തപ്പെടാനും ഇണങ്ങാനുമുള്ള മസ്തിഷ്കത്തിന്റെ കഴിവിന് ഏറ്റവും മികച്ച ഉദാഹരണമാണ് അന്ധരുടെയും ബധിരരുടെയും മസ്തിഷ്കത്തിൽ നടക്കുന്ന ഘടനാമാറ്റങ്ങൾ. നേത്രങ്ങളിലെ തകരാറോ ഒപ്റ്റിക് നെർവുകളിലുണ്ടാകുന്ന കുഴപ്പമോ ആയിരിക്കും ഒട്ടു മിക്കവരിലും അന്ധതയ്ക്കു കാരണം. കാഴ്ചയുള്ളവരിൽ ദൃശ്യാനുഭവങ്ങൾ അപഗ്രഥിക്കുന്ന വിഷ്വൽകോർട്ടക്സ് എന്ന മസ്തിഷ്ക ഭാഗം ഇവരിലും പ്രവർത്തനക്ഷമമായിരിക്കും. എന്നാൽ ഇവിടേക്കു വിവരങ്ങളൊന്നും എത്തുന്നില്ല എന്നതാണ് വസ്തുത. എന്നാൽ ഈ ഭാഗം വെറുതെ 'അടച്ചിടുന്ന'തിൽ ഉത്തമാംഗത്തിന് താത്പര്യമില്ല. ഇവിടെയുള്ള ന്യൂറോണുകളിൽ ചിലതിനെ മറ്റു പ്രവർത്തനങ്ങൾക്കായി അതു ഡെപ്യൂട്ട് ചെയ്യും. വിശേഷിച്ചും മറ്റു ഇന്ദ്രിയങ്ങളിൽ നിന്നുമുള്ള വിവരങ്ങൾ അപഗ്രഥിക്കുന്നതിൽ സഹായിക്കാൻ. ഒരു കമ്പ്യൂട്ടറിന്റെ യുപിഎസ്സ് പോലെയല്ല മനുഷ്യമസ്തിഷ്കം. വിവരങ്ങൾ ഒരിടത്തായി അടുക്കോടെയും ചിട്ടയായും സൂക്ഷിക്കുകയും അപഗ്രഥിക്കുകയും ചെയ്യുന്ന സംവിധാനമല്ല അത്. ഇന്ദ്രിയാനുഭവങ്ങൾ മസ്തിഷ്കം കൈകാര്യം ചെയ്യുന്ന രീതി മനസ്സിലാക്കാനായി ഒരു പറ്റം ന്യൂറോ സയിന്റിസ്റ്റുകൾ രസകരമായ ഒരന്വേഷണം നടത്തുകയുണ്ടായി. പരീക്ഷണത്തോട് സഹകരിക്കാൻ തയ്യാറായ ചിലരുടെ മുന്നിലെ മോണിട്ടറിൽ ചില ചിത്രങ്ങളും രൂപങ്ങളും തെളിയുമ്പോൾ അവരുടെ മസ്തിഷ്ക പ്രതികരണങ്ങൾ ഇ.ഇ.ജിയുടെ രൂപത്തിൽ അവർ രേഖപ്പെടുത്തി. പ്രമുഖരായ വ്യക്തികളുടെ മുഖങ്ങളും പ്രധാന കെട്ടിടങ്ങളും പ്രകൃതിദൃശ്യങ്ങളും മൃഗങ്ങളുടെ രൂപങ്ങളുമെല്ലാം സ്ക്രീനിൽ തെളിയുമ്പോൾ ഇ.ഇ.ജിയിലുണ്ടാകുന്ന വ്യതിയാനങ്ങൾ അവർ സൂക്ഷ്മമായി നിരീക്ഷിക്കുകയുണ്ടായി.

ഹിപൊകാമ്പസിന്റെ അടുത്തായുള്ള മീഡിയൽ ടെമ്പൊറൽ ലോബിലെ ന്യൂറോണുകളുടെ പ്രതികരണങ്ങളിലായിരുന്നു അവർ ചില പാറ്റേണുകൾ കണ്ടെത്തിയത്. സെലിബ്രിറ്റികളുടെ ചിത്രങ്ങൾ ഒരു സവിശേഷ ഭാഗങ്ങളിലെ ന്യൂറോണുകളിൽ ചലനങ്ങൾ സൃഷ്ടിച്ചപ്പോൾ പ്രസിദ്ധമായ ടൂറിസ്റ്റു കേന്ദ്രങ്ങളുടെ ചിത്രങ്ങൾ മറ്റു ചില ഭാഗങ്ങളിലുള്ള ന്യൂറോണുകളെയായിരുന്നു പ്രവർത്തന നിരതരാക്കിയത്. ഈ പാറ്റേണുകളെ കൂടുതൽ ആഴത്തിൽ മനസ്സിലാക്കാനായി കൂടുതൽ കണിശതയാർന്ന ഇലക്ട്രോഡുകളുപയോഗിച്ച് മസ്തിഷ്ക ചലനങ്ങൾ അവർ പകർത്തിയെടുത്തു. അത് ഓരോ ന്യൂറോണിനെയും വേർതിരിച്ച് ശ്രദ്ധിക്കുന്ന പോലെയായിരുന്നു. ഒരു സെലിബ്രിറ്റിയുടെ ചിത്രം കാണുമ്പോൾ ഒരു സവിശേഷ ന്യൂറോൺ പ്രതികരിക്കാൻ തുടങ്ങുന്നു. എന്നാൽ മറ്റൊരാളെ കാണുമ്പോൾ പ്രസ്തുത

ന്യൂറോണിൽ പ്രതികരണമൊന്നും ഉണ്ടാവുന്നുമില്ല. ചിത്രത്തിനു പകരം ബന്ധപ്പെട്ട മറ്റു വിവരങ്ങൾ മോണിട്ടറിൽ തെളിഞ്ഞാലും ഇതേ ന്യൂറോൺ ഉണർന്നു പ്രവർത്തിക്കും. സ്റ്റാർ വാർ എന്ന സിനിമ ഏറെ ഇഷ്ടപ്പെട്ടിരുന്ന ഒരാളുടെ മോണിട്ടറിൽ 'ലൂക്ക് സ്കൈവാക്കർ' എന്നു തെളിഞ്ഞപ്പോഴും ഈ കഥാപാത്രത്തെ അവതരിപ്പിച്ച മാർക്ക് ഹാമിൽ എന്ന നടന്റെ വ്യത്യസ്ത ഫോട്ടോകൾ പ്രത്യക്ഷപ്പെട്ടപ്പോഴും പ്രതികരിച്ചത് ഒരേ ന്യൂറോൺ തന്നെയായിരുന്നു. ടൈറ്റാനിക്കിലെ ജാക്കിനെ അവതരിപ്പിച്ച മഹാനടൻ ലിയോണാഡോ ദി കാപ്രിയോയുടെ ചിത്രം തെളിഞ്ഞപ്പോൾ ഈ ന്യൂറോൺ കണ്ടതായി ഭാവിച്ചില്ല. അതു വേറെയൊന്നിന്റെ ജോലിയാണല്ലോ. ഫോട്ടോ കാണുന്നതിനു പകരം മാർക്ക് ഹാമിൽ എന്ന പേര് ഉച്ചരിച്ച് കേട്ടപ്പോഴും പ്രസ്തുത ന്യൂറോൺ പ്രതികരിച്ചു. അതേ സിനിമയിലെ മറ്റൊരു കഥാപാത്രത്തിന്റെ ഫോട്ടോ കണ്ടപ്പോഴും സമാനമായ പ്രതികരണമുണ്ടായി എന്നതാണ് ശ്രദ്ധേയമായ മറ്റൊരു വസ്തുത. പ്രശസ്തരായവരുടെ വിവരങ്ങൾക്കു പകരം കെട്ടിടങ്ങളുടെയോ സ്ഥലങ്ങളുടെയോ വിവരങ്ങളുപയോഗിച്ചപ്പോഴും ഇതു തന്നെയാണ് സംഭവിച്ചത്.

ഇന്ദ്രിയങ്ങളിലൂടെ മസ്തിഷ്കത്തിലെത്തുന്ന ഓരോ സന്ദേശവും ഒരു വിവരപ്രവാഹം തന്നെ ഉള്ളിലുണർത്തുന്നു. അത് ദർശനത്തിലൂടെ ആയാലും സ്പർശനത്തിലൂടെ ആയാലും ശ്രാവ്യമായാലും ഇതു തന്നെയാണ് സംഭവിക്കുന്നത്. മസ്തിഷ്കത്തിനകത്തെ അബോധമായൊരു സംവിധാനം ഓരോ വിവരശകലവും സന്ദർഭത്തിനു യോജിച്ച രീതിയൽ അപഗ്രഥിക്കുകയും സമീകരിക്കുകയും ചെയ്യുന്നു. ജ്ഞാനം വൈകാരിക പ്രതികരണങ്ങൾ ഓർമ്മ എന്നിവയെല്ലാം ഈയൊരു ഘട്ടത്തിൽ സഹായത്തിനെത്തുന്നു. അതു കൊണ്ടാണ് ഹാലെ ബെറി എന്ന പ്രസിദ്ധയായ നടിയുടെ പേര് മോണിട്ടറിൽ തെളിയുന്നത് കാണുമ്പോൾ ഉണർന്നു പ്രതികരിക്കുന്ന അതേ ന്യൂറോൺ തന്നെ അവരുടെ ചിത്രം കാണുമ്പോഴും പ്രതികരിക്കുന്നത്. കാറ്റ് വുമൺ എന്ന സിനിമയിൽ ഒരു മാസ്ക് ഉപയോഗിച്ച് അവർ അവതരിപ്പിച്ച കഥാപാത്രത്തിന്റെ ചിത്രം കണ്ടപ്പോഴും ഇതു തന്നെയായിരുന്നു ഫലം.

ഗവേഷകർ എത്തിച്ചേർന്ന നിഗമനമിതാണ്. മീഡിയൽ ടെമ്പറൽ ലോബ് എന്ന് വിശേഷിപ്പിക്കപ്പെടുന്ന മസ്തിഷ്കഭാഗം ഇന്ദ്രിയങ്ങളിൽ നിന്നുള്ള വിവരപ്രവാഹങ്ങൾ ഒത്തുചേരുന്ന ഒരു കവലയാണ്. ഇവിടെയെത്തുന്ന വിവരങ്ങൾ ഒരുമിച്ച് അപഗ്രഥന വിധേയമാക്കി മസ്തിഷ്കം അർത്ഥപൂർണ്ണമായ ആശയങ്ങളും യുക്തിഭദ്രമായ അനുഭവങ്ങളുമാക്കി മാറ്റുന്നു. എന്നാൽ ഇന്ദ്രിയാനുഭവങ്ങളുടെ ഈ അടുത്തിടപഴകൽ ചിലരുടെ കാര്യത്തിൽ ചില പ്രശ്നങ്ങൾ

സൃഷ്ടിക്കാറുണ്ട്. സൈനസ്തേഷ്യ എന്ന അവസ്ഥ ഇത്തരത്തിലുള്ള താണ്. ഇന്ദ്രിയാനുഭവങ്ങൾ കൂടിക്കുഴയുന്ന അവസ്ഥ എന്ന സാമാന്യമായി വിശേഷിപ്പിക്കാവുന്നത്. സവിശേഷ സ്ഥായിയിലുള്ള ശബ്ദങ്ങൾ കേൾക്കുമ്പോൾ ചില നിറങ്ങളുടെ ദർശനാനുഭവമുണ്ടാകുന്ന ചിലരുണ്ട്. അവരെ സംബന്ധിച്ച് ഇത് എപ്പോഴെങ്കിലും സംഭവിക്കുന്ന യാദൃച്ഛികതയല്ല. എന്നും ഒരേ രൂപത്തിലുള്ള ശബ്ദം ഒരു നിശ്ചിതനിറവുമായി തന്നെയാണ് ബന്ധപ്പെട്ടിരിക്കുന്നത്. അതേ പോലെ ചില ഗന്ധങ്ങൾ കൂർത്തിരിക്കുന്ന ജ്യാമിതീയ രൂപങ്ങളെ ഓർമ്മിപ്പിക്കുക, വാനിലയുടെ ഗന്ധം മിനുസമാർന്ന ഒരു ഗോളത്തിന്റെ ഉപരിതലത്തിലൂടെ വിരലോടിക്കുമ്പോഴുള്ള അതേ സ്പർശനാനുഭവം നല്കുക എന്നിങ്ങനെ സൈനസ്തേഷ്യക്ക് ഒട്ടേറെ വകഭേദങ്ങളുണ്ട്.

ഇന്ദ്രിയങ്ങളിൽ നിന്നും മസ്തിഷ്കത്തിലെത്തുന്ന വിവരങ്ങൾ ചില സന്ധികളിൽ ഒരുമിച്ചെത്തുന്നു എന്നതിന് നമ്മുടെ ജീവിതത്തിൽ നിന്നു തന്നെ ചില തെളിവുകൾ കണ്ടെത്താൻ കഴിയും. ഗന്ധങ്ങൾ തിരിച്ചറിയാൻ വിഷമം നേരിടുന്ന സന്ദർഭങ്ങളിൽ ഭക്ഷണത്തിന് രുചി കുറയുന്നത് സാധാരണമാണല്ലോ. ഈ രണ്ടു അനുഭവങ്ങളും പരസ്പരം ബന്ധപ്പെട്ടിരിക്കുന്നവയാണ്. അതുപോലെയാണ് കാഴ്ചയും കേൾവിയും. അല്പം അകലെ നിന്ന് ഒരാൾ സംസാരിക്കുമ്പോൾ അതെന്താണെന്നു വ്യക്തമാകാൻ അയാളുടെ ചുണ്ടുകളുടെ ചലനം ശ്രദ്ധിച്ചാൽ മതി. ഈ രണ്ട് അനുഭവങ്ങളും പരസ്പരം കൂടിക്കുഴയുന്ന ചില സന്ദർഭങ്ങളുമുണ്ടാകാറുണ്ട് . അത്തരമൊരു പ്രതിഭാസം അറിയപ്പെടുന്നത് മാക്ഗർക്ക് ഇഫക്ട് എന്നാണ്. കുട്ടികൾ ഭാഷ സ്വായത്തമാക്കുന്ന് എങ്ങനെയാണ് എന്നു മനസ്സിലാക്കാനുള്ള പഠനങ്ങളിലൊന്നിനിടയിൽ യാദൃച്ഛികമായാണ് ഹാരി മാക്ഗർക്കും സഹഗവേഷകരും ഇതു കണ്ടെത്തിയത്. ഒരു സ്പീക്കറിൽ നിന്നും 'പാ, പാ പാ,...' എന്നിങ്ങനെയുള്ള ശബ്ദങ്ങൾ വരുന്നുണ്ട് എന്നു കരുതുക. ഇത് കേൾക്കുന്ന ഒരാളുടെ മുന്നിൽ നില്ക്കുന്ന മറ്റൊരാൾ 'ഗാ, ഗാ ഗാ,...' എന്നു നിശ്ശബ്ദമായി പറഞ്ഞുകൊണ്ട് ചുണ്ടുകൾ ചലിപ്പിക്കുന്നു എന്നും കരുതുക. ഈ ചലനം ശ്രദ്ധിച്ചുകൊണ്ട് സ്പീക്കറിൽ നിന്നും വരുന്ന ശ്ബ്ദം ശ്രവിക്കുന്ന ആൾക്ക് അനുഭവപ്പെടുക എവിടെ നിന്നോ 'ഡാ, ഡാ, ...' എന്ന ശബ്ദം ഒഴുകിയെത്തുന്നതായിരിക്കും. കാഴ്ച കേൾവിയിലേക്ക് കടന്നുകയറുന്ന സന്ദർഭമാണിത്. ഇത് നേരെ വിപരീത ദിശയിലും സംഭവിക്കാം. വ്യത്യസ്തവലിപ്പത്തിലുള്ളതും ചാഞ്ഞും ചരിഞ്ഞും നില്ക്കുന്നതുമായ കുറെ ദീർഘവൃത്തങ്ങൾ കാണുന്ന ഒരാൾ 'വീ ീ' എന്നു ദീർഘമായി ഉച്ചരിക്കുന്നത് കേൾക്കുകയും ചെയ്യുന്നുവെങ്കിൽ ആ രൂപങ്ങളുടെ നീളം അല്പം കൂടിയതായി

അയാൾക്കനുഭവപ്പെട്ടും. എന്നാൽ അയാൾ കേൾക്കുന്നത് 'വ്വൂ...' എന്നാണെങ്കിൽ ദീർഘവൃത്തങ്ങൾക്ക് വീതി കൂടിയതായിട്ടായിരിക്കും അനുഭവപ്പെടുക. ഇവിടെ കേൾവി കാഴ്ചയെ സ്വാധീനിക്കുകയാണ് ചെയ്യുന്നത്.

സമാന്തരങ്ങളായ ചാനലുകളിലൂടയാണ് ഇന്ദ്രിയങ്ങളിൽ നിന്നുള്ള സന്ദേശങ്ങൾ തുടക്കത്തിൽ സഞ്ചരിക്കുന്നതെങ്കിലും ഒടുവിൽ അവ ഒരുമിച്ചെത്തുകയാണ് എന്നു വ്യക്തം. അവിടെ വെച്ച് അവ അപഗ്രഥിക്കപ്പെടുകയും സമീകരിക്കപ്പെടുകയും ചെയ്യുന്നു. അതോടെ ഈ സന്ദേശങ്ങൾ ഒരു ആശയസംഗ്രഹമായും ഓർമ്മയുടെ ഭാഗമായും മാറുന്നു. മസ്തിഷ്കത്തിന്റെ ഈ സംവിധാനത്തിന് മറ്റൊരു ധർമ്മം കൂടിയുണ്ട്. ഏതെങ്കിലുമൊരു ഇന്ദ്രിയത്തിന് എന്തെങ്കിലും കുഴപ്പം വരുമ്പോൾ മറ്റുള്ളവയെ കൂടുതൽ പ്രവർത്തനക്ഷമമാക്കാൻ സഹായിക്കുക എന്നതാണത്. കാഴ്ചയ്ക്കു കുഴപ്പമുള്ള ഒരാളുടെ മസ്തിഷ്കം മറ്റ് ഇന്ദ്രിയങ്ങളെ ഒന്നു ടോപ്പ് ഗിയറിലേക്ക് മാറ്റാൻ ശ്രമിക്കുമെന്നത് യാഥാർത്ഥ്യമാണ്. വിശേഷിച്ചും കേൾവിയെ. ഒരു മുറിയിലൂടെ നടക്കുമ്പോൾ ആ മുറിയുടെ തറ മാർബിളാണെന്നു തിരിച്ചറിയാൻ സ്വന്തം കാലൊച്ച മതിയെന്നും അവിടെ അപ്പോഴുള്ളവരുടെ സാന്നിധ്യം തിരിച്ചറിയാൻ കഴിയാറുണ്ടെന്നും മുറിയുടെ നീളത്തെക്കുറിച്ചും വീതിയെക്കുറിച്ചുമെല്ലാം ഒരു ഏകദേശ ധാരണ രൂപപ്പെടുത്താൻ വിഷമമില്ലെന്നും അവകാശപ്പെടുന്ന അന്ധരായ ഒട്ടേറെ പേർ ഗവേഷകരുടെ മുന്നിലെത്താറുണ്ട്. ഇന്ദ്രിയാനുഭവങ്ങളുടെ കൊടുക്കൽവാങ്ങൽ ശേഷിയെ അതിന്റെ പൂർണ്ണതയിലുപയോഗിച്ച് 'കാഴ്ച'യെ പുനഃസൃഷ്ടിക്കാനുള്ള ശ്രമത്തിന്റെ ഫലമാണിത്.

വേൾഡ് ആക്സസ് ഫോർ ദ ബ്ലയിന്റ് എന്നൊരു സംഘടനയുണ്ട്. ജന്മനാ അന്ധനായ ഡാനിയൽ കിഷ് സ്ഥാപിച്ചത്. കാഴ്ചശക്തിയില്ലാത്തവരെ അവരുടെ പരിമിതികളെ മറികടക്കാൻ സഹായിക്കുക എന്ന ലക്ഷ്യത്തോടെയാണ് ഈ സംഘടന സ്ഥാപിക്കപ്പെട്ടത്. നാവ് വായയുടെ മുൻഭാഗത്ത് മുട്ടിച്ച് ഒരു ക്ലിക്ക് ശബ്ദമുണ്ടാക്കി അതിന്റെ പ്രതിധ്വനി ശ്രദ്ധിച്ച് നടക്കാൻ പരിശീലിപ്പിക്കുക എന്നത് ഈ സ്ഥാപനത്തിലെ ഒരു രീതിയാണ്. ചുറ്റുമുള്ള വസ്തുക്കളുടെ സ്ഥാനവും രൂപവുമെല്ലാം തിരിച്ചറിയാൻ ഈയൊരു മാർഗ്ഗത്തിലൂടെ അവർക്കു കഴിയും. വാവലുകൾ പറക്കാനുപയോഗിക്കുന്ന അതേ തന്ത്രം. ഇത്തരത്തിൽ ചുറ്റുമുള്ള വസ്തുക്കളെ മനസ്സിലാക്കാൻ കഴിയുന്നവരുടെ മസ്തിഷ്കം സ്കാനിംഗിന് വിധേയമാക്കിയപ്പോൾ കാഴ്ചയുമായി ബന്ധപ്പെട്ട ഭാഗം തന്നെയാണ് പ്രതികരിക്കുന്നത് എന്നു കണ്ടെത്തുകയുണ്ടായി. ഏത് ഇന്ദ്രിയം നല്കുന്ന സന്ദേശമായാലും

ശരി മസ്തിഷ്കം അതു സ്വീകരിക്കുകയും ചുറ്റുമുള്ള ലോകത്തിന്റെ മാതൃക സൃഷ്ടിക്കാൻ ശ്രമിക്കുകയും ചെയ്യും. കാഴ്ചയില്ലാത്തവർ മറ്റ് ഇന്ദ്രിയങ്ങളിൽ നിന്നെത്തുന്ന സന്ദേശങ്ങളുടെ സഹായത്തോടെ ഉള്ളിൽ സൂക്ഷിച്ചുവെക്കുന്ന ചിത്രങ്ങളാണ് അവരെ ലോകത്തെയും ജീവിതത്തെയും അഭിമുഖീകരിക്കാൻ പ്രാപ്തരാക്കുന്നത്.

ഇന്ദ്രിയങ്ങളുടെ കൊടുക്കൽ വാങ്ങൽ സാധ്യതയുടെ ഏറ്റവും വലിയ നേട്ടം മനസ്സിൽ ചിത്രങ്ങൾ രൂപപ്പെടുത്തുന്നതിന് സഹായകമാകുന്നു എന്നതു തന്നെയാണ്. ഒരു ആശയമായാലും വസ്തുവായാലും വിവരസംഹിതയായാലും മനസ്സ് സൂക്ഷിച്ചുവെക്കുന്ന ഒരു സമഗ്രതയുണ്ട്. അകക്കണ്ണിൽ തെളിയുന്ന സവിശേഷമായൊരു ചിത്രമോ എപ്പിസോഡോ ആയിരിക്കുമത്. കടുവ എന്നു കേൾക്കുമ്പോൾ ഉള്ളിൽ തെളിയുന്ന ഒരു രൂപവും അതോടൊപ്പം മനസ്സിലെത്തുന്ന ഒട്ടേറെ വിവരങ്ങളുമുണ്ടല്ലോ. ഇങ്ങനെ ബന്ധപ്പെട്ട വിവരങ്ങൾ വലിയ ഓർമ്മിച്ചെടുക്കലൊന്നുമില്ലാതെ തന്നെ മനസ്സിലെത്തും. പഠനമെന്നതും ഏതെങ്കിലുമൊരു മേഖലയിൽ മികവു പുലർത്തുക എന്നതും ഏറ്റവും ഫലപ്രദമായ രീതിയിൽ മനസ്സിൽ ചിത്രങ്ങൾ രൂപപ്പെടുത്തി സൂക്ഷിക്കുന്നതും ആവശ്യമായ ഘട്ടത്തിൽ ഓർമ്മിച്ചെടുക്കുന്നതുമാണ്. എതിരാളിയുടെ നീക്കം മുൻകൂട്ടി കാണുമ്പോൾ ഒരു ഫുട്ബാൾ കളിക്കാരന്റെ മസ്തിഷ്കത്തിലുണ്ടാകുന്ന തരംഗവ്യതിയാനങ്ങൾ മനസ്സിലാക്കാൻ നടന്ന പരീക്ഷണത്തെക്കുറിച്ച് നേരത്തെ സൂചിപ്പിച്ചതാണല്ലോ. എതിരാളിയുടെ തന്ത്രങ്ങൾ മനസ്സിലാക്കാൻ അവർക്ക് കഴിയുന്നതിന്റെ പിന്നിലെ രഹസ്യം കണ്ടെത്താനായി നടന്ന സമാനമായൊരു പരീക്ഷണമുണ്ട്. ഒരു സ്ക്രീനിൽ തെളിയുന്ന മത്സരം കുറെ കളിക്കാരെ കാണിക്കുന്നതാണ് അതിന്റെ തുടക്കം. മത്സരത്തിനിടയിൽ ഒരു കളിക്കാരന്റെ കാലിൽ പന്തെത്തുമ്പോൾ വീഡിയോ പെട്ടെന്നു നിലയ്ക്കും. ഈ കളിക്കാരന്റെ അടുത്ത നീക്കം എന്താണെന്നു പ്രവചിക്കുകയാണ് കാണുന്നവർ ചെയ്യേണ്ടത്. പ്രതീക്ഷിച്ച പോലെ പ്രഗത്ഭരായ കളിക്കാരെല്ലാം ഈ പ്രവചന മത്സരത്തിലും മികവു പുലർത്തി. അതിനു ശേഷം സ്ക്രീനിൽ കണ്ട കളിയുമായി ബന്ധപ്പെട്ട കുറെ ചോദ്യങ്ങൾ അവരോട് ചോദിക്കുകയുണ്ടായി. മികച്ച കളിക്കാരുടെയെല്ലാം മനസ്സിൽ തൊട്ടു മുമ്പു കണ്ട കളിയുടെ വിശദാംശങ്ങൾ നിറം മങ്ങാതെ നിന്നിരുന്നു. ഈ ഓർമ്മ അവരുടെ വിജയത്തിനു പിന്നിലെ പ്രധാന ഘടകങ്ങളിലൊന്നാണ്.

ഒന്നിലധികം പേരോട് ഒരേ സമയം കളിക്കുന്ന ഗ്രാന്റ്മാസ്റ്റർമാരെക്കുറിച്ചും ഒറ്റ നോട്ടത്തിൽ തന്നെ ചില പാറ്റേണുകൾ തിരിച്ചറിയാനും അതിനനുസരിച്ച് കേളീ തന്ത്രങ്ങൾ ആവിഷ്കരിക്കാനുള്ള അവരുടെ

കഴിവിനെക്കുറിച്ചും നാം നേരത്തെ മനസ്സിലാക്കിയതാണല്ലോ. ഒരു പടി കൂടി മുന്നോട്ടു പോയവരുണ്ട്. 'ബ്ലൈന്റ് ഫോൾഡ് ചെസ്സിൽ' മികവു തെളിയിച്ചവർ. എതിരാളിയുടെ ബോർഡിലെ കരുക്കൾ നേരിട്ടു കാണാതെ കളിക്കുന്നവരാണിവർ. സവിശേഷമായ പരിശീലനത്തിന്റെയും കഠിനമായ പരിശ്രമത്തിന്റെയും ഒടുവിൽ മാത്രം സാധ്യമാവുന്നതാണിത്. അലക്സാണ്ടർ അലെക്കയിൻ എന്ന റഷ്യൻ ഗ്രാന്റ് മാസ്റ്റർ 1927 ൽ ന്യൂയോർക്കിൽ വെച്ച് നടത്തിയ ഒരു പ്രദർശനമത്സരം ചരിത്രകാരന്മാർ എടുത്തുകാണിക്കാറുണ്ട്. അന്ന് ഇരുപത്തിയാറുപേരോടാണ് അലെക്കയിൻ കളിച്ചത്. ആ ഇരുപത്തിയാറു പേരും നിരന്നിരിക്കുമ്പോൾ അവർക്കു മുന്നിലായി ഒരു കസേരയിൽ പുറം തിരിഞ്ഞിരിക്കുകയായിരുന്നു മഹാനായ ആ കളിക്കാരൻ. ഒരു സഹായി ഓരോ കളിക്കാരന്റെയും നീക്കങ്ങൾ വിളിച്ചു പറയും. മറുപടി നീക്കം അലെക്കയിൻ പറയുമ്പോൾ സഹായി കരുക്കൾ നീക്കും. ഒരു ബോർഡു പോലും ആ റഷ്യൻ ഗ്രാന്റ്മാസ്റ്റർ കാണുന്നുണ്ടായിരുന്നില്ല. 832 കരുക്കളും 1664 കള്ളികളും ആ മനസ്സിൽ മാത്രമായിരുന്നു. പതിനാറു ജയം, അഞ്ചു സമനില അഞ്ചു തോൽവി അതായിരുന്നു അലെക്കയിനനുകൂലമായ മത്സരഫലം.

2011-ൽ ജർമ്മൻ ഗ്രാന്റ്മാസ്റ്ററായ മാർക്ക് ലാംഗ് നാല്പത്തിയാറു പേരോട് ബ്ലൈന്റ് ഫോൾഡ് ചെസ്സുകളിക്കുകയുണ്ടായി. ഇരുപത്തിയഞ്ചുപേരെ തോല്പിക്കുകയും പത്തൊമ്പതു പേരോട് സമനില നേടുകയും ചെയ്തു. തീർച്ചയായും അതൊരു ലോകറെക്കോഡാണ്. എന്നാൽ അലെക്കയിന്റെ പ്രകടനത്തിനാണ് മാറ്റു കൂടുതൽ എന്നാണ് വിദഗ്ധരുടെ വിലയിരുത്തൽ. എതിരാളികളുടെ നിലവാരം കണക്കിലെടുത്തായിരുന്നു അത്. ഓർമ്മയിൽ പാറ്റേണുകളും ചിത്രങ്ങളും സൂക്ഷിച്ചു വെക്കുകയും വേണ്ടഘട്ടങ്ങളിൽ ഫലപ്രദമായി ഉപയോഗിക്കുകയും ചെയ്യുന്നതിന്റെ ഏറ്റവും മികച്ച മാതൃകയാണ് ഈ ഗ്രാന്റ് മാസ്റ്റർമാരുടെ വിജയകഥകൾ. സ്വാഭാവികമായും ഇവിടെ ഉയരാവുന്ന ഒരു ചോദ്യമുണ്ട്. ഇതേ ഓർമ്മശക്തി അവർക്ക് മറ്റൊരു മേഖലയിൽ ഉപയോഗിക്കാൻ കഴിയുമോ എന്നതാണത്. കഴിയില്ല എന്നതാണ് വസ്തുത. ഏതെങ്കിലുമൊരു ഖണ്ഡകാവ്യം പൂർണ്ണമായും മനഃപാഠമാക്കാനും ഓർത്തുചൊല്ലാനും വേണ്ട ഓർമ്മച്ചിത്രങ്ങളും പാറ്റേണുകളുമല്ല മനസ്സിൽ മാത്രം കരുക്കൾ നിരത്തി ചെസ്സുകളിക്കാൻ വേണ്ടത്. രണ്ടും ഒരാൾക്കു കഴിയില്ല എന്നല്ല. രണ്ടു തരത്തിലുള്ള പാറ്റേൺ രൂപീകരണമാണ് ഉള്ളിൽ നടക്കേണ്ടത്. അതിനാൽ രണ്ടു രീതിയിലുള്ള പഠനവും പരിശീലനവുമാണ് ആവശ്യം. മനസ്സിൽ രൂപപ്പെടുന്ന ചിത്രങ്ങളുടെ സ്വഭാവം ഓരോ മേഖലയ്ക്കനുസരിച്ചും മാറിക്കൊണ്ടിരിക്കും. വസ്തുതകൾ പ്രതിരൂപങ്ങൾ കാര്യകാരണ

ബന്ധങ്ങൾ എന്നിവയെല്ലാം ദീർഘകാല ഓർമ്മകളായി സൂക്ഷിക്കുവാനും വേണ്ട ഘട്ടത്തിൽ ആവശ്യമായ രീതിയിൽ പ്രയോഗിക്കുവാനുമുള്ള കഴിവ് രൂപപ്പെടുന്നതാണ് ഇവിടെ സംഭവിക്കുന്നത്. ഒരു പാടു വസ്തുതകൾ ഒരേ സമയം ഓർത്തെടുക്കാൻ കഴിയുന്നു എന്നതാണ് ഇത്തരം സന്ദർഭങ്ങളിലെ പൊതുവായ ഘടകം. ഹ്രസ്വകാല ഓർമ്മകളുടെ ചില പരിമിതികളെ മറികടക്കാൻ അതുമൂലം കഴിയുന്നു.

മനസ്സിലെ ചിത്രങ്ങളുടെ സഹായത്തോടെ വളരെക്കാലം ആവർത്തിച്ച് ചെയ്യുന്ന ഒരു കാര്യം ഒരു ശീലമായി മാറുകയും അനായാസമായി തന്നെ പ്രാവർത്തികമാക്കാൻ കഴിയുന്ന തരത്തിലെത്തുകയും ചെയ്യുന്നു. എന്തെങ്കിലും ഒരു മാറ്റം ആവശ്യമായി വരുമ്പോൾ തികച്ചും ബോധപൂർവ്വമായ ഇടപെടൽ വേണ്ടി വരും മനസ്സിലെ ചിത്രങ്ങളിൽ ആവശ്യമായ തിരുത്തലുകൾ വരുത്തേണ്ടിയും വരും. ഒരു നഗരത്തിലൂടെ എന്നും വാഹനമോടിച്ച് ശീലിച്ചയാൾ തികച്ചും വ്യത്യസ്തമായ ട്രാഫിക്ക് നിയമങ്ങളുള്ള ഒരിടത്തെത്തുമ്പോൾ ആദ്യം ഒരു വിഷമമനുഭവപ്പെടുമല്ലോ. അൽബാമയിലെ ഹണ്ട്സ്വില്ലെ എന്ന നഗരത്തിൽ ഒരിക്കൽ രണ്ടാഴ്ചയ്ക്കിടയിൽ എട്ടു കാർ ആക്സിഡന്റുകളുണ്ടായി. എട്ടും ഒരേ ട്രാഫിക്ക് ജംഗ്ഷനിൽ വെച്ച്. ആക്സിഡന്റുകളെല്ലാം സംഭവിച്ചത് ഒരേ രീതിയിലായിരുന്നു. ഇടത്തോട്ട് തിരിയാൻ ശ്രമിച്ച കാറുകൾ ആ ഭാഗത്തു നിന്നും വരുന്ന വാഹനവുമായി കൂട്ടിയിടിക്കുകയായിരുന്നു. അധികാരികൾ ട്രാഫിക്ക് എൻജിനിയർമാരുടെ സഹായം തേടി. ട്രാഫിക് സിഗ്നലിൽ വരുത്തിയ ചെറിയൊരു മാറ്റമായിരുന്നു വില്ലനായത്. ഒരു പച്ച അമ്പടയാളം തെളിഞ്ഞാൽ ഇടത്തോട്ട് തിരിയുക എന്നായിരുന്നു ആദ്യത്തെ സിഗ്നൽ. പുതുതായി വരുത്തിയ മാറ്റമനുസരിച്ച് അമ്പടയാളത്തിന് മുമ്പായി ഒരു പച്ച ലൈറ്റു കൂടി തെളിയും. ഈ ലൈറ്റു തെളിഞ്ഞാൽ അമ്പടയാളത്തിനു വേണ്ടി കാത്തിരിക്കണം. എന്നാൽ പച്ചലൈറ്റ് കാണുമ്പോൾ തന്നെ വണ്ടി മുന്നോട്ടെടുത്തവരാണ് അപകടത്തിൽ പെട്ടത്. മനസ്സിലെ പഴയ ചിത്രത്തിനനുസരിച്ചുള്ള നിർദ്ദേശമായിരുന്നു അവരുടെ മസ്തിഷ്കം നല്കിയത് എന്നു വ്യക്തം.

പതിവായി ഇടത്തോട്ട് തിരിഞ്ഞ് യാത്രചെയ്യുന്നവരെ സംബന്ധിച്ച് അതൊരു ശീലമാവുകയായിരുന്നു. എങ്ങനെയാണ് ഇത്തരം ശീലങ്ങൾ മസ്തിഷ്കത്തിൽ അടയാളപ്പെടുത്തപ്പെടുന്നത് എന്നറിയാനായി നടന്ന ഒരു പരീക്ഷണമുണ്ട്. ഒരു നാല്ക്കവലയുടെ മാതൃകയിൽ ഒരു കെണിയുണ്ടാക്കി അതിൽ ഒരു എലിയെ കയറ്റിവിട്ടായിരുന്നു പരീക്ഷണം. ഒരു പ്ലസ് ചിഹ്നത്തിന്റെ ആകൃതിയിലുള്ള കെണിയുടെ

താഴത്തെ വഴിയിൽ എലിയെ വെക്കുന്നു എന്നു കരുതുക. എലി മുന്നോട്ട് നീങ്ങി ഇടത്തോട്ട് തിരിഞ്ഞാൽ ആ അറ്റത്തു വെച്ചിരിക്കുന്ന ഭക്ഷണം അതിനു ലഭിക്കും. ആദ്യത്തെ തവണ എലി നടുക്കുള്ള ജംഗ്ഷനിലെത്തി ഇടത്തോട്ടും വലത്തോട്ടു തല തിരിച്ച് എങ്ങോട്ട് പോകണമെന്നറിയാതെ കുഴങ്ങി. ഒടുവിൽ അത് പടിഞ്ഞാറെ അറ്റത്തുള്ള ഭക്ഷണത്തിനടുത്തെത്തി. രണ്ടാമത്തെയോ മൂന്നാമത്തെയോ തവണ ഇതാവർത്തിച്ചപ്പോഴും നടുക്കുള്ള ജംഗ്ഷനിൽ സംശയിച്ചു നില്ക്കുന്നത് തുടർന്നു. എന്നാൽ ഇതേ രീതിയിൽ പരീക്ഷണം ആവർത്തിച്ചപ്പോൾ നടുക്കു സംശയിച്ചു നില്ക്കുന്നത് ഇല്ലാതായി. യാതൊരു പ്രയാസവുമില്ലാതെ എലി ഇടത്തോട്ട് തിരിഞ്ഞ് ഭക്ഷണത്തിനടുത്തെത്താൻ തുടങ്ങി. അതൊരു ശീലമായി മാറി എന്നു സാരം എന്നും ഒരേ ജംഗ്ഷനിലെത്തി ഇടത്തോട്ട് തരിഞ്ഞ് യാത്ര ചെയ്യുന്ന ആളെ പോലെ.

എന്നാൽ പതിവു രീതിയിൽ ഒരു മാറ്റം വരുമ്പോൾ അതുമായി പൊരുത്തപ്പെടാൻ എളുപ്പത്തിൽ കഴിയുമോ. അതായിരുന്നു ഗവേഷകരുടെ മുന്നിലുള്ള ചോദ്യം. കുറേ പ്രാവശ്യം മുകളിൽ പറഞ്ഞ രീതി ആവർത്തിച്ചശേഷം എലിയെ വടക്കെ അറ്റത്തുള്ള വഴിയിൽ വെച്ചു. ഭക്ഷണത്തിന്റെ സ്ഥാനം മാറ്റിയതുമില്ല. അതായത് എലി ജംഗ്ഷനിലെത്തി വലത്തോട്ട് തിരിഞ്ഞാൽ മാത്രമെ ലക്ഷ്യത്തിലെത്തുകയുള്ളൂ. തന്റെ പരിചിതശീലത്തിൽ നിന്നും മാറാൻ എലിക്കു കഴിഞ്ഞില്ല എന്നതാണു സത്യം അത് ഇടത്തോട്ട് തിരഞ്ഞ് ഒന്നുമില്ലാത്ത കിഴക്കേ അറ്റത്തേക്കു നീങ്ങി. എന്നാൽ ഒരു പരിശീലനവും ലഭിച്ചിട്ടില്ലാത്ത പുതിയൊരു എലിയെ വടക്കെ വഴിയിലൂടെ കടത്തി വിട്ടപ്പോൾ ജംഗ്ഷനിലെത്തി തല തിരിച്ചും മറിച്ചും നോക്കി അതിന്റെ ശരിയായ വഴി കണ്ടെത്തി. ശീലത്തിന്റെ ഫലമായിട്ടായിരുന്ന ആദ്യത്തെ എലിയുടെ എടുത്തു ചാട്ടം.

ശീലങ്ങളെ ആശ്രയിച്ചാകുമ്പോൾ ഒരു രീതിയിലും സാധാരണ ഗതിയിലാകുമ്പോൾ മറ്റൊരു രീതിയിലും പെരുമാറുന്നു എന്നാണ് മുകളിൽ കൊടുത്ത പരീക്ഷണത്തിൽ നിന്നും ലഭിക്കുന്നത്. എന്നാൽ ശീലത്തിന്റെ ഫലമായിട്ടാണ് എലിയുടെ ഒരു പരിധിവരെ യാന്ത്രികമായ നീക്കം എന്ന് ഉറപ്പു വരുത്താനായി മസ്തിഷ്കത്തിലെ മാറ്റങ്ങളും ഗവേഷകർ പഠനവിധേയമാക്കുകയുണ്ടായി. ഹിപൊകാമ്പസിനടുത്തുള്ള സ്റ്റ്രിയാറ്റം എന്നറിയപ്പെടുന്ന ഭാഗമാണ് ശീലങ്ങളുടെ രൂപവത്കരണവുമായി ബന്ധപ്പെട്ടിരിക്കുന്നത്. എലിക്ക് ആദ്യം കൊടുത്ത പരിശീലനത്തിനിടയിൽ അതിന്റെ പുറം സ്റ്റ്രിയാറ്റത്തിലെ പ്രവർത്തനത്തിന്റെ തീവ്രത കൂടി വരാൻ തുടങ്ങി. അകംസ്റ്റ്രിയാറ്റത്തിലെയും

ഹിപൊകാമ്പസിലെയും പ്രതികരണങ്ങൾ മന്ദീഭവിക്കയും ചെയ്തു. ശീലങ്ങൾക്കനുസരിച്ചല്ലാത്ത പ്രവർത്തനങ്ങളുമായി ബന്ധപ്പെട്ടത് ഈ ഭാഗങ്ങളാണ്. ശീലങ്ങളുമായി ബന്ധപ്പെട്ട മസ്തിഷ്കഭാഗത്തിന്റെ പ്രവർത്തനം താത്കാലികമായെങ്കിലും നിർത്തിവെച്ചാൽ ശീലങ്ങളുടെ പിടിയിൽ നിന്നും മോചനം ലഭിക്കില്ലേ?. ന്യൂറോസയിന്റിസ്റ്റുകൾ ഗൗരവത്തോടെ ചോദിച്ച ചോദ്യമാണിത്. മസ്തിഷ്കത്തിന്റെ ചിലഭാഗങ്ങളുടെ പ്രവർത്തനം മാത്രമായി മരവിപ്പിച്ച് നിർത്താൻ ആധുനിക ശാസ്ത്രത്തിനു കഴിയും. സവിശേഷമായ ചില കെമിക്കലുകളുടെയോ വൈദ്യുതതരംഗങ്ങളുടെയോ സഹായത്തോടെയാണ് ഇതു സാധിക്കുന്നത്. നേരത്തെ കണ്ടതുപോലെ ഇടത്തോട്ട് തിരിഞ്ഞ് ഭക്ഷണത്തിന്റെ അടുത്തെത്തുക എന്നത് ശീലമായി മാറിയ എലിയുടെ മസ്തിഷ്കത്തിലെ പ്രസ്തുത ഭാഗം പ്രവർത്തനരഹിതമാക്കിയപ്പോൾ ആ ശീലത്തിൽ നിന്നുള്ള മോചനമായിരുന്നു ഫലം. യാന്ത്രികമായ ചലനത്തിനു പകരം അല്പസമയമെടുത്ത് എങ്ങോട്ട് തിരിയണമെന്ന് കണ്ടെത്തുന്നത രീതി മാത്രമെ അതിന്റെ ബോധത്തിലുണ്ടായിരുന്നുള്ളു.

രണ്ടു തരം സിസ്റ്റങ്ങളാണ് നമ്മുടെ പ്രവർത്തനങ്ങളെ നിയന്ത്രിക്കുന്നത് എന്നാണ് ഈ പരീക്ഷണങ്ങളിൽ നിന്നും വ്യക്തമാകുന്ന വസ്തുത. ഒരു ശീലത്തിന്റെ ഫലമായി തികച്ചും യാന്ത്രികമായി പ്രവർത്തനങ്ങളെ മുന്നോട്ടു കൊണ്ടു പോകാൻ സഹായിക്കുന്ന സിസ്റ്റമാണ് ഒന്നാമത്തേത്. ഓരോ സന്ദർഭത്തിനും യോജിച്ച രീതിയിൽ പ്രതികരണങ്ങളെ രൂപപ്പെടുത്തുന്ന സിസ്റ്റമാണ് രണ്ടാമത്തേത്. രണ്ടു സിസ്റ്റങ്ങളും ഒരുമിച്ച് ആക്ടീവാകുന്ന സന്ദർഭങ്ങളുമുണ്ടാകും. ഡ്രൈവ് ചെയ്തുകൊണ്ട് ഒരാൾ ഫോണിൽ സംസാരിക്കുകയാണ് എന്നു കരുതുക. ഒന്നാമത്തെ സിസ്റ്റമാണ് ഡ്രൈവിംഗിനെ നിയന്ത്രിക്കുന്നത്. ഫോണിൽ സംസാരിക്കുന്നത് രണ്ടാമത്തെ സിസ്റ്റത്തിന്റെ കീഴിൽ ബോധപൂർവ്വം നടക്കുന്നതാണ്. അപ്പുറത്ത് നിന്ന് സംസാരിക്കുന്നയാൾ പറയുന്നത് വ്യക്തമല്ലെങ്കിൽ ഇപ്പുറത്ത് അത് ശ്രദ്ധിക്കപ്പെടും. വ്യക്തമാക്കാൻ ആവശ്യപ്പെടുകയും ചെയ്യും. എന്നാൽ ഡ്രൈവിംഗിനിടയിൽ കാണുന്നതോ കേൾക്കുന്നതോ ആയ പലതും ശ്രദ്ധയിൽ പെട്ടെന്ന് വരില്ല. പെട്ടെന്ന് ഡ്രൈവിംഗിലേക്ക് കൂടുതലായി ശ്രദ്ധചെലുത്തേണ്ടി വന്നാൽ സംസാരം മുറിയുകയും ചെയ്യും. രണ്ടു സിസ്റ്റങ്ങളും ഒരുമിച്ചു പ്രവർത്തിക്കുമ്പോൾ പിഴവുകളുടെ സാധ്യത കൂടുമെന്നു പറയേണ്ടതില്ലല്ലോ.

വാഹനം എവിടെയാണ് പാർക്ക് ചെയ്തത് എന്നു കൃത്യമായി ഓർമ്മ വരികയും (അത് കുറെയേറെ വാഹനങ്ങൾ പാർക്കുചെയ്തിരിക്കുന്ന

റെയിൽവെ സ്റ്റേഷനിൽ ആണെങ്കിൽ പോലും) യാതൊരു വിഷമവും കൂടാതെ വണ്ടിയോടിച്ച് വീട്ടിലെത്തുകയും ചെയ്ത ആൾക്ക് പടി ചവിട്ടാൻ തുടങ്ങുമ്പോഴായിരിക്കും ചായപ്പൊടി വാങ്ങാൻ മറന്ന കാര്യം ഓർമ്മവരിക. പുറപ്പെടുന്നതിന് അല്പം മുമ്പ് വീട്ടിൽ നിന്നും വിളിച്ച് ഓർമ്മിപ്പിച്ചതാണെങ്കിൽ പോലും. എന്തുകൊണ്ടാണ് ഇതു സംഭവിക്കുന്നത്. മസ്തിഷ്കം വിവരങ്ങൾ സൂക്ഷിക്കുകയും ഓർമ്മയി ലേക്ക് തിരിച്ചുകൊണ്ടു വരികയും ചെയ്യുന്നതിന് വ്യത്യസ്തരീതികൾ സ്വീകരിക്കാറുണ്ട്. എപിസോഡിക് സ്മൃതികളെന്നും പ്രായോഗിക സ്മൃതികളെന്നുമുള്ള വേർതിരിവ് അവയിലൊന്നാണ്. വ്യക്തിജീവി തവുമായും ദൈനംദിന ജീവിതവുമായും ബന്ധപ്പെട്ട കാര്യങ്ങളെല്ലാം എപിസോഡിക് മെമ്മറിയായിട്ടാണ് സൂക്ഷിക്കപ്പെടുന്നത്. ചായ പ്പൊടിയുടെ കാര്യവും അതിൽ പെടും. റെയിൽവെ സ്റ്റേഷനിൽ എവിടെയാണ് വാഹനം പാർക്കുചെയ്തത് എന്ന് അവിടെ എത്തു ന്നതിനു മുമ്പ് ഓർത്തെടുക്കാൻ കഴിയണമെന്നില്ല. യഥാർത്ഥത്തിൽ അങ്ങനെയൊരു ഓർമ്മയുടെ ആവശ്യവുമില്ല. എന്നാൽ സ്റ്റേഷനിൽ വാഹനങ്ങൾ പാർക്കു ചെയ്തിടത്തെത്തിയാൽ സ്വന്തം വാഹനത്തി ന്റെ അടുത്തേക്ക് അറിയാതെ നടന്നെത്തും. തികച്ചും യാന്ത്രികമായി വണ്ടിയോടിച്ച് വീട്ടിലെത്തുകയും ചെയ്യും. അസാധാരണമായി ഒന്നും സംഭവിച്ചിട്ടില്ലെങ്കിൽ ആ യാത്രയെക്കുറിച്ചുള്ള ഓർമ്മകളൊന്നും മനസ്സിലുണ്ടാവില്ല,. പ്രായോഗിക സമൃതികളാണ് ഇവിടെ സഹാ യത്തിനെത്തുന്നത്.

ഓർമ്മകളിൽ ഇങ്ങനെയൊരു വിഭജനമുണ്ടെന്നു മാത്രമല്ല മസ്തി ഷ്കത്തിന്റെ വ്യത്യസ്തഭാഗങ്ങളിലായിട്ടാണ് അവ സൂക്ഷിക്കപ്പെടുന്നത്. എപ്പിസോഡിക് സ്മൃതികൾ സൂക്ഷിച്ചിരിക്കുന്നത് ഹിപോകാമ്പസി ലാണ്. സ്ട്രിയാറ്റത്തിന്റെ പുറം ഭാഗമാണ് പ്രായോഗികസ്മൃതികളുടെ സൂക്ഷിപ്പു കേന്ദ്രം. ശീലങ്ങളുടെ രൂപവത്കരണത്തിലും ഇതേ ഭാഗം തന്നെയാണ് പങ്കുവഹിക്കുന്നത് എന്ന വസ്തുതയും ഓർക്കുക. നേരത്തെ സൂചിപ്പിച്ച ഏതെങ്കിലുമൊരു മാർഗ്ഗമുപയോഗിച്ച് ഒരെലിയുടെ ഹിപോകാമ്പസിന്റെ പ്രവർത്തനം മരവിപ്പിച്ചു നിർ ത്തിയിരിക്കുന്നു എന്നു കരുതുക. അതിനെ മുൻപരീക്ഷണത്തിലെ കെണിയിലേക്ക് കയറ്റിവിട്ടാൽ എന്തു ചെയ്യണമെന്നറിയാതെ കുഴങ്ങി നിന്നു പോകും. വെറുതെ കെണിയിലൂടെ തലങ്ങും വിലങ്ങും ഓടാൻ മാത്രമെ അതിനു കഴിയുകയുള്ളൂ. എന്നാൽ കുറെ സമയത്തെ പരിശീലനം ലഭിക്കുകയും ഭക്ഷണത്തിന്റെ ദിശയിലേക്ക് തിരിഞ്ഞ് സഞ്ചരിക്കുന്നത് ഒരു ശീലമായി മാറുകയും ചെയ്ത എലിയുടെ കാര്യ ത്തിൽ അങ്ങനെ സംഭവിക്കുകയില്ല. ഹിപോകാമ്പസിനു പകരം സ്ട്രിയാറ്റമാണ് ശീലങ്ങളെ നിയന്ത്രിക്കുന്നത് എന്നതിനാലാണത്.

അതേപോലെ പരിചിതശീലത്തിന്റെ ഫലമായി ചെയ്യുന്ന കാര്യത്തിനിടയിൽ സംഭവിക്കുന്ന പലതും എപിസോഡിക് സ്മൃതിയായി ഓർമ്മയിൽ സൂക്ഷിക്കപ്പെടണമെന്നില്ല. അതുകൊണ്ടാണ് ഡ്രൈവിംഗിനിടയിൽ കാണുന്ന പരസ്യബോർഡുകളും അറിയിപ്പുകളും മനസ്സിൽ പതിയാതെ പോകുന്നത്. പ്രായോഗികസ്മൃതികളെ നിയന്ത്രിക്കുന്ന ഭാഗം ഉണർന്നുപ്രവർത്തിക്കുമ്പോൾ ഹിപ്പൊകാമ്പസിൽ സൂക്ഷിച്ചിരിക്കുന്ന കാര്യം ഓർത്തെടുക്കാൻ കഴിയണമെന്നില്ല. അതിനാലാണ് വീട്ടിലേക്കാവശ്യമായ സാധനം വാങ്ങാൻ ഡ്രൈവിംഗിനിടയിൽ മറന്നു പോയത്.

മനസ്സിലൊരു സമഗ്രതയായി രൂപപ്പെടുന്ന ചിത്രങ്ങളെയും പ്രായോഗികസ്മൃതികളെയും ഏറ്റവും ഫലപ്രദമായി ഉപയോഗിക്കുന്നവരാണ് പർവ്വതാരോഹകർ. ഉയരങ്ങൾ കീഴടക്കുന്നവരുടെ മസ്തിഷ്കപ്രവർത്തനങ്ങൾ മനസ്സിലാക്കാനായി 2014 ൽ ചില ജർമ്മൻ ശാസ്ത്രജ്ഞർ ഒരു പഠനം നടത്തുകയുണ്ടായി. യഥാർത്ഥമായ മലകൾക്കു പകരം അവർ കയറേണ്ടിയിരുന്നത് ഒരു വലിയ ചുമരായിരുന്നു. ചുമരിൽ പിടുത്തം കിട്ടാനായി അവർ ഉപയോഗിക്കുന്ന ചില ഉപകരണങ്ങളുണ്ട്. ഓരോന്നും ഉപയോഗിക്കുമ്പോൾ കൈവിരലുകളുടെ സ്ഥാനം സവിശേഷ രീതിയിലായിരിക്കണം. തെറ്റായ രീതിയിലാണ് ഉപകരണം പിടിക്കുന്നതെങ്കിൽ കയറുന്നതിന്റെ വേഗതകുറയുകയുകയും വീഴാനുള്ള സാധ്യതകൂടുകയും ചെയ്യും. കയറുന്നതിനിടയിൽ ഇവരുടെ മസ്തിഷ്കത്തിലുണ്ടാകുന്ന പ്രവർത്തനമാറ്റങ്ങൾ ഗവേഷകർ കൃത്യമായി മനസ്സിലാക്കുകയുണ്ടായി. തികച്ചും യാന്ത്രികമായെന്നോണം ഓരോ തരം 'ഗ്രിപ്പ്'-കളും തിരഞ്ഞെടുക്കുന്നവരായിരുന്നു മികച്ച ആരോഹകർ. അത്തരമൊരു തിരഞ്ഞെടുപ്പ് നടക്കുന്നതോടൊപ്പം മസ്തിഷ്കം കൈകളിലേക്ക് ഒരു സന്ദേശമയക്കും. വിരലുകളുടെ സ്ഥാനം എങ്ങനെയായിരിക്കണമെന്ന നിർദ്ദേശത്തോടെ. ബോധപൂർവ്വമല്ലാതെ, സ്റ്റിയാറ്റത്തിന്റെ ഇടപെടലിലൂടെ കാര്യങ്ങൾ ഫലപ്രദമായി നടക്കുന്നു എന്നു സാരം. വലിയ കൊട്ടുമുടികൾ കീഴടക്കുന്നവർ പറയാറുള്ളതുപോലെ, 'Not the altitude, but the attitude'.

●

സർഗ്ഗാത്മകതയുടെ ഉന്മാദം

'The Only difference between myself and a madman is that I am not mad' എന്നെഴുതിയത് സാൽവദോർ ദാലിയാണ്. ഒന്നു സത്യമാണ് തനിക്കു ചുറ്റുമുള്ള യാഥാർത്ഥ്യങ്ങളെ മഹാനായ ആ ചിത്രകാരൻ കണ്ടത് ഒരു ഉന്മാദിയുടെ കണ്ണുകളിലൂടെയിരുന്നു. സാധാരണ ആളുകളിൽ നിന്നും വ്യത്യസ്തമായി ജീവിതത്തെയും ലോകത്തെയും അനുഭവിക്കുകയും ഉൾക്കൊള്ളുകയും ചെയ്യുക എന്നത് ഉന്മാദത്തിന്റെ പ്രകടമായ ലക്ഷണമാണ്. സ്കീസോഫ്രീനിയ എന്ന് വൈദ്യശാസ്ത്രം വിശേഷിപ്പിക്കുന്ന രോഗം ബാധിച്ചവരുടെ മസ്തിഷ്കത്തിലെ ഫ്രോണ്ടൽ ലോബ് എന്ന ഭാഗത്തിന്റെ പ്രവർത്തനം മന്ദഗതിയിലായിരിക്കും. മറ്റുഭാഗങ്ങളുടെ പ്രവർത്തനങ്ങളെ ഏകോപിക്കുകയും ബോധപൂർവ്വമായ പ്രതികരണങ്ങളാക്കി മാറ്റുകയും ചെയ്യുന്നതിൽ സുപ്രധാന പങ്കുവഹിക്കുന്ന ഭാഗമാണിത്. അതുകൊണ്ടു തന്നെ ശ്രദ്ധ പതറിപ്പോകുക, യുക്തിപൂർവ്വമായ അപഗ്രഥനം സാധ്യമാവാതെ വരിക, ഭാഷാശൈലികളും ചൊല്ലുകളും പൂർണ്ണമായ അർത്ഥത്തിൽ ഉൾക്കൊള്ളാൻ കഴിയാതെ വരിക, മതിവിഭ്രമം എന്നിവയെല്ലാം ഈ രോഗത്തിന്റെ രൂപഭേദങ്ങളാണ്. കുട്ടികളിലെന്ന പോലെ തൊട്ടുമുന്നിലെ യാഥാർത്ഥ്യങ്ങൾ ഇത്തരം രോഗികളെ പെട്ടെന്നു സ്വാധീനിക്കുന്നു. എന്തെങ്കിലും കിട്ടാൻ വേണ്ടി വാശിപിടിച്ചു കരയുന്ന കുട്ടിയുടെ മുഖത്തെ ചിരി തിരിച്ചു കൊണ്ടുവരാൻ മുറ്റത്തെ മൈനയെയോ മാനത്തെ അമ്പിളിമാമനെയോ ചൂണ്ടിക്കാണിച്ചാൽ മതിയല്ലോ. നോർമലായ കുറച്ച് ആളുകളോടൊപ്പം സ്കീസോഫ്രിനിയ രോഗത്തിന്റെ ലക്ഷണങ്ങളുള്ള ചിലർക്ക് കാപ്പിറ്റൽ ലറ്ററുകളും അക്കങ്ങളും വേർതിരിച്ചെഴുതാനുള്ള ഒരു ടെസ്റ്റ് നല്കുകയുണ്ടായി.

പിന്നിൽ നിന്നും കേൾക്കുന്ന ശബ്ദങ്ങളും സംഗീതവുമെല്ലാം അവഗണിച്ചു വേണമായിരുന്ന അതു ചെയ്യാൻ. കൃത്യതയുടെ കാര്യത്തിലും വേഗതയുടെ കാര്യത്തിലും കൺട്രോൾ ഗ്രൂപ്പിനെ അപേക്ഷിച്ച് രോഗബാധിതർ വളരെ പിറകിലായിരുന്നു.

സ്കിസോഫ്രിനിയാക്കുകളുടെ മസ്തിഷ്കത്തിന്റെ മറ്റൊരു സവിശേഷത ഡൊപാമിൻ എന്ന രാസവസ്തുവിന്റെ അമിതസാന്നിധ്യമാണ്. ഇത് മസ്തിഷ്കപ്രവർത്തനങ്ങളുടെ താളത്തെ കാര്യമായി ബാധിക്കാനിടയാകുന്നു. വിശേഷിച്ചും പ്രിഫോണ്ടൽ ലോബിന്റെ പ്രവർത്തനങ്ങളെ. ഇത്തരം രോഗികളിൽ കാണുന്ന മറ്റൊരു സവിശേഷത എടുത്തു ചാട്ടമാണ്. പ്രിഫോണ്ടൽ കോർടക്സിന്റെ പ്രവർത്തനം പൂർണ്ണതയിലെത്തിയിട്ടില്ലാത്ത കൗമാരക്കാരിൽ കാണുന്നതുപോലെ. സ്കിസോഫ്രീനിക്കായവരിൽ അതേ പ്രായത്തിലുള്ള സാധാരണ ആളുകളെ അപേക്ഷിച്ച് റിസ്കുകൾ ഏറ്റെടുക്കാനുള്ള പ്രവണത കൂടുതലായിരിക്കും. പ്രസ്തുത ഭാഗത്തിന്റെ പ്രവർത്തനത്തകരാറ് ഇത്തരം പ്രവണതകളിലേക്കു നയിക്കുമെന്ന് പത്തൊമ്പതാം നൂറ്റാണ്ടിൽ തന്നെ ശാസ്ത്രം മനസ്സിലാക്കിയിരുന്നു. ഫിനിയാസ് ഗേജ് എന്നു പേരായ ഒരു റെയിൽവെ ജീവനക്കാരനു സംഭവിച്ച അപകടമാണ് അതിനുകാരണമായത്. ഒരു ഡയനാമിറ്റ് സ്ഫോടനത്തിനിടയിൽ തെറിച്ചുവന്ന ഒരു ബോൾട്ട് ഗേജിന്റെ തലയോട്ടിയിലേക്ക് തുളച്ചു കയറാനിടയായി. ഫ്രോണ്ടൽ കോർടക്സിന്റെ നല്ലൊരുഭാഗം അതോടെ നശിച്ചുപോയി. എന്നിട്ടും വൈദ്യശാസ്ത്രത്തെ അത്ഭുതപ്പെടുത്തിക്കൊണ്ട് അദ്ദേഹം ജീവിതത്തിലേക്കു തിരിച്ചുവന്നു. എന്നാൽ പിന്നീടുള്ള ജീവിതം ഒരർത്ഥത്തിൽ താളം തെറ്റിയതായിരുന്നു. പൊതുവെ ശാന്തസ്വഭാവക്കാരനായിരുന്ന ഗേജ് പെട്ടെന്നു ദ്വേഷ്യം വരുന്ന ആളായി മാറി. അമിതമായ മദ്യപാനവും ആളുകളോടുള്ള പരുക്കൻ പെരുമാറ്റവുമെല്ലാം ചേർന്നപ്പോൾ ജീവിതത്തിലേക്ക് തിരിച്ചുവന്നത് മറ്റൊരാളാണല്ലോ എന്ന് പലരും സംശയിച്ചു. വലിയൊരപകടത്തെ തരണം ചെയ്യൊരാളുടെ പെരുമാറ്റത്തിൽ മാറ്റമുണ്ടാകുക എന്നത് സ്വാഭാവികമാണ്. എന്നാൽ പലപ്പോഴും നിയന്ത്രണം നഷ്ടപ്പെടുന്ന അവസ്ഥ പ്രിഫ്രോണ്ടൽ കോർടക്സിനേറ്റ പരിക്കുകാരണമായിരുന്നു. ആധുനിക വൈദ്യശാസ്ത്രം ഈ അവസ്ഥയെ പ്രിഫ്രോണ്ടൽ സിംഡ്രം എന്നാണു വിശേഷിപ്പിക്കുന്നത്. വിവേകപൂർണ്ണമല്ലാത്ത തീരുമാനങ്ങളെടുക്കുന്നതും. വർത്തമാനകാലമാണ് ജീവിതമെന്നു കരുതുന്നതും ഈ സിംഡ്രത്തിന്റെ ലക്ഷണങ്ങളാണ്. ചൂതാട്ടം ഒരു ലഹരിയായി കൊണ്ടു നടക്കുന്നവരുടെ പ്രിഫ്രോണ്ടൽ കോർടക്സിന്റെ പ്രവർത്തനവും മന്ദഗതിയിലായിരിക്കും. തുടർച്ചയായി വീഡിയോ ഗെയിമുകളിലേർപ്പെടുന്നത് ഡൊപാമിന്റെ അതിപ്രവർത്തനത്തിനു

കാരണമാവുകയും റിസ്കുകൾ ഏറ്റെടുക്കുവാനുള്ള പ്രവണത കൂട്ടുകയും ചെയ്യും. ചില കളികൾ മാരകമാവുന്നതിൽ അത്ഭുതമില്ലല്ലോ.

ഉന്മാദരോഗികളുടെ ചിന്താരീതികളെ ചതുരംഗക്കളത്തിലെ കുതിരയുടെ നീക്കത്തോട് ഉപമിക്കാറുണ്ട്. ഒരു കള്ളി മുന്നോട്ടാണെങ്കിൽ രണ്ടു കള്ളി വലത്തോട്ട് എന്ന രീതിയാണല്ലോ അത്. ചിന്തകൾ കാടുകയറുന്നത് നിയന്ത്രിക്കാനുള്ള സംവിധാനം നോർമലായ വ്യക്തിയിൽ പൂർണ്ണമായിത്തന്നെ പ്രവർത്തിക്കുമ്പോൾ ഉന്മാദരോഗികളിൽ അത്ര ഫലപ്രദമാവണമെന്നില്ല. പ്രശ്നത്തിന് പരിഹാരം കാണാൻ ശ്രമിക്കുമ്പോൾ മറ്റൊരു വഴിയിലൂടെ ചിന്തിക്കുക എന്നത് ഒരു വിജയതന്ത്രമാണല്ലോ. എന്നാൽ സ്കിസോഫ്രിനയാക്കുകൾ തികച്ചും അസാധാരണവഴികളിലൂടെ ചിന്തിക്കുന്നവരയിരിക്കും. അപൂർണ്ണതകൾ പൂരിപ്പിച്ച് യഥാർത്ഥ ചിത്രത്തിലെത്താനുള്ള ശ്രമത്തിനിടയിൽ അവർ കൂടുതൽ രൂപങ്ങളും നിറങ്ങളും നിറച്ച് ഒരു മായികചിത്രം തന്നെ സൃഷ്ടിക്കും. മനസ്സിൽ തോന്നുന്ന പോലെയല്ല ഒരു സാധാരണ വ്യക്തി സംസാരിക്കുന്നത്. അന്തർഭാഷണം പോലും അങ്ങനെയല്ല. ആദിമധ്യാന്ത പൊരുത്തമൊന്നും ചിന്തകൾക്കു വേണമെന്നില്ല. എന്നാൽ ചിന്തകളെ വാക്കുകളിലേക്കു പകർത്തിയെടുക്കുമ്പോൾ ഒരു നിയന്ത്രണം അത് ആത്മഭാഷണത്തിലായാൽ പോലും നാം പാലിക്കാറുണ്ട്. ഇത് നമ്മുടെ മറ്റു പ്രവർത്തനങ്ങളിലും തുടരുന്നു. പ്രശ്നനിർദ്ധാരണത്തിലായാലും പദ്ധതികളുടെ രൂപവത്കരണത്തിലായാലും ഭാവി പരിപാടികളുടെ ആസൂത്രണത്തിലായാലും ഇതു തന്നെയാണ് സംഭവിക്കുന്നത്. എന്നാൽ അത്തരമൊരു എഡിറ്റിംഗോ നിയന്ത്രണമോ ഉന്മാദരോഗിയിൽ നടക്കുന്നില്ല.

നോർമലായ ഒരാളുടെ മനോവ്യാപാരവുമായി ബന്ധപ്പെട്ട കാര്യങ്ങൾക്കെല്ലാം ലോജിക്കലായ ഒരൊഴുക്കുണ്ടാകും. പാചകത്തെക്കുറിച്ച് സംസാരിക്കുമ്പോഴും ക്രിക്കറ്റ് കളിക്കാരന്റെ പ്രകടനത്തെ വിലയിരുത്തുമ്പോഴും സിനിമയെ നിരൂപണം ചെയ്യുമ്പോഴും എല്ലാം അത് പ്രകടമാവുകയും ചെയ്യും. എന്നാൽ ഉപബോധമനസ്സിന്റെ പ്രവർത്തനങ്ങളിൽ ഇങ്ങനെയൊരു ലോജിക്കൽ ശ്രേണി കാണാൻ കഴിയുകയില്ല. പ്രതീകങ്ങളുടെയും സൂചകങ്ങളുടെയും സംക്ഷിപ്തമായ ആശയങ്ങളുടെയും ഒരു അവിയൽ പാകമാണ് അവിടെ നടക്കുന്നത്. ചിന്തയുടെ ആദിരൂപം എന്നാണ് സൈക്കോ അനാലിസ്റ്റുകൾ ഈ പ്രവർത്തനങ്ങളെ വിലയിരുത്തുന്നത്. ഒരു സാധാരണ വ്യക്തി ഇത്തരമൊരവസ്ഥ അനുഭവിക്കുന്നതും മനസ്സിലാക്കുന്നതും സ്വപ്നങ്ങളിലൂടെയാണ്. അബോധമനസ്സിലേക്കുള്ള രാജപാതകൾ എന്നാണ് ഫ്രായിഡ് സ്വപ്നങ്ങളെ വിലയിരുത്തുന്നത്.

സ്വപ്നങ്ങളുമായി ബന്ധപ്പെട്ട ഒരു പ്രധാനവസ്തുത അസാധാരണമായ സ്വാംശീകരണമാണ് വേണ്ടപ്പെട്ടവരെ ഓർത്തുള്ള ഭയവും വ്യാകുലതകളുമെല്ലാം ചേർന്ന് സ്വപ്നത്തിൽ ഒരു ഭീകര രൂപിയായി മാറുന്നതു കാണാം. സ്വപ്നനിർമ്മിതിയിലെ മറ്റൊരു ഘടകം വസ്തുതകളുടെ ആദേശമാണ്. മാതൃകയായി ഫ്രായിഡ് എടുത്തുകാണിക്കുന്നത് തന്റെ തന്നെ ഒരു സ്വപ്നമാണ്. ഒരെതിരാളിയെ വെറുമൊരു തുറിച്ച നോട്ടം കൊണ്ട് അടക്കിയിരുത്തുന്നതായിരുന്ന ഫ്രായിഡ് കണ്ട സ്വപനത്തിന്റെ ഉള്ളടക്കം. ഈ സ്വപ്നം വ്യാഖ്യാനിക്കാൻ ശ്രമിച്ച ഫ്രായിഡ് ചെന്നെത്തിയത് തന്റെ തന്നെ ഒരനുഭവത്തിലാണ്. അന്ന് ഡ്യൂട്ടിക്കെത്താൻ വൈകിയതിന് മേലധികാരി മുഖം കറുപ്പിച്ചത് ആ മനസ്സിൽ ചെറിയൊരു അസ്വസ്ഥതയായി കിടന്നിരുന്നു. അതിൽ നിന്നുള്ള മോചനത്തിനായി ഉപബോധമനസ്സ് സുന്ദരമായി മെനഞ്ഞതായിരുന്നു ആ കള്ളക്കഥ.

ഫ്രായിഡിയൻ സമീപനവും വീക്ഷണങ്ങളും ഇന്ന് കടുത്തവിമർശനങ്ങൾ നേരിടുന്നുണ്ടെങ്കിലും ബോധമനസ്സ് കാര്യങ്ങളെ സെൻസർ ചെയ്ത് അവതരിപ്പിക്കുന്നു എന്നും ഉപബോധമനസ്സ് പോരായ്മകൾ മറയ്ക്കാനുള്ള മുഖാവരണങ്ങൾ തുന്നിയെടുക്കുന്നു എന്നുമുള്ള നിരീക്ഷണങ്ങൾ പരക്കെ സ്വീകരിക്കപ്പെട്ടു പോരുന്നു. ബോധമനസ്സിന് അന്യമായ രീതിയിൽ വസ്തുതകൾക്കും ആശയങ്ങൾക്കുമിടയിൽ അസാധാരണമായ ബന്ധങ്ങൾ കണ്ടെത്തുക എന്നത് ഉപബോധമനസ്സിന്റെ പതിവു ശൈലിയാണ് ഉന്മാദത്തിനും സ്വപ്നത്തിനും സർഗ്ഗാത്മകതയ്ക്കും പൊതുവായുള്ള സവിശേഷതയും ഇതു തന്നെയാണ്. 'Creativity is a divine madness'എന്ന പ്ലാറ്റോയുടെ വാക്കുകൾ ഇവിടെ ഓർക്കാവുന്നതാണ്. നോവൽരചനയുടെയും വായനയുടെയും രസതന്ത്രം വിശദീകരിക്കാനായി ഓർഹാൻ പാമുക്ക് രചിച്ച പ്രസിദ്ധമായ കൃതി തുടങ്ങുന്നത് മറ്റൊരു ജീവിതമാണ് നോവൽ എന്നു പറഞ്ഞുകൊണ്ടാണ്. നമ്മുടെ ലോകത്തെക്കാളും യഥാർത്ഥമായ ഒരു ലോകത്തിൽ നാം ജീവിക്കുന്ന ജീവിതം. അല്ലെങ്കിൽ അങ്ങനെ തോന്നിപ്പിക്കുന്ന ജീവിതം. ഭാവനാസൃഷ്ടി മാത്രമായ മായികതകളെ നാം യുക്തികൊണ്ട് ചോദ്യം ചെയ്യാറില്ല. പകരം ഒരു സ്വപ്നത്തിലെന്നോണം അവ തുടരണമേ എന്ന് ആഗ്രഹിക്കുകയാണ് ചെയ്യുന്നത്. എങ്കിലും ഉള്ളിന്റെ ഉള്ളിലെവിടെയോ ഇതൊന്നും സത്യമല്ല എന്നൊരു തോന്നലും ബാക്കി കിടക്കുന്നുണ്ട്. ഈ വൈരുധ്യത്തെ ഒരുമിച്ചുൾക്കൊള്ളാൻ കഴിയുന്ന മനോനിലയിലാണ് നോവൽ എന്ന കലാരൂപം വേരോടിച്ചു നില്ക്കുന്നത് എന്ന് പാമുക്ക് നിരീക്ഷിക്കുന്നു.

കാവ്യഭാഷ എന്നതുതന്നെ യഥാർത്ഥത്തിൽ അസാധാരണമായും

ചിലപ്പോഴൊക്കെ അപ്രതീക്ഷിതമായും വാക്കുകൾക്കിടയിലെ ബന്ധങ്ങൾ കണ്ടെത്തുന്നതാണല്ലോ. ഭാവനാശൂന്യതയുടെയും തികഞ്ഞ ഉന്മാദത്തിന്റെയും ഇടയിലെവിടെയോ അതിരുകളലിഞ്ഞ് നില്ക്കുന്നതാണ് സർഗ്ഗാത്മകത എന്ന സാരം. പ്രതീകങ്ങളും സൂചകങ്ങളും ചേർന്ന് രൂപപ്പെടുത്തുന്ന മായിക രൂപങ്ങളെ ബോധമനസ്സ് വേണ്ട എഡിറ്റിംഗും സെൻസറിങ്ങും നടത്തി യുക്തിഭദ്രമാക്കും. പ്രഗത്ഭരായ പല ചിന്തകരുടെയും പ്രസിദ്ധമായ കണ്ടെത്തലുകളിലേക്കു നയിച്ചത് ചില സ്വപ്നങ്ങളാണെന്ന് അവർ സാക്ഷ്യപ്പെടുത്തുന്നുണ്ട്. ബെൻസിൻ ഘടന കണ്ടെത്തിയത് ഒരു പാമ്പ് അതിന്റെ വാലു വിഴുങ്ങുന്നതായി സ്വപ്നം കണ്ടിട്ടാണെന്ന് ആഗസ്റ്റ് കെകുലെ എന്ന ജർമ്മൻ കെമിസ്റ്റ് പ്രസ്താവിക്കുകയുണ്ടായി. മഹാനായ ദാർശനികൻ റെനെ ദെക്കാർത്തെയും സ്വപ്നത്തിന്റെ സഹായത്തോടെ തന്റെ നിരീക്ഷണത്തിലെത്തിയതായി സമ്മതിക്കുന്നുണ്ട്. പ്രസിദ്ധനായ ഗണിതജ്ഞൻ ജാക്വിസ് ഹഡമാഡ് ഒരിക്കൽ ഉറക്കത്തിൽ വലിയൊരു ശബ്ദം കേട്ടതായി സ്വപ്നം കാണുകയും ഞെട്ടിയുണരുകയും ചെയ്തു. അതുവരെ തന്നെ അലട്ടിക്കൊണ്ടിരുന്ന ഒരു ഗണിതപ്രശ്നത്തിന്റെ ഉത്തരം ഹഡമാഡിന്റെ മനസ്സിൽ തെളിഞ്ഞു വന്നത് പെട്ടെന്നായിരുന്നു. മാത്രവുമല്ല പലപ്പോഴും ബോധപൂർവ്വമായ നിർദ്ധാരണ വഴികളിലൂടെയല്ല പകരം പെട്ടെന്നു മനസ്സിലെത്തുന്ന ചില ചിത്രങ്ങളിലൂടെയാണ് താൻ പുത്തൻ ആശയങ്ങളിലെത്തുന്നത് എന്ന് ആ ഗണിതജ്ഞൻ നിരീക്ഷിക്കുകയുണ്ടായി.

ഇത്തരത്തിൽ മറ്റുള്ളവരിൽ നിന്നും വ്യത്യസ്തമായ രീതിയിൽ കാര്യങ്ങൾ ചെയ്യുന്നതിന് പരിശീലനത്തിലും പഠനത്തിലുമുള്ള ചില ഘടകങ്ങളുടെ സ്വാധീനമുണ്ടാകാം. ഒരേ കാര്യം തന്നെ രണ്ടു പേർ ചെയ്യുന്നത് രണ്ടു വിധത്തിലായിരിക്കുമല്ലോ. മസ്തിഷ്ക പ്രവർത്തനത്തിലും ചെറിയ ചില മാറ്റങ്ങളുണ്ടാകും. മഹാനായ ഫിസിസ്റ്റ് റിച്ചാഡ് ഫെയിൻമാൻ വളരെ ലളിതമായ ഒരുദാഹരണം നല്കുന്നുണ്ട്. പഠിക്കുന്ന കാലത്ത് സമാന്യം നല്ല വേഗതയിൽ മനസ്സിൽ എണ്ണാൻ കഴിയുമായിരുന്നു ഫെയിൻമാന്. ഈ വേഗതയെ ബാധിക്കുന്ന ഘടകം എന്തായിരുക്കുമെന്നറിയാൻ ഫെയിൻമാന് ആകാംക്ഷ തോന്നി. ഹൃദയമിടിപ്പിന്റെ വേഗതകൂടുന്നത് എണ്ണലിന്റെ വേഗതയെ ബാധിക്കുമെന്നായിരുന്നു ആദ്യ നിഗമനം. കോണിപ്പടികൾ ഓടിക്കയറിയും ഇറങ്ങിയും എണ്ണിനോക്കി. പ്രകടമായ മാറ്റമൊന്നും കണ്ടില്ല. എണ്ണുന്നതിനിടയിൽ വാങ്ങിക്കേണ്ട സാധനങ്ങളുടെ കുറിപ്പടി തയ്യാറാക്കുനും പത്രം വായിക്കാനും ശ്രമിച്ചു. ഇതൊന്നും എണ്ണലിന്റെ വേഗതയെ ബാധിച്ചില്ല. എണ്ണുന്നതിനിടയിൽ ഒരു കാര്യം മാത്രം ചെയ്യാൻ കഴിയില്ല എന്നു ഫെയിൽമാൻ

തിരിച്ചറിഞ്ഞു. സംസാരിക്കാൻ കഴിയല്ല എന്നതായിരുന്നു അത്. അതിനു കാരണം അദ്ദേഹത്തിന്റെ കാര്യത്തിൽ എണ്ണുക എന്നത് ഒരു സ്വയം സംസാരിക്കലായിരുന്നു. ഫെയിൽമാന്റെ ഒരു സഹപാഠിക്ക് എണ്ണുന്നതിനിടയിൽ സംസാരിക്കാൻ ബുദ്ധിമുട്ടുണ്ടായിരുന്നില്ല. എന്നാൽ വായിക്കാൻ കഴിഞ്ഞിരുന്നില്ല. ഈ സുഹൃത്ത് എണ്ണിയിരുന്നത് അക്കങ്ങളെഴുതിയ ഒരു ടേപ്പ് കൺമുന്നിലൂടെ നീങ്ങുന്നതായി സങ്കല്പിച്ചുകൊണ്ടായിരുന്നു. എണ്ണുക എന്നത് ഒരാളെ സംബന്ധിച്ച് സംസാരിക്കലാണെങ്കിൽ മറ്റൊരാളുടെ കാര്യത്തിൽ കാഴ്ചയാണ്. ചിലർക്ക് ചിന്തയുടെ ചിട്ടയായ വഴികളിലൂടെ ഉത്തരത്തിലെത്താൻ കഴിയുമ്പോൾ മറ്റു ചിലരിൽ അത് ഒരു സ്വപ്നദർശനം പോലെ വന്നെത്തുന്നതിൽ അസ്വാഭാവികതയൊന്നുമില്ല എന്നു വ്യക്തം.

ഇത്തരത്തിൽ മിന്നലുപോലെ പരിഹാരങ്ങൾ തെളിഞ്ഞുവരുന്നതിൽ മസ്തിഷ്കത്തിന്റെ ജൈവഘടനയും ഒരു പങ്കുവഹിക്കുന്നുണ്ട്. നേരത്തെ കണ്ടതു പോലെ ഒരു മിനിമം ലവലിലെ പ്രയത്നം കൊണ്ട് പൂർണ്ണഫലപ്രാപ്തിയിലെത്തുക എന്ന സമീപനത്തിന്റെ ഫലമാണത്. എന്നാൽ ഈ സമീപനത്തിന് ഒരു പോരായ്മയുണ്ട്. തെറ്റുകൾ വരാനുള്ള സാധ്യതക്കൂടുതലാണ് എന്നതാണത്. തെറ്റുകൾ ഒഴിവാക്കാനാവാത്തവയാണ താനും ക്രിയാത്മകതയുടെ കൂടപ്പിറപ്പുകളാണവ. മഹാനായ കഥാകാരൻ ഓസ്കാർ വൈൽഡ് ഒരിക്കൽ ഇങ്ങനെ നിരീക്ഷിക്കുകയുണ്ടായി,'Experience is the name every one gives to their mistakes'. സാധാരണ വ്യക്തികൾ മാത്രമല്ല വലിയ ചിന്തകരും ദാർശനികരും രാജ്യതന്ത്രജ്ഞരുമെല്ലാം വലിയ മണ്ടത്തരങ്ങൾ വരുത്തിയവരാണ്. 1812- ൽ നെപ്പോളിയൻ തന്റെ ജൈത്രയാത്രകൾക്കിടയിൽ റഷ്യയെ ആക്രമിച്ചത് അതുപോലൊരു മണ്ടത്തരമായിരുന്നു. സർവ്വസന്നാഹങ്ങളോടെയുമുള്ള ആ പടനീക്കം എതിരാളിയുടെ കഴിവുകളെ വിലയിരുത്തി കൃത്യമായ കണക്കുകൂട്ടലുകളോടെയായിരുന്നു. എന്നാൽ പ്രതികൂലമായ കാലാവസ്ഥയുടെ മുന്നിൽ നെപ്പോളിയന്റെ സൈന്യം തോറ്റുപോയി. അമിതമായ ആത്മവിശ്വാസത്തിനേറ്റ കനത്ത തിരിച്ചടി. ബ്രിട്ടിഷ് ചരിത്രകാരനായ ടെയ്ലറുടെ വാക്കുകളിൽ,"Like most of those who study history, he (Napoleon) learned from the mistakes of the past how to make new ones'.

പിഴവുകൾ പഴിക്കപ്പെടേണ്ടവ മാത്രമല്ല പരിഗണിക്കപ്പെടണ്ടവയുമാണ്. പ്രപഞ്ചത്തിലെ ജീവജാലങ്ങൾ മുഴുവനുമുണ്ടായത് ജെനറ്റിക് മ്യൂട്ടേഷനിൽ നിന്നാണെന്ന് എവലൂഷനറി ബയോളജിസ്റ്റുകൾ പറയുന്നു. സംഗതി ഒരർത്ഥത്തിൽ 'ഇമ്മിണി വല്യ' പിഴവുകൾ

തന്നെയാണല്ലോ. വസ്തുതകൾക്കിടയിൽ യുക്തിഭദ്രമായിത്തന്നെ ബന്ധങ്ങൾ കണ്ടെത്തുക എന്നതാണ് മസ്തിഷ്കം സാധാരണയായി ചെയ്തു കൊണ്ടിരിക്കുന്നത്. എന്നാൽ ചിലസന്ദർഭങ്ങളിൽ അത് അസാധാരണമായ ബന്ധങ്ങൾ കണ്ടെത്തുകയും ചെയ്യും. ഇവയിൽ ചിലത് അപ്രതീക്ഷിതമായ വിജയങ്ങളായിരിക്കും. അതുകൊണ്ടു തന്നെ ലക്ഷ്യം തെറ്റൽ ചിലപ്പോൾ സർഗ്ഗാത്മകമായിരിക്കും. ലിവർപൂൾ ആസ്ഥാനമായി പ്രവർത്തിക്കുന്ന ലോകപ്രസിദ്ധമായ വാഷിംഗ് പൗഡർ കമ്പനിക്ക് ഒരു വലിയ പ്രശ്നം അഭിമുഖീകരിക്കേണ്ടതായി വന്നു. ഉയർന്ന ഊഷ്മാവിൽ തിളക്കുന്ന ലായനി ഒരു നോസിലിലൂടെ കടത്തിവിട്ടാണ് വാഷിംഗ് പൗഡർ നിർമ്മിക്കുന്നത്. നോസിലിന്റെ മറ്റേ അറ്റത്ത് മർദ്ദം വളരെ കുറയുന്നതിനാൽ പുറത്തുവരുമ്പോൾ പൗഡറും വാതകങ്ങളുമായി മാറുന്നു. വാതകങ്ങൾ മറ്റൊരു സംവിധാനത്തിലൂടെ പുറത്തു കളയുന്നു. പൗഡറിൽ മറ്റു ചില ചേരുവകകൾ കൂടി ചേർത്ത് മാർക്കറ്റിലെത്തിക്കുന്നു. ശതകോടി ഡോളറിന്റെ വമ്പൻ ബിസിനസ്സ്.

കമ്പനി അഭിമുഖീകരിച്ച പ്രശ്നം നോസിലുമായി ബന്ധപ്പെട്ടതായിരുന്നു. നോസിലുകളിൽ പൊടി പറ്റിപ്പിടിക്കുക. അല്ലെങ്കിൽ പുറത്തുവരുന്ന പൗഡറിന്റെ തരി വണ്ണം കൂടുക എന്നിങ്ങനെ. കുറെക്കൂടി മെച്ചമായ നോസിലുകൾ കണ്ടെത്തുക എന്നത് കമ്പനിയുടെ അടിയന്തരപ്രശ്നമായി മാറി. അതു ഡിസൈൻ ചെയ്യാനായി ഒരു കൂട്ടം ഗണിതജ്ഞരെ അവർ കണ്ടെത്തി. വെറും ഗണിതജ്ഞരല്ല. ഫ്ളൂയിഡ് ഡയനാമിക്സിലും, കെമിക്കൽ അനാലിസിസിലും കഴിവുതെളിയിച്ച മഹാരഥന്മാർ. പ്രശ്നം ആഴത്തിൽ തന്നെ പഠിച്ചശേഷം അവർ ഒരു പുതിയ ഡിസൈനുമായി വന്നു. പക്ഷെ, അതു വിജയിച്ചില്ല. കമ്പനിയുടെ തലവേദന മാറിയില്ല എന്നു സാരം. അവസാനം കമ്പനി ഒരു അറ്റകൈ പ്രയോഗം നടത്തി. ഒരു കൂട്ടം ബയോളജിസ്റ്റുകളുടെ സഹായം തേടി. കൃത്യമായി പറഞ്ഞാൽ ഒരു കൂട്ടം എവലൂഷനറി ബയോളജിസ്റ്റുകളുടെ. ഗണിതജ്ഞരെപോലെ സമവാക്യങ്ങൾ രൂപവത്കരിക്കുകയോ വ്യത്യസ്ത ഡിസൈനുകൾ രൂപകല്പന ചെയ്യുകയോ ഒന്നുമായിരുന്നില്ല അവരുടെ രീതി. പകരം അവർ, ഉപയോഗിച്ചുകൊണ്ടിരുന്ന നോസിലിന്റെ പത്തു കോപ്പികളെടുത്തു. എന്നിട്ട് ചെറിയ ചെറിയ മാറ്റങ്ങൾ വരുത്തി കുറെ നോസിലുകൾ നിർമ്മിച്ചു. എല്ലാം പരാജയമായിരുന്നു എന്നു പറയേണ്ടതില്ലല്ലോ. ചിലത് വലിപ്പം കൂടിയവയും ചിലത് വലിപ്പം കുറഞ്ഞവയുമായിരുന്നു. ചില നോസിലുകളുടെ ദ്വാരം കൂടുതലും ചിലതിൽ കുറവുമായിരുന്നു. അവയിൽ ചിലത് ഉപയോഗിച്ചു കൊണ്ടിരുന്ന നോസിലുകളെക്കാൾ ഇത്തിരി മെച്ചമുള്ളവയായിരുന്നു എന്നു മാത്രം. പിന്നീട് അവർ

ചെയ്തത് ഏറ്റവും മെച്ചമുള്ളത് എന്നു കണ്ട നോസിലിന്റെ പത്തു പകർപ്പുകൾ എടുക്കുക എന്നതായിരുന്നു. ഇവയിൽ ചില മാറ്റങ്ങൾ വരുത്തി അവർ നോസിലുകളുടെ മറ്റൊരു തലമുറ സൃഷ്ടിച്ചു. അവയിൽ നിന്ന് ഏറ്റവും മെച്ചമായത് തിരഞ്ഞെടുത്തു മറ്റൊരു തലമുറയ്ക്ക് രൂപം നല്കി. ഇങ്ങനെ 45 തലമുറകൾ കഴിഞ്ഞപ്പോൾ അതായത് 449 പരാജയങ്ങൾക്കൊടുവിൽ അവർ ഒരു നോസിലിലെത്തി. തുടക്കത്തിലുണ്ടായിരുന്ന നോസിലിന്റെ എത്രയോ മടങ്ങ് മെച്ചമായ ഒന്നായിരുന്നു അത്. തുടക്കത്തിൽ ആരുടെ മനസ്സിലുമില്ലാത്തതായിരുന്നു ആ ഡിസൈൻ. മുൻകൂട്ടി തയ്യാറാക്കിയ ഒരു ബ്ലൂ പ്രിന്റിലൂടെ അത്തരമൊരു നോസിലിലെത്താൻ കഴിയില്ല. അതിന് അത്രയും പരിശോധനകളും തിരഞ്ഞെടുക്കലുകളും തള്ളിക്കളയലുകളും എല്ലാം വേണം ഒപ്പം അത്രയും പരാജയങ്ങളും.

നോസിൽ പാരഡോക്സ് പരിഹരിച്ച ബയോളജിസ്റ്റുകളെ പോലെയാണ് മസ്തിഷ്കവും അതു ചില പരാജയങ്ങളെ തിളങ്ങുന്ന വിജയങ്ങളാക്കി മാറ്റിയെടുക്കും. ചിലരിൽ കാണുന്ന ഒരു പഠന വൈകല്യമാണ് ADHD (Attention Deficit Hyperactivity Disorder). ഏതെങ്കിലുമൊന്നിൽ ശ്രദ്ധകേന്ദ്രീകരിക്കാനുള്ള ബുദ്ധിമുട്ടാണ് ഇതിന്റെ പ്രധാന ലക്ഷണം. പെട്ടെന്ന് ശ്രദ്ധപതറിപ്പോകുക. അടങ്ങിയിരിക്കാൻ കഴിയാതെ വരിക. കൈയിൽ കിട്ടുന്നതും കണ്ണിൽ കാണുന്നതുമെല്ലാം എടുത്ത് തരിച്ചും മറിച്ചും കളിക്കുക. എന്തെങ്കിലും കാര്യം ചെയ്യാൻ തുടങ്ങുമ്പോൾ ബോറടിക്കുന്നതായി പരാതിപ്പെടുക. ഇത്തരമൊരവസ്ഥ എളുപ്പത്തിൽ തന്നെ തിരിച്ചറിയാം. എല്ലാവരിലും ഇത്തിരിയുണ്ടാകും എന്നാരെങ്കിലും പറഞ്ഞാൽ നിഷേധിക്കാനുമാവില്ല. സാമാന്യം നല്ല ബുദ്ധിശക്തിയുള്ള ഒരാൾക്ക് ഈ വൈകല്യമുണ്ടെങ്കിൽ അയാൾക്ക് ചട്ടക്കൂടുകൾക്ക് പുറത്തേക്കു ചിന്തിക്കാനുള്ള കഴിവ് കൂടുതലായി കണ്ടെന്നു വരാം. ഇത്തരക്കാർക്ക് വളരെ ശ്രദ്ധയോടെ ഒന്നും ചെയ്യാൻ കഴിയില്ല എന്നു ധരിക്കരുത്. അവർക്കു താത്പര്യമുള്ള വിഷയമാണെങ്കിൽ എത്രസമയം വേണമെങ്കിലും അവർ ശ്രദ്ധാപൂർവ്വം ചെലവഴിക്കും. ചിലപ്പോഴതിന് കുറച്ചു തീക്ഷ്ണത കൂടുതലായിരിക്കുമെന്നു മാത്രം. ലൂയി സ്മിത്ത് എന്ന ബ്രിട്ടീഷ് ജിംനാസ്റ്റിക് താരത്തിന് കടുത്ത പരിശീലനവും ഈയൊരു വൈകല്യവും ഒരുമിച്ചുകൊണ്ടു പോവാനും ഒളിമ്പിക്സിൽ മെഡൽ നേടാനും കഴിഞ്ഞു. ലിയോണാഡോ ഡാവിഞ്ചി എന്ന മഹാനായ കലാകാരനിൽ ഈ വൈകല്യത്തിന്റെ ചില ലക്ഷണങ്ങളുണ്ടായിരുന്നു എന്നു കരുതുന്ന ചരിത്രകാരന്മാരുണ്ട്. ഒരു ബഹുമുഖ പ്രതിഭയായി മാറാൻ ഡാവഞ്ചിയിൽ ഈയൊരു ഘടകവും പ്രവർത്തിച്ചിരുന്നു എന്നു വേണം കരുതാൻ ശ്രദ്ധയുടെ പതറിപ്പോകൽ

യഥാർത്ഥത്തിൽ പുതിയ അനുഭവങ്ങൾ തേടിയുള്ള മനസ്സിന്റെ പ്രയാണത്തിന്റെ ഫലമാവാം.

മസ്തിഷ്കത്തിന് എപ്പോഴും വിവരങ്ങൾ ലഭിക്കണമെന്നു മാത്രമല്ല അതു പുതുമയുള്ളതായിരിക്കണമെന്നും നിർബന്ധമുണ്ട്. ഇതിനു തെളിവാണ് 'തടവുകാരുടെ സിനിമ' എന്നറിയപ്പെടുന്ന അവസ്ഥ. ഗുഹയിലെ തണുത്ത ഏകാന്തതയിലിരിക്കുന്നവർക്കും ഏകാന്തവാസം വിധിക്കപ്പെട്ടവർക്കുമെല്ലാം ചില അസാധാരണമായ കാഴ്ചകളുടെ അനുഭവമുണ്ടാകും. അവരുടെ ഉൾക്കണ്ണുകളിൽ തെളിയുന്ന മായികദർശനങ്ങളാണവ. ആവശ്യമായ ദൃശ്യാനുഭവങ്ങൾ ലഭിക്കാതെ വരുമ്പോൾ മസ്തിഷ്കം തന്നെ തിരക്കഥയെഴുതി സംവിധാനം ചെയ്തു നിർമ്മിക്കുന്ന സിനിമയാണത്. കാഴ്ച പരിമിതപ്പെടുമ്പോൾ മാത്രമല്ല മടുപ്പിക്കുന്നതാകുമ്പോഴും ഇതു സംഭവിക്കുന്നു. പരന്നു കിടക്കുന്ന മരുഭൂമിയിലൂടെയോ കണ്ണെത്താ ദൂരത്തോളം മഞ്ഞുമൂടിയ മലനിരകൾക്കു മുകളിലൂടെയോ സഞ്ചരിക്കേണ്ടി വരുമ്പോൾ ഇത്തരത്തിലുള്ള കാഴ്ചകളുണ്ടായേക്കാം. വളരെ ഉയരത്തിൽ കുറെയധികം സമയം പറക്കേണ്ടി വരുന്ന വൈമാനികർ ഇത്തരത്തിലുള്ള കാഴ്ചകളുണ്ടായതായി പിന്നീട് വിശദീകരിക്കുന്നുണ്ട്. ഒഴിഞ്ഞറോഡിലൂടെ വളരെ ദൂരം ട്രക്കോടിക്കേണ്ടി വരുന്ന ഡ്രൈവർമാർക്കും തുടർച്ചയായി ലഭിക്കുന്നത് മടുപ്പിക്കുന്ന ദൃശ്യാനുഭവമായിരുക്കും. അവരുടെ മസ്തിഷ്കവും അസാധാരണ രൂപങ്ങൾ കെട്ടിയാടുന്ന ചില മായിക ദൃശ്യങ്ങൾ സൃഷ്ടിക്കാറുണ്ട്. ഇത്തരം അനുഭവങ്ങളുടെ ശാസ്ത്രീയ അടിത്തറ പരിശോധിക്കാനായി 1950 ൽ ഒരു പരീക്ഷണം നടക്കുകയുണ്ടായി. മക്ഗിൽ സർവ്വകലാശാലയിലെ വില്യം ബെക്സ്റ്റൺ എന്ന ശാസ്ത്രജ്ഞന്റെ നേതൃത്വത്തിലായിരുന്നു പരീക്ഷണം സഹകരിക്കാൻ തയ്യാറായ പതിനാലു കോളേജ് വിദ്യാർത്ഥികളെ ചെറിയ സെല്ലുകളിലടച്ച് ദൃശ്യാനുഭവങ്ങൾ പരിമിതപ്പെടുത്തുക എന്നതായിരുന്നു പരീക്ഷണത്തിന്റെ രീതി. ഭക്ഷണത്തിനും മറ്റാവശ്യങ്ങൾക്കുമായി ചെറിയൊരിടവേളയിൽ മാത്രമെ അവർ പുറത്തിറങ്ങിയിരുന്നുള്ളൂ.

ആദ്യമൊക്കെ അവർ ഉറക്കം തന്നെയായിരുന്നു. പക്ഷെ, പിന്നീട് കൂടുതൽ സമയം ഉണർന്നിരിക്കേണ്ടതായി വന്നു. മടുപ്പു സഹിക്കാൻ കഴിയാതെ വന്നപ്പോൾ മനഃക്കണക്കുകൾ ചെയ്തും മനോരാജ്യങ്ങളിൽ മുഴുകിയും സമയം പോക്കാൻ ശ്രമിച്ചു. അധികം വൈകാതെ അവർ ചില മായിക രൂപങ്ങൾ കാണാൻ തുടങ്ങി. ആദ്യമൊക്കെ ലളിതമായ ചില തോന്നലുകൾ മാത്രമായിരുന്നെങ്കിൽ പിന്നീട് അവ സങ്കീർണ്ണമാവുകയായിരുന്നു. ആ ഘട്ടങ്ങൾ ഗവേഷകർ വിശദീകരിക്കുന്നത് ഇങ്ങനെയാണ്. കണ്ണടയക്കുമ്പോൾ ഇരുട്ടിനു പകരം

നേരിയ വെളിച്ചം തോന്നുക എന്നിങ്ങനെ ചെറിയ ചെറിയ വ്യത്യാസങ്ങളായിരുന്നു ആദ്യം അനുഭവപ്പെട്ടത്. ഇത്തിരികൂടി സങ്കിർണ്ണമായ രൂപങ്ങൾ പ്രത്യക്ഷപ്പെടാൻ തുടങ്ങിയത് പിന്നീടാണ്. അവയിൽ ചിലത് സാധാരണ ജ്യാമിതീയ രൂപങ്ങളായിരുന്നു. അടുത്തഘട്ടത്തിലത് വാൾ പേപ്പർ പാറ്റേണുകൾ പോലെയുള്ളവയിലേക്ക് ദൃശ്യങ്ങൾ മാറി. കുറച്ചു ദിവസങ്ങൾ കൂടിക്കഴിഞ്ഞപ്പോൾ അവരിൽ ചിലരെങ്കിലും ചില ആൾരൂപങ്ങൾ കാണാൻ തുടങ്ങി. അവസാനഘട്ടമെത്തിയപ്പോൾ അത് ചെറിയ സീനുകളായി വളരാൻ തുടങ്ങിയിരുന്നു. മസ്തിഷ്കം ലൂമിയർ സഹോദരങ്ങളുടെ തന്ത്രം പഠിക്കാൻ തുടങ്ങി എന്നു സാരം.

ആധുനിക ദൃശ്യ സാങ്കേതികവിദ്യയിലുണ്ടായ വളർച്ചപോലൊന്ന് ആ കുട്ടികളുടെ മതിഭ്രമത്തിലും സംഭവിച്ചിരുന്നു എന്നതാണ് ഏറെ രസകരമായ മറ്റൊരു വസ്തുത. ആദ്യം അവർ കണ്ട രൂപങ്ങളെല്ലാം ദ്വിമാന പ്രതീതിയുളവാക്കുന്നവയായിരുന്നു. എന്നാൽ അവസാനഘട്ടമായപ്പോൾ ത്രിമാന രൂപങ്ങളും പ്രത്യക്ഷമായിത്തുടങ്ങി. പലതും രസകരമായ അനുഭവങ്ങളായിരുന്നു എന്നാണ് പതിനാലുപേരുടെയും വിലയിരുത്തൽ. എന്നാൽ വല്ലാതെ അസ്വസ്ഥമാക്കുന്ന ചിലതും കൂട്ടത്തിലുണ്ടായിരുന്നു. കൂടുതൽ ശ്രദ്ധയും ചിന്തയും ആവശ്യമായ ഏതെങ്കിലും പ്രവൃത്തിയിലേക്ക് മനസ്സു തിരിക്കേണ്ടി വന്നാൽ ഈ കാഴ്ചകൾ മാഞ്ഞുപോവുകയും ചെയ്യും. രണ്ടു മൂന്നക്കസംഖ്യകളുടെ ഗുണനഫലം കാണാൻ ശ്രമിച്ചാൽ ഇതു സംഭവിക്കും. 1961 ൽ ജോൺ സുബെക് എന്ന ശാസ്ത്രജ്ഞൻ സമാനമായ മറ്റൊരു പരീക്ഷണം നടത്തുകയുണ്ടായി. സാധാരണ ദൃശ്യാനുഭവങ്ങൾ കുറച്ചു ദിവസത്തേക്ക് നിഷേധിക്കപ്പെട്ട ചിലരോട് അവർക്ക് എറെ പരിചിതമായ കാര്യങ്ങൾ ഓർത്തെടുക്കാൻ ആവശ്യപ്പെടുകയായിരുന്നു സുബെക് ചെയ്തത്. അപ്പോഴത്തെ അവരുടെ ഓർമ്മകൾക്ക് വല്ലാത്തൊരു ദൃശ്യഭംഗിയുണ്ടായിരുന്നു. തടാകങ്ങളും മലനിരകളും അരുവികളും അസ്തമയുവുമെല്ലാം അവരുടെ മനസ്സിൽ സവിശേഷമായൊരു ചാരുതയോടെയായിരുന്നു തെളിഞ്ഞുവന്നത്. സാധാരണ അവസ്ഥയിൽ അത്ര വ്യക്തമല്ലാതെ തെളിയാറുള്ള മുഖങ്ങളും രൂപങ്ങളും കൂടുതൽ വ്യക്തതയോടെയും കൃത്യതയോടെയും തെളിയുന്നതായി അവർക്കനുഭവപ്പെട്ടു.

അനുഭവങ്ങളെ നിയന്ത്രിച്ചു നിർത്താൻ ഗവേഷകർ ഉപയോഗിച്ച മറ്റൊരു മാർഗ്ഗം വെള്ളം നിറച്ച ടാങ്കുകളായിരുന്നു. ഇളം ചൂടുവെള്ളം നിറച്ച ഇരുണ്ട ടാങ്കുകളിൽ സന്നദ്ധരായവരെ ഇറക്കി നിർത്തി അവർ ഇതേ പരീക്ഷണം ആവർത്തിച്ചു. ടാങ്കിലെ വെള്ളത്തിൽ

പൊങ്ങിക്കിടക്കുമ്പോൾ പുറം ലോകത്തെ കാഴ്ചകളും ശബ്ദങ്ങളും ഇല്ലാതാവുന്നു എന്നു മാത്രമല്ല ശരീരത്തിന്റെ അവസ്ഥയും മാറുന്നുണ്ടല്ലോ. ഇത്തരമൊവസ്ഥയിൽ കഴിഞ്ഞവർക്ക് അസാധാരണമായ രൂപങ്ങൾ കാണുന്നതു മാത്രമല്ല. പലതരം ശബ്ദങ്ങൾ കേൾക്കുന്നതായും എന്തൊക്കെയോ ശരീരത്തിൽ സ്പർശിക്കുന്നതായും അനുഭവപ്പെട്ടു. ശരീരത്തിന്റെ സ്വാഭാവികമായ ചലനങ്ങൾ നിയന്ത്രിക്കപ്പെട്ടുമ്പോൾ മതിഭ്രമത്തിനുള്ള സാധ്യതകൂടുന്നു എന്നു വ്യക്തം പോളിയോ പോലുള്ള രോഗങ്ങൾ ബാധിച്ച് ശരിരം തളർന്നു പോയവരിൽ ഈ സാധ്യതകൂടുതലാണു താനും. ഉറക്കം നഷ്ടപ്പെടുക ശരീരം വല്ലാതെ ക്ഷീണിക്കുക എന്നീ അവസ്ഥകളുള്ളപ്പോൾ മതിവിഭ്രമത്തിനുള്ള സാഹചര്യം സൃഷ്ടിക്കപ്പെടുന്നു. ദീർഘദൂര ഓട്ടക്കാർക്ക് പലപ്പോഴും ഇത്തരം അനുഭവങ്ങളുണ്ടാകാറുണ്ട്. റേയ്. പി എന്ന ട്രയാത്ലറ്റ് അദേഹത്തിന്റെ ഒരനുഭവം വിവരിക്കുന്നതിങ്ങനെയാണ്. ഹവായ് ദ്വീപിൽ വെച്ച നടന്ന ഒരു മത്സരത്തിൽ പങ്കെടുക്കുകയായിരുന്നു റേയ്. ചൂടും ഡി ഹൈഡ്രേഷനും ആ അത്ലറ്റിനെ വല്ലാതെ തളർത്തിയിരുന്നു. അന്നൊരു മോശം ദിവസമായിരുന്നു അദ്ദേഹത്തിന് . ട്രയാത്ലനിലെ പ്രധാന ഇനമായ മാരത്തോണിനിടയിലാണ് അതു സംഭവിച്ചത്. മൂന്നു നാഴിക ഓടിക്കഴിഞ്ഞപ്പോൾ റോഡിന്റെ ഒരു വശത്ത് തന്റെ അമ്മയും ഭാര്യയും നിലക്കുന്നത് റേയ് കണ്ടു. താൻ വളരെ പിന്നിലായിട്ടായിരിക്കും ഫിനിഷ് ചെയ്യുക എന്നു പറയാൻ അവരുടെ അടുത്തേക്ക് നീങ്ങി. അതു പറയാൻ തുടങ്ങിയതും രണ്ട് അപരിചിതർ തന്നെ തുറിച്ചു നോക്കുന്നതാണ് റേ കണ്ടത്.

ദൃശ്യഭ്രമങ്ങൾ പോലെ സാധാരണമാണ് ശ്രാവ്യഭ്രമങ്ങളും. വളരെയധികം പഠനങ്ങൾ ഈ അവസ്ഥയെക്കുറിച്ചും നടക്കുന്നുണ്ട്. ഇത്തരമവസ്ഥകൾ പ്രധാനമായും മൂന്നു തരത്തിലുണ്ട്. നമ്മുടെ ചിന്തകൾ നാം തന്നെ കേൾക്കാൻ തുടങ്ങുതാണ് ഒന്നാമത്തേത്. അത് പലപ്പോഴും മറ്റൊരാളുടെ ശബ്ദത്തിലായിരിക്കും. മറ്റാരാൾ നമ്മളോട് സംസാരിക്കുന്നത് കേൾക്കുന്നതാണ് രണ്ടമത്തേത്. അത് നമ്മുടെ ബോധമനസ്സിലില്ലാത്ത കാര്യത്തെക്കുറിച്ചുമാവാം. മൂന്നാമത്തേത് കുറച്ചുകൂടി ഗൗരവമർഹിക്കുന്നതാണ്. ഒന്നോ അതിലധികമോ ശബ്ദങ്ങൾ നമ്മളെക്കുറിച്ച് സംസാരിക്കുന്നത് കേൾക്കുന്നതാണത്. ഒരു റണ്ണിംഗ് കമന്ററിയിലെന്ന പോലെ. ഈ സംസാരങ്ങൾ സൗമ്യവും സൗഹൃദ പൂർവ്വവുമാകാം. ഒരു പോസിറ്റീവ് സമീപനമുള്ളത്. അതല്ലെങ്കിൽ കുറ്റപ്പെടുത്തലുകളോ വിമർശനങ്ങളോ ആവാം. മുന്നാമതു പറഞ്ഞതരത്തിലുള്ളതും ഒരു നെഗറ്റീവ് സമീപനമുള്ളതുമായ സംസാരങ്ങളാണ് കേൾക്കുന്നതെങ്കിൽ അത് സൈക്കോസിസിന്റെ ലക്ഷണമായി ഡോക്ടർമാർ സംശയിച്ചേക്കാം.

മസ്തിഷ്ക പ്രവർത്തനങ്ങൾ രണ്ടു തരത്തിലുണ്ട്. ബാഹ്യമായ ഘടകങ്ങളുടെ ഫലമായി ഉണ്ടാകുന്ന ന്യൂറോൺ പ്രതിപ്രവർത്തനങ്ങളും, ആന്തരികഘടകങ്ങളുടെ ഫലമായുണ്ടാകുന്നവയും മറ്റൊരാൾ നമ്മോട് ഒരു കാര്യം പറയുമ്പോഴുള്ള പ്രവർത്തനവും നമ്മൾ ഒരു കാര്യത്തെക്കുറിച്ച് ചിന്തിക്കുമ്പോഴുള്ള പ്രവർത്തനവും രണ്ടാണ്. എപ്പോഴും ചിന്തിക്കുകയും വ്യാകുലപ്പെടുകയും ആനന്ദിക്കുകയും അണമുറിയാത്തൊരു ആത്മഭാഷണത്തിലേർപ്പെടുകയും ചെയ്യുന്നതാണ് മനുഷ്യമനസ്സ്. ഈ അന്തരികപ്രവർത്തനങ്ങളും ബാഹ്യപ്രവർത്തനങ്ങളും കൃത്യമായി മനസ്സിലാക്കാനും കൈകാര്യം ചെയ്യാനുമുള്ള സംവിധാനം മസ്തിഷ്കത്തിലുണ്ട്. അതിനു വേണ്ട ഫയലുകളെല്ലാം കൃത്യമായി അടുക്കി സൂക്ഷിക്കുകയും വേണ്ട ഘട്ടത്തിൽ ഉപയോഗിക്കുകയും ചെയ്യും എന്നാൽ ചില സന്ദർഭങ്ങളിൽ ഈ സംവിധാനം തകരാറിലാകും. അന്തരികപ്രവർത്തനങ്ങളുടെയും ബാഹ്യപ്രവർത്തനങ്ങളുടെയും ഫയലുകൾ കൂടിക്കുഴഞ്ഞു പോകും. ആത്മഗതം മറ്റൊരാളുടെ ശബ്ദത്തിൽ കേൾക്കാൻ തുടങ്ങുന്നത് അപ്പോഴാണ്.

മസ്തിഷ്കപ്രവർത്തനത്തിന്റെ തൊഴിൽ വിഭജനത്തെ കൃത്യമായി മനസ്സിലാക്കി തരുന്നതാണ് 'ഇക്കിളി' എന്ന മാനസികാവസ്ഥ. വളരെ സെൻസിറ്റീവായ ശരീരഭാഗങ്ങളിൽ തൊടുമ്പോൾ അനുഭവപ്പെടുന്ന ചിരിയുണർത്തുന്ന അസ്വസ്ഥത. മറ്റൊരാൾക്ക് വളരെ എളുപ്പത്തിൽ നമ്മളെ ഇക്കിളിയാക്കി ചിരിപ്പിക്കാൻ കഴിഞ്ഞേക്കാം എന്നാൽ നമ്മളിൽ ഭൂരിപക്ഷത്തിനും സ്വയം ഇക്കിളിയാക്കി ചിരിക്കാൻ കഴിയില്ല. നമ്മൾ തന്നെ ഇക്കിളിയാക്കാൻ തുടങ്ങുമ്പോൾ ബോധപൂർവ്വമായ ഒരു തിരഞ്ഞെടുപ്പും പ്രവൃത്തിയും അതിന്റെ പിന്നിൽ നടക്കുന്നുണ്ട് . ഇക്കിളിയുടെ സന്ദേശം മസ്തിഷ്കത്തിലെത്തുമ്പോൾ ആദ്യത്തെ ബോധപൂർവ്വമായ പ്രവർത്തനത്തെക്കുറിച്ചുള്ള സന്ദേശം ഓർമ്മയിലെത്തുകയും ഇക്കിളി അവഗണിക്കുകയും ചെയ്യുന്നു. മനോനിലയിൽ താളപ്പിഴകളുള്ളവരിൽ സ്വയം ഇക്കിളിയാക്കി ചിരിക്കാനുള്ള കഴിവ് കൂടുതലാണെന്ന് പഠനങ്ങൾ കാണിക്കുന്നു. എന്നാൽ സ്വയം ഇക്കിളിയാക്കി ചിരിക്കാനുള്ള കഴിവ് മനോരോഗത്തിന്റെ ലക്ഷണമൊന്നുമല്ല. തികച്ചും നോർമലായ ഒരാളിലും ഈ സവിശേഷത കണ്ടേക്കാം.

മസ്തിഷ്കത്തിലെ പ്രവർത്തനങ്ങളുടെ വിഭജനം കൃത്യമായി നടക്കുന്ന സംവിധാനത്തിന് വരുന്ന ചെറിയൊരു പാളിച്ചയാണ് സ്വയം ഇക്കിളിയാക്കി ചിരിക്കാൻ കഴിയുന്ന അവസ്ഥ സൃഷ്ടിക്കുന്നത്. തികച്ചും നിസ്സാരമായ ഒന്ന്. എന്നാൽ ഇതിന്റെ അങ്ങേ അറ്റം അത്ര സുഖകരമായതല്ല. എലെയ്സർ സ്റ്റേൺബർഗ് എന്ന ന്യൂറോളജിസ്റ്റ്

താൻ പരിചയപ്പെടാനിടയായ ഒരു രോഗിയെക്കുറിച്ച് എഴുതുന്നത് ഇങ്ങനെയാണ്. ഒറ്റയ്ക്കിരിക്കുമ്പോഴൊക്കെ ഒരു ശബ്ദം കേൾക്കാറുണ്ട് എന്ന് ബി (നമുക്ക് ആ രോഗിയെ അങ്ങനെ വിളിക്കാം) സമ്മതിക്കുന്നുണ്ട്. വെറുതെ കേൾക്കുന്നൊരു ശബ്ദമല്ലമായിട്ടല്ല പകരം കൃത്യമായി ഒരാൾ സംസാരിക്കുന്നതു പോലെയാണത്. അതും അമേരിക്കൻ രഹസ്യാന്വേഷണ വിഭാഗത്തിനു വേണ്ടി പ്രവർത്തിക്കുന്ന ആൾ. അയാൾ സംസാരിക്കുന്നതോ ബി യെ പ്രകോപിപ്പിക്കുന്ന രീതിയിലും. ബിയുടെ നിയന്ത്രണങ്ങൾ വിട്ടു പോകാൻ ഇതു ധാരാളമായിരുന്നു. വല്ലാത്തൊരവസ്ഥയാണത് മസ്തിഷ്കത്തിലെ ഫയലുകൾ കൂടിക്കുഴഞ്ഞു പോകുന്നതിന്റെ ഫലമായുണ്ടാകുന്ന പേടിപ്പിക്കുന്ന അവസ്ഥ. എന്നാൽ ചെറിയ തോതിലുള്ള പാകപ്പിഴകൾ സാധാരണമാണ്. ചിലപ്പോഴോക്കെ രസകരവുമാണ്. 'എന്റെ ശബ്ദം വേറിട്ടു കേട്ടുവോ' എന്ന ചോദ്യം ഹൃദ്യമാകുന്നത് അതു കൊണ്ടല്ലേ.

●

നീലയാണെന്റെ ചിന്തകൾ

നിറങ്ങളുടെയും രൂപങ്ങളുടെയും പിന്നിൽ മറഞ്ഞിരിക്കാനിഷ്ടപ്പെടുന്ന വലിയ ചിത്രകാരന്മാരുടെ കഥ പറയുന്ന നോവലാണ് ഒർഹാൻ പാമുക്കിന്റെ 'ചുവപ്പാണെന്റെ പേര്.' നിറങ്ങൾ സൃഷ്ടിക്കുന്ന വൈയക്തികാനുഭവങ്ങൾ വ്യക്തമായി വിശദീകരിക്കാൻ കഴിയില്ലെങ്കിലും ജീവിതത്തിൽ അവയ്ക്കുള്ള സ്ഥാനം വളരെ വലിയതാണ്. ഒരു നിറത്തെക്കുറിച്ചുള്ള നമ്മുടെ അവബോധം നാം പ്രകടിപ്പിപ്പിക്കുന്നത് അതേ നിറത്തിലുള്ള വസ്തുവിനോട് താരതമ്യം ചെയ്തു കൊണ്ടാണ്. ചുകപ്പ് നമുക്ക് ചെമ്പരത്തിയുടെയും ചോരയുടെയും നിറമാണ്. എങ്കിലും ഇരുപത്തിമൂന്ന ലക്ഷം വർണ്ണവ്യത്യാസങ്ങൾ തിരിച്ചറിയാനുള്ള കഴിവുണ്ട് സാധാരണ കാഴ്ചയുള്ള ഒരാളുടെ മസ്തിഷ്കത്തിന്. അതുമാത്രമല്ല ഓരോ നിറവും മനുഷ്യമസ്തിഷ്കത്തിൽ സവിശേഷമായ പ്രതികരണങ്ങളുണ്ടാക്കുകയും ചെയ്യുന്നു. മറ്റു ജീവികളിൽ പൊതുവെ കാണാത്തതാണിത്. ഇത് നിറങ്ങളുടെ തന്നെ ചില സവിശേഷതകൾ ന്യൂറോണുകളിലുണ്ടാക്കുന്ന പ്രതികരണങ്ങളുടെ ഫലമാവാം. തരംഗ ദൈർഘ്യത്തിലുണ്ടാകുന്ന വ്യത്യാസങ്ങളും തീവ്രതയിലുള്ള ഏറ്റക്കുറച്ചിലുമെല്ലാം ഈ പ്രതികരണങ്ങളെ സ്വാധീനിക്കുന്നു. മറ്റൊന്ന് ആർജ്ജിതമായ അറിവുകളുടെ ഫലമായി സംഭവിക്കുന്നതാണ്. ചുകപ്പ് ശ്രദ്ധയെ പെട്ടെന്ന് ഉണർത്തുന്ന നിറമാണെന്നത് പരക്കെ അംഗീകരിക്കപ്പെട്ട വസ്തുതയാണ്. ചുവന്ന ട്രാഫിക്ക് ലൈറ്റ് പെട്ടെന്ന് വാഹനം നിർത്താനുള്ള നിർദ്ദേശമാണ്. ചില അപകട സാധ്യതകൾ അറിയിക്കാനായി ചുവന്ന നിറത്തിലുള്ള ബോർഡുകളാണ് ഉപയോഗിക്കുന്നത്. ഇതെല്ലാം ചുവപ്പിനോടുള്ള പ്രതികരണത്തെ സ്വാധീനിക്കുന്നുണ്ട്. എന്നാൽ

ഈ നിറത്തിന് നമ്മുടെ ഹൃദയമിടിപ്പിന്റെ താളം വർദ്ധിപ്പിക്കാനുള്ള കഴിവുണ്ട് അതിനാലാണ് അടിയന്തരശ്രദ്ധ ആവശ്യമായ ഘട്ടങ്ങളെ ഓർമ്മിപ്പിക്കാനായി ഈ നിറം തന്നെ ഉപയോഗിക്കുന്നത് എന്നും നിരീക്ഷിക്കാവുന്നതാണ്. ഈ രണ്ടു ഘടകങ്ങളും ഒന്ന് മറ്റൊന്നിനെ പോഷിപ്പിച്ചുകൊണ്ട് നില്ക്കുന്നു എന്നു വേണം കരുതാൻ.

പത്തുപതിനഞ്ചു വർഷങ്ങൾക്കു മുമ്പാണ് സ്കോട്ട്ലന്റിന്റെ ഭാഗമായ ഗ്ലാസ്കോയിലെ ഭരണാധികാരികൾ കുറ്റകൃത്യങ്ങൾ കുറയ്ക്കാനായി പുതിയൊരു വഴി കണ്ടെത്തിയത്. പ്രധാനപ്പെട്ട ഭാഗങ്ങളിലെല്ലാം നീല നിറത്തിലുള്ള ലൈറ്റുകൾ ഘടിപ്പിച്ച് നഗരം മോടിപിടിപ്പിക്കാൻ തീരുമാനിച്ചു. അതുവരെ ഉപയോഗിച്ചിരുന്ന മഞ്ഞയും വെള്ളയും ലൈറ്റുകൾ അങ്ങനെ പുതിയനിറത്തിനു വഴിമാറി. മനസ്സിനെ ശാന്തമാക്കാൻ നീലനിറത്തിന് സവിശേഷമായ കഴിവുണ്ട് എന്ന വിശ്വാസത്തിലായിരുന്നു അത്. മാസങ്ങൾ കഴിഞ്ഞപ്പോൾ ക്രിമിനൽ സ്റ്റാറ്റിസ്റ്റിക്സ് വിഭാഗം നടത്തിയ പഠനത്തിൽ കുറ്റകൃത്യങ്ങളിൽ കുറവുവന്നതായി കണ്ടെത്തി. ഈ വാർത്തയറിഞ്ഞ ശേഷം ജപ്പാനിലെ ഒരു വൻനഗരത്തിലും ഇതേ തന്ത്രം പ്രയോഗിക്കുകയുണ്ടായി. അവിടെയും കുറ്റകൃത്യങ്ങളുടെ കാര്യത്തിൽ പ്രകടമായ കുറവുണ്ടായി. ഏകദേശം ഒമ്പതുശതമാനത്തോളം. നീല നിറത്തിലുള്ള ലൈറ്റുകൾ ഘടിപ്പിച്ച ഭാഗങ്ങളിലെ ആളുകളിൽ മാലിന്യങ്ങൾ റോഡിൽ വലിച്ചെറിയുന്ന ശീലത്തിലും മാറ്റമുണ്ടായി. തീവണ്ടിയുടെ മുന്നിൽ ചാടി ആത്മഹത്യ ചെയ്യുന്ന സംഭവങ്ങളിലും ഗണ്യമായ കുറവു വന്നതായി അധികാരികൾ കണ്ടെത്തി. നീല നിറത്തിന് അസാധാരണമായൊരു സൗമ്യതയുണ്ട് എന്ന് ഗോയ്ഥെ രണ്ടു നൂറ്റാണ്ടുകൾക്കു മുമ്പ് നിരീക്ഷിക്കുകയുണ്ടായി. ചുകപ്പ് തുളച്ചുകയറുന്ന നിറമായിട്ടാണ് മഹാനായ ആ നാടകകൃത്ത് കണ്ടത്. ആകാശവും കടലും എന്നു വേണ്ട അഗാധമായതെന്തും നമുക്ക് നീലയാണ്. നീലക്കണ്ണുകളെ ആഴമുള്ള കണ്ണുകളെന്ന് വിശേഷിപ്പിക്കാൻ നാം മടിക്കാറില്ല. വലിയ കമ്പനികളുടെ ലോഗോയിൽ നീല നിറത്തിന് പ്രധാന സ്ഥാനമുള്ളതായി കാണാം ഫേസ്ബുക്കിന്റെയും ട്വിറ്ററിന്റെയും ലോഗോ നീല നിറമാണല്ലോ.

മസ്തിഷ്കപ്രവർത്തനങ്ങളിൽ നിറങ്ങളുടെ സ്വാധീനം ഏതു രീതിയിലാണെന്നു മനസ്സിലാക്കാൻ ഒട്ടേറെ പരീക്ഷണങ്ങൾ നടക്കുകയുണ്ടായി. അവയിൽ ലളിതമായ ഒന്ന് വാൻകൂറിലെ ബിസിനസ്സ് സ്കൂൾ നടത്തിയ പഠനമാണ്. കമ്പ്യൂട്ടറിൽ ചില നിറങ്ങളോടൊപ്പം തെളിയുന്ന വാക്കുകൾ ഓർത്തു പറയുകയായിരുന്നു പരീക്ഷണത്തോട് സഹകരിച്ചവർ ചെയ്യേണ്ടിയിരുന്നത്. ചുവപ്പ

നിറത്തോടൊപ്പം തെളിഞ്ഞവാക്കുകളായിരുന്നു കൂടുതലായി ഓർമ്മയിൽ നിന്നത്. പ്രൂഫ് റീഡിംഗിനു സമാനമായ ഒരു ടെസ്റ്റും കൂട്ടത്തിൽ നടത്തുകയുണ്ടായി. അപ്പോഴും ചുവപ്പ് പശ്ചാത്തലം പോസിറ്റീവായ മാറ്റമുണ്ടാക്കുന്നതായി കണ്ടെത്തി. ശ്രദ്ധ ഓർമ്മ എന്നിവയുമായി ബന്ധപ്പെട്ട പ്രവർത്തനങ്ങളെ സ്വാധീനിക്കാൻ ചുവപ്പിനു കഴിയുന്നു എന്നാണ് ഇതു കാണിക്കുന്നത്. എന്നാൽ ഒന്നിലധികം പ്രവർത്തനങ്ങളുടെ ഏകോപനം ആവശ്യമായ ഘട്ടത്തിൽ നീലനിറത്തിനാണ് പ്രാമുഖ്യം. സർഗ്ഗാത്മകപ്രവർത്തനങ്ങളെല്ലാം ഇത്തരത്തിലുള്ളതാണ്. വാൻകൂർ സ്കൂൾ നടത്തിയ ടെസ്റ്റിന്റെ അടുത്തഘട്ടം ചില വസ്തുക്കൾ കാണിച്ചിട്ട് അവയുടെ വ്യത്യസ്ത ഉപയോഗങ്ങൾ കണ്ടെത്താൻ ആവശ്യപ്പെടുന്നതായിരുന്നു. എഴുതുന്ന ഉപയോഗങ്ങളുടെ എണ്ണവും തിരഞ്ഞെടുപ്പിൽ കാണിക്കുന്ന മിടുക്കും കണക്കിലെടുത്താണ് മാർക്കുകൾ നല്കിയിരുന്നത്. പശ്ചാത്തലത്തിലെ നിറങ്ങൾക്ക്, കണ്ടെത്തുന്ന ഉപയോഗങ്ങളുടെ എണ്ണത്തിൽ കാര്യമായ മാറ്റമൊന്നും വരുത്താൻ കഴിഞ്ഞില്ല എന്നാണ് ഗവേഷകരുടെ നിഗമനം എന്നാൽ ഉപയോഗങ്ങളുടെ തിരഞ്ഞെടുപ്പിനു പിന്നിലെ സർഗ്ഗാത്മകതയെ നിറങ്ങൾ വ്യക്തമായിത്തന്നെ സ്വാധീനിച്ചിരുന്നു. കൂടുതൽ ഭാവനാപൂർണ്ണമായ തിരഞ്ഞെടുപ്പിനെ സഹായിച്ചത് അവിടെയും നീലനിറമാണ്.

റിമോട്ട് അസോസിയേഷൻ ടെസ്റ്റ് എന്നു വിശേഷിപ്പിക്കപ്പെട്ട ഒരു ടെസ്റ്റും അതൊടൊപ്പം ഗവേഷകർ നടത്തിയിരുന്നു. മൂന്നു വാക്കുകൾ നല്കിയിട്ട് അവയോട് ബന്ധപ്പെടുന്ന നാലാമതൊരു വാക്ക് കണ്ടെത്താൻ ആവശ്യപ്പെടുന്നതാണ് ഈ ടെസ്റ്റ്. 'കാർമേഘം', 'ഇടി', 'മിന്നൽ' എന്നിവയോട് ചേർന്ന് 'മഴ' എന്ന വാക്കു വരുന്നതു പോലെ. ഇത്തരമൊരു തിരഞ്ഞെടുപ്പിൽ കാണിക്കുന്ന വൈവിധ്യം ക്രിയാത്മകതയുടെ അടയാളമായി വിലയിരുത്തപ്പെടുന്നു. (ചെയർ എന്നു കേൾക്കുമ്പോൾ ടേബിൾ എന്ന് ഓർത്തു പറയുന്നത് സാധാരണമാണ്. എന്നാൽ ചെയർപേഴ്സൺ എന്നു പറയുന്നത് അങ്ങനെയല്ല). ഈയൊരു ടെസ്റ്റിലും നീലനിറത്തിന്റെ സാന്നിധ്യമായിരുന്നു കൂടുതൽ സർഗ്ഗാത്മകമായ പ്രതികരണങ്ങൾക്കു കാരണമായത്. വാൻകൂവറിലെ സ്കൂൾ ഓഫ് ബിസിനസ്സ് നടത്തിയ ടെസ്റ്റുകൾക്കൊടുവിൽ ഗവേഷകർ എത്തിച്ചേർന്ന നിഗമനമിതാണ്. ക്രിയാത്മകതയും ഭാവനയുമെല്ലാം ആവശ്യമായ ഒരു ജോലിയിലാണ് ഒരാൾ ഏർപ്പെട്ടിരിക്കുന്നത് എന്നു കരുതുക. ഒരു പുതിയ പ്രൊജക്റ്റിനാവശ്യമായ ആശയങ്ങൾ രൂപപ്പെടുത്തുകയോ പുതിയൊരു മാർക്കറ്റിംഗ് തന്ത്രം ആവിഷ്കരിക്കുകയോ, പുതിയൊരുപകരണം രൂപകല്പന ചെയ്യുകതോ ആണെങ്കിൽ മുറി നീലനിറത്തിലാവുന്നതാണ് നല്ലത്. എന്നാൽ

ഓർമ്മശക്തിയും ശ്രദ്ധയും ആവശ്യമായ ജോലിയാണെങ്കിൽ ചുവന്ന പശ്ചാത്തലമാണ് അനുയോജ്യമായത്.

നിറങ്ങളോട് പ്രതികരിക്കാൻ മസ്തിഷ്കം കാണിക്കുന്ന ആവേശം മുതലെടുത്താൽ ചെറിയ തോതിലുള്ള ഒരു കബളിപ്പിക്കലും സാധ്യമാണ്. ഒരിക്കൽ മോൺട്രിയാലിലെ ഒരു സോമില്ലിൽ രണ്ടു ഗവേഷകർ സവിശേഷമായ ഒരു പഠനം നടത്തുകയുണ്ടായി. മരങ്ങൾ മുറിച്ച് ചെറിയ പലകകളാക്കി നിർമ്മാണ കമ്പനികൾ ക്കെത്തിക്കുന്ന ജോലിയായിരുന്നു അവിടെ നടന്നിരുന്നത്. രണ്ടു ഷിഫ്റ്റുകളിലായി രാവും പകലും തൊഴിലാളികൾ പണി ചെയ്തിരുന്നു. ചെറിയൊരു ശ്രദ്ധക്കുറവിന് വലിയ വിലകൊടുക്കേണ്ടിവരുന്ന ജോലിയാണത് എന്നു പറയേണ്ടതില്ലല്ലോ. ചിലപ്പോഴൊക്കെ തൊഴിലാളികൾ രണ്ടു ഷിഫ്റ്റിലും മാറി മാറി ജോലി ചെയ്യാൻ നിർബന്ധിതരായിരുന്നു. ഇതവരുടെ ഉള്ളിലെ ജൈവഘടികാരത്തിന്റെ താളം തെറ്റിക്കുകയുണ്ടായി. ഒരു ദിവസത്തിലെ ഇരുപത്തിനാലു മണിക്കൂറും ഉറക്കിനും ഉണർവ്വിനുമായി വീതിച്ചു നല്കി ശരീരം സൂക്ഷിക്കുന്ന ഒരു സമയതാളമുണ്ട്. സിക്കാഡിയൻ റിഥം എന്ന് വിദഗ്ധർ വിശേഷിപ്പിക്കുന്നത്. 2017 ലെ വൈദ്യശാസ്ത്രത്തിനുള്ള നൊബെൽ പ്രൈസ് ഈ മേഖലയിലെ കണ്ടെത്തലിനാണ്. ജെഫ്രി ഹാൾ, മൈക്കൽ റോസ്ബഷ്, മൈക്കൽ യംഗ് എന്നിവരുടെ 'മോളിക്യുളർ മെക്കാനിസംസ് കൺട്രോളിംഗ് ദ സിക്കാഡിയൻ റിഥം' എന്ന പഠനത്തിനു ലഭിച്ച അംഗീകാരമാണത്. വ്യത്യസ്ത സമയമേഖലകളിലൂടെ സഞ്ചരിക്കുന്ന യാത്രക്കാരിൽ ഈ താളം തെറ്റുകയും വല്ലാത്തൊരു ഉറക്കക്ഷീണം അവരെ പിടികൂടുകയും ചെയ്യും. രണ്ടു ഷിഫ്റ്റുകളിലായി ജോലി ചെയ്യേണ്ടി വന്ന സോമില്ലിലെ തൊഴിലാളികളുടെ അവസ്ഥയും ഇതു തന്നെയായിരുന്നു. മാത്രവുമല്ല ഇടയ്ക്കിടെ ഉണ്ടാകുന്ന അപകടങ്ങൾക്ക് ഇതൊരു പ്രധാനകാരണവുമായിരുന്നു. ഗവേഷകർ നിർദ്ദേശിച്ച പരിഹാരം വളരെ ലളിതമായിരുന്നു. സാധാരണയായി ഉപയോഗിക്കുന്ന ലൈറ്റുകൾക്കു പകരം ഹരിത-നീല (blue-green) വർണ്ണത്തിലുള്ള ലൈറ്റുകൾ ഉപയോഗിക്കുക എന്നതായിരുന്നു അത്. തരംഗദൈർഘ്യം ഏറ്റവും കുറഞ്ഞ വർണ്ണമാണിത്. സൂര്യവെളിച്ചത്തിൽ സുലഭമായുള്ളത്. ഇളവെയിലലേക്കിറങ്ങിയാൽ ഉറക്കച്ചടവ് മാറുന്നത് അതുകൊണ്ടാണ്. ഗവേഷകരുടെ ഇടപെടലിനു ശേഷം സോമില്ലിലെ തൊഴിലാളികൾ രാത്രി ഷിഫ്റ്റിൽ ജോലി ചെയ്യുന്നത് പുതിയ വെളിച്ചത്തിലായി. മറ്റൊരു കാര്യവും കൂടി ഗവേഷകർ ചെയ്തിരുന്നു ജോലി കഴിഞ്ഞു, കാലത്ത് പുറത്തിറങ്ങുമ്പോൾ അവർക്കു ധരിക്കാൻ ആംബർ ഗ്ലാസുകൊണ്ട് നിർമ്മിച്ച സവിശേഷ രീതിയിലുള്ള കണ്ണടകൾ നല്കുകയുണ്ടായി. ഹരിത-നീല

നിറം അവരുടെ കണ്ണിലെത്തുന്നത് തടയാനായിരുന്നു അത്. അതായത് പകൽസമയത്ത് ജോലി ചെയ്ത് രാത്രി പുറത്തിറങ്ങുന്ന പ്രതീതി സൃഷ്ടിക്കാനുള്ള ശ്രമം. ഉള്ളിലെ ജൈവഘടികാരത്തിന്റെ താളം തിരിച്ചുകൊണ്ടുവരാനായി മസ്തിഷ്കത്തിനെ ചെറുതായൊന്നു കുഴപ്പത്തിലാക്കുന്ന സൂത്രപ്പണി. വിജയം തന്നെയായിരുന്നു അത്. വെറും നാലു ദിവസം കൊണ്ട് ജോലിക്കാരിൽ പുതിയൊരുന്മേഷം കാണാൻ തുടങ്ങി. അവർ വരുത്തുന്ന പിഴവുകൾ അഞ്ചു ശതമാനത്തിൽ നിന്നും ഒരു ശതമാനമായി കുറയുകയും ചെയ്തു.

നിറമുള്ള ഓർമ്മകൾ മനസ്സിന്റെ ആഴങ്ങളിൽ സൂക്ഷിക്കപ്പെടുന്നു എന്നു പറയാറുണ്ടല്ലോ. അതുപൊലെ നിറങ്ങളുമായി ബന്ധപ്പെട്ട ചില പ്രയോഗങ്ങളും സൂചകങ്ങളും കൂടുതലായി മനസ്സിൽ നില്ക്കുകയും മസ്തിഷ്കപ്രവർത്തനങ്ങളെയും അതു വഴി നമ്മുടെ പ്രകടനങ്ങളെയും വല്ലാതെ സ്വാധീനിക്കുകയും ചെയ്യും. അത്തരമൊന്നാണ് 'ചുവപ്പുമഷി പ്രയോഗം'. സാധാരണയായി ഉപയോഗിക്കുന്ന കറുപ്പ്, നീല എന്നീ മഷികൾക്കില്ലാത്ത ഒരു ആധികാരികതയും വിമർശന മനോഭാവും ചുവന്ന മഷിയിൽ അടങ്ങിയിരിക്കുന്നതായി കാണാം. ആംഗലയ ഭാഷ പഠിക്കാൻ തുടങ്ങുന്ന വിദ്യാർത്ഥികളിലൊരാൾ എഴുതിയ ഒരു ലേഖനം തെറ്റു തിരുത്താനായി മറ്റു ചില വിദ്യാർത്ഥികൾക്കു നല്കുകയുണ്ടായി. ലേഖനമെഴുതിയ കുട്ടിവരുത്തിയ തെറ്റുകൾക്കു പുറമെ ഗവേഷകർ ചില തെറ്റുകൾ കുത്തിനിറയ്ക്കുകയും ചെയ്തിരുന്നു. ലേഖനം കറക്ട് ചെയ്യാനായി ചിലകുട്ടികൾക്ക് ചുവന്നമഷിയും മറ്റു ചിലർക്ക് നീലമഷിയുമുള്ള പേനകളാണ് നല്കിയത്. അക്ഷരത്തെറ്റുകളും വ്യാകരണപ്പിഴവുകളും വാക്കുകളുടെ തിരഞ്ഞെടുപ്പിൽ വന്ന പാളിച്ചകളും വിരാമചിഹ്നങ്ങളുമെല്ലാം പരിശോധിക്കാൻ കുട്ടികളോട് ആവശ്യപ്പെട്ടിരുന്നു. എല്ലാകുട്ടികൾക്കു നല്കിയത് ഒരേ ലേഖനം തന്നെയായിരുന്നു. ചുവന്നമഷി ഉപയോഗിച്ച കുട്ടികൾ കണ്ടെത്തിയ തെറ്റുകളുടെ ശരാശരി ഇരുപത്തിനാലായിരുന്നു, നീല മഷി ഉപയോഗിച്ചവർ കണ്ടെത്തിയത് പത്തൊമ്പതും. നീല മഷിക്കാർ ലേഖനത്തിന് ശരാശരി എൺപതു ശതമാനം മാർക്കു നല്കിയപ്പോൾ ചുവപ്പു മഷിക്കാർ നല്കിയത് എഴുപത്തിയാറായിരുന്നു. ചുവന്നമഷിപ്പേന കൈയിൽ കിട്ടിയപ്പോഴേക്കും മനസ്സൊരു 'മാഷാകാൻ' തുടങ്ങി എന്നർത്ഥം.

മഴവിൽ നിറങ്ങളിൽ നീലയുടെ തൊട്ടടുത്താണ് പച്ച നിറത്തിന്റെ സ്ഥാനം. പ്രകൃതിയുടെ നിറമായതിനാൽ സ്വഭാവികമായി തന്നെ മനസ്സിനെ സ്വതന്ത്രമായി അലയാൻ പ്രേരിപ്പിക്കുകയും സർഗ്ഗാത്മകതയിലേക്ക് വഴിതിരിച്ചു വിടുകയും ചെയ്യേണ്ട നിറമാണിത്.

ഇതെത്രമാത്രം ശരിയാണ് എന്നറിയാൻ ഒട്ടേറെ പരീക്ഷണങ്ങളും ടെസ്റ്റുകളും നടക്കുകയുണ്ടായി. അവയിലൊരു പഠനത്തിൽ വിധേയരായവരോട് ആവശ്യപ്പെട്ടത് ചില ജ്യാമിതീയ രൂപങ്ങൾ വരയ്ക്കാനാണ്. എന്നിട്ട് അവയെ മൂന്നോ നാലോ വിഭാഗങ്ങളായി തിരിച്ച് ഓരോ രൂപത്തിലുമുള്ള വസ്തുക്കളുടെ പേരുകൾ ഉദാഹരണമായി എഴുതാനാവശ്യപ്പെട്ടു. വൃത്തവും ദീർഘവൃത്തവുമെല്ലാം വരച്ചവർ അതേ ആകൃതിയിലുള്ള കഴിയുന്നത്ര എണ്ണം വസ്തുക്കൾ കണ്ടുപിടിച്ചെഴുതണം, അതും ഒരു നിശ്ചിതസമയത്തിനുള്ളിൽ. തികച്ചും യുക്തിബോധത്തെ അടിസ്ഥാനമാക്കിയുള്ള പ്രശ്നങ്ങൾ കൈകാര്യം ചെയ്യുമ്പോൾ ഹരിതനിറത്തിന്റെ സാന്നിദ്ധ്യം കാര്യമായ മാറ്റമൊന്നും ഉണ്ടാക്കുന്നില്ല എന്നാണ് ഗവേഷകർ എത്തിച്ചേർന്ന നിഗമനം. എന്നാൽ സർഗ്ഗാത്മകതയുമായി ബന്ധപ്പെട്ട പ്രശ്നങ്ങളിൽ ഈ നിറത്തിന്റെ സ്വാധീനം പോസിറ്റീവായ മാറ്റങ്ങൾ ഉണ്ടാക്കുകയും ചെയ്യുന്നു. നിറങ്ങൾ കാണുന്നതു തന്നെ ഒരു സർഗ്ഗാത്മക പ്രവൃത്തിയാണ് എന്നു പറയുന്നതിലും തെറ്റില്ല. 2015 മുതൽ സോഷ്യൽ മീഡിയായിലൂടെ പ്രചരിച്ച ഒരു ചിത്രം ഒട്ടു മിക്ക ആളുകളും കണ്ടിട്ടുണ്ടാകും അതൊരു ഡ്രസ്സിന്റെ ചിത്രമാണ്. ചിലർ അതു കണ്ടത് വെള്ളവസ്ത്രവും ഗോൾഡൻ ലെയ്സുമായിട്ടാണ് മറ്റു ചിലർ കണ്ടത് നീല വസ്ത്രവും കറുത്ത ലെയ്സുമായിട്ടും. രണ്ടു ചേരിയായി തിരിഞ്ഞ് ഫേസ്ബുക്കിലും മറ്റും കമന്റുകളുടെ ബഹളമായി. ഓരോ ചേരിയിൽ പെട്ടവരും എതിർ ചേരിയിലുള്ളവരുടെ കാഴ്ചയ്ക്ക് എന്തോകുഴപ്പമുണ്ടെന്ന് വാദിച്ചു. ഒരേ കാര്യം രണ്ടു പേർ ഒരേ സമയത്ത് രണ്ടു വിധത്തിൽ കാണുന്നതെങ്ങനെയാണെന്ന് പലരും അത്ഭുതപ്പെട്ടിരുന്നു. അതും തികച്ചും വിപരീതങ്ങളായ നിറങ്ങളിൽ. ഈ ചോദ്യം ഗൗരവത്തിലെടുത്ത ന്യൂറോസയിന്റിസ്റ്റാണ് വെല്ലസ്ലി കോളേജിലെ അസോസിയേറ്റ് പ്രൊഫസറായ ബെവിൽ കോൺവെ. അദ്ദേഹത്തിന്റെ വാക്കുകളിൽ ഒരേ വസ്തുവിനെ രണ്ടു പേർ വ്യത്യസ്ത നിറങ്ങളിൽ കാണുന്ന ഇത്തരമൊരു സന്ദർഭം ആദ്യമായിട്ടാണ് റിപ്പോർട്ടു ചെയ്യപ്പെടുന്നത്. അല്ലെങ്കിൽ ചുരുക്കം സന്ദർഭങ്ങളിൽ ഒന്നു മാത്രമായിരിക്കുമിത്. എന്തു തന്നെയായാലും മൂന്നു ഗവേഷണപ്രബന്ധങ്ങളാണ് അതേ വർഷം ഈ പ്രതിഭാസം വിശദീകരിച്ചുകൊണ്ട് പ്രസിദ്ധീകരിക്കപ്പെട്ടത്. അതൊരു തുടക്കം മാത്രമാണെന്നും ഇനിയും പഠനങ്ങൾ പ്രതീക്ഷിക്കാമെന്നും കോൺവെ നിരീക്ഷിക്കുന്നു.

ആദ്യ പ്രബന്ധം ജർമ്മനിയിലെ ഗെയ്ഷൺ സർവ്വകലാശാലയിലെ കാൾ ഗെഗൺഫറ്റ്നറും സഹഗവേഷകരും ചേർന്ന് പ്രസിദ്ധീകരിച്ചതാണ്. ഒരു കൂട്ടം ആളുകൾ ആ ചിത്രം കാണുന്നത് എങ്ങനെയാണെന്ന് അവർ വിലയിരുത്തുകയുണ്ടായി. യഥാർത്ഥത്തിൽ ആ

ചിത്രം കണ്ണിൽപെടുന്നത് രണ്ടു നിറങ്ങളുടെ സംയുക്തമായിട്ടല്ല പകരം നിറങ്ങളുടെ ഒരു നൈരന്തര്യമായിട്ടാണ്. പ്രധാന നിറങ്ങളായിയിട്ട് അവർ പറയുന്നത് അതിന്റെ ഒരു തീവ്രത കൂടിയ അവസ്ഥയാണ്. യഥാർത്ഥത്തിൽ രണ്ടു തരത്തിലായിട്ടല്ല പലതരത്തിലായിട്ടാണ് ആ ചിത്രത്തിലെ നിറങ്ങൾ വീക്ഷിക്കപ്പെടുന്നത്. പിന്നീട് ഒരു പൂർണ്ണത വരുത്തി ഒരു ചേരിയിലേക്ക് മാറുന്നതാണ്. ഒരേ ആൾ തന്നെ ഒരു സന്ദർഭത്തിൽ നീലയും കറുപ്പുമായി കാണുകയും മറ്റൊരിക്കൽ വെള്ളയും ഗോൾഡനുമായി കാണുകയും ചെയ്ത സന്ദർഭങ്ങളുമുണ്ട്. അതായത് രണ്ടു ചേരിയിലേക്കും മാറാവുന്ന ഒരു നൈരന്തര്യമായിട്ടാണ് ചിത്രത്തിലെ നിറവിന്യാസം മസ്തിഷ്കത്തിലെത്തുന്നത്. എന്നാൽ അവസാന തീരുമാനം രൂപപ്പെടുന്നത് അവയിലൊന്നായിട്ടാണെന്നു മാത്രം. അവരുടെ പഠനം ഈ അവസാന ഘട്ടം പൂർണ്ണമായി വിശദീകരിക്കുന്നില്ല എന്നു കരുതുന്നവരുമുണ്ട്.

നെവാദാ സർവ്വകലാശാലയിലെ അലിസാ വിൻകറും കൂട്ടാളികളും ചേർന്ന് നടത്തിയ പഠനം ഈയൊരു ഘട്ടം വിശദീകരിക്കുന്നത് വർണ്ണസ്ഥിരത എന്ന ആശയമുപയോഗിച്ചാണ്. യഥാർത്ഥത്തിൽ ഒരു വസ്തുവിന്റെ നിറമെന്നത് മനസ്സെടുക്കുന്ന ഒരു തീരുമാനമാണ്. വെളിച്ചത്തിന്റെ വ്യത്യാസമനുസരിച്ച് നിരന്തരമായ മാറ്റങ്ങൾക്കു വിധേയമാകുന്നതാണ് നിറമെന്ന ആശയം. എന്നാൽ ഈ വ്യത്യാസങ്ങൾ പരിഹരിച്ച് മനസ്സ് ഒരു നിറമായിത്തന്നെ കാണുന്നതാണ് വർണ്ണസ്ഥിരത എന്നു വിശേഷിപ്പിക്കപ്പെട്ടത്. മുറ്റത്തെ പൂർണ്ണവെളിച്ചത്തിലും മുറിക്കകത്തെ മങ്ങിയ വെളിച്ചത്തിലും ആപ്പിളിന് ഒരേ നിറം തന്നെയാണെന്നത് മസ്തിഷ്കത്തിന്റെ കൃത്യമായി ഇടപെടലിന്റെ ഫലമാണ്. അനുഭവങ്ങളും ഓർമ്മയുമെല്ലാം ചേർന്ന് സൃഷ്ടിച്ച ഒരു മാതൃകയുമായുള്ള താരതമ്യമാണ് യഥാർത്ഥത്തിൽ നടക്കുന്നത്. അതുകൊണ്ടാണ് ഒരു ദിവസം മുഴുവനും ഒരു വസ്തുവിന് ഒരേ നിറം തന്നെയായി നമുക്കനുഭവപ്പെടുന്നത് അല്ലാതെ കണ്ണിൽ പതിയുന്നത് ഒരു പോലെ ആയതു കൊണ്ടല്ല. അലിസാ വിൻകറും ടീമും നിറങ്ങളുടെ അനുഭവം എങ്ങനെയാണെന്ന് ഒരു പുതിയ ദിശയിലൂടെ കാണുകയും വിശദീകരിക്കുകയും ചെയ്യുന്നുണ്ട്. ഒരു വസ്തു നീല നിറത്തിലുള്ളതാണെങ്കിൽ അതിനെ വെളുപ്പായോ ചാരനിറമായോ വ്യാഖ്യാനിക്കപ്പെടാനുള്ള സാധ്യത കൂടുതലാണെന്ന് അവർ നിരീക്ഷിക്കുന്നു. പ്രസ്തുത വസ്ത്രത്തിന്റെ കാര്യത്തിൽ രണ്ടു തരത്തിലുള്ള കാഴ്ചകൾ സാധ്യമാണ് ഒന്നാമത്തേത് വെളിച്ചത്തിനനുസരിച്ച് വർണ്ണസ്ഥിരത ഉപയോഗിച്ചുള്ള കാഴ്ച. മറ്റൊന്ന് യഥാർത്ഥ നിറം തന്നെയായുള്ള കാഴ്ച.

വർണ്ണസ്ഥിരത എന്നത് നമ്മുടെ ഓർമ്മകളുമായി ബന്ധപ്പെട്ടിരിക്കുന്നതാണ്. ഓരോ വസ്തുവും എങ്ങനെയായിരിക്കണമെന്നു തീരുമാനിക്കുന്നത് നമ്മുടെ ഓർമ്മകളും അനുഭവങ്ങളും ചേർന്നാണ്. വെള്ളയും ഗോൾഡനുമായി ചിത്രം കാണുന്നവർ മങ്ങിയവെളിച്ചത്തിലെന്നോണമാണ് കാണുന്നത്. അപ്പോൾ നീല നിറം ഒരു ഷെയ്ഡായിട്ടു മാറുന്നു. നീലയും കറുപ്പുമായി കാണുന്നവർ യഥാർത്ഥ നിറത്തിൽ തന്നെ കാണുകയും ചെയ്യുന്നു. ഒരാൾ തന്നെ രണ്ടു വ്യത്യസ്ത സന്ദർഭങ്ങളിൽ രണ്ടു തരത്തിൽ കാണുന്നതും അതേ രീതിയിൽ തന്നെ വ്യാഖ്യാനിക്കാവുന്നതാണ്. ചിത്രത്തിലെ സവിശേഷ വർണ്ണമിശ്രണം കാഴ്ചയിലുണ്ടാക്കുന്ന ചെറിയൊരു അസ്വസ്ഥത മസ്തിഷ്കം പരിഹരിക്കുന്നത് മനസ്സിലെ മാതൃകയുമായി താരതമ്യം ചെയ്താണ്.. ഇത്തരത്തിൽ ഉള്ളിലെ മാതൃകകൾ നമ്മുടെ അനുഭവങ്ങളിൽ ഇടപെടുന്ന നിരവധി സന്ദർഭങ്ങളുണ്ടാകും. മസ്തിഷ്കം ഓർമ്മയായി സൂക്ഷിക്കുന്ന മാതൃകകൾ എല്ലാവരിലും ഒരു പോലെയാവണമെന്നില്ലല്ലോ.

ചുറ്റുമുള്ള നിറങ്ങൾ മാത്രമല്ല ചുറ്റുമുള്ള ഇടങ്ങളും ചിന്തയുടെ സർഗ്ഗാത്മകതയെ എളുപ്പത്തിൽ സ്വാധീനിക്കുന്നവയാണ്. കാഴ്ചയിലെത്തുന്ന നിറങ്ങളോട് നമ്മുടെ മസ്തിഷ്കം പ്രതികരിക്കുകയാണ് ചെയ്യുന്നത്. എന്നാൽ വീട്ടിലായാലും തൊഴിലിടങ്ങളിലായാലും പഠിക്കുന്നിടത്തായാലും ചുറ്റുപാടുകളുമായുള്ളത് ഒരു പ്രതിപ്രവർത്തനമാണ്. ഒന്നു വെറും റിയാക്ഷനാണെങ്കിൽ രണ്ടാമത്തേത് ഇന്ററാക്ഷനാണ്. അതുകൊണ്ടു തന്നെ നമ്മുടെ ചിന്തയെയും ശ്രദ്ധയെയും ചുറ്റുപാടുകൾ എളുപ്പം സ്വാധീനിക്കുകയും ചെയ്യുന്നു. അസ്വസ്ഥമായ മനസ്സിന് പ്രകൃതി ദൃശ്യങ്ങൾ ആശ്വാസമാകുന്ന അനുഭവങ്ങൾ സാധാരണമാണല്ലോ. ജീവിതത്തിൽ അത്ര സുരക്ഷിതബോധമൊന്നും അനുഭവിച്ചിട്ടില്ലാത്ത നൂറോളം കുട്ടികളിൽ ഹോളണ്ടിലെ ചില ഗവേഷകർ ഒരു പഠനം നടത്തുകയുണ്ടായി. കുട്ടികളെ ഒരു ഹാളിലിരുത്തി അവരെ ഒരു ഹൊറർ സിനിമ കാണിക്കുകയായിരുന്നു ആദ്യം ചെയ്തത്. കുട്ടികളുടെ മനസ്സിനെ വല്ലാതെ അസ്വസ്ഥമാകാൻ ആ സിനിമയ്ക്കു കഴിഞ്ഞു. പിന്നീട് കുട്ടികളെ രണ്ടു വിഭാഗമാക്കി തിരിച്ചു എന്നിട്ട് മറ്റൊരു വീഡിയോ കാണിച്ചു. അഞ്ചോ ആറോ മിനുട്ടുകൾ ഒരാൾ ഒരു കാട്ടിലൂടെ നടന്നാൽ കാണാവുന്ന ദൃശ്യങ്ങളായിരുന്നു ഒന്നിൽ . രണ്ടാമത്തെ വിഭാഗം കണ്ടത് ഒരു തിരക്കു പിടിച്ച നഗരത്തിന്റെ ദൃശ്യങ്ങളായിരുന്നു. രണ്ടു കൂട്ടരും വീഡിയോ ആസ്വദിച്ചു തന്നെ കണ്ടു. അതിനു ശേഷം ചില ടെസ്റ്റുകൾ നടത്തിയപ്പോൾ ആദ്യത്തെ വിഭാഗമാണ് താരതമേന്യ പിരിമുറുക്കം കുറഞ്ഞ മാനസികാവസ്ഥയിലെത്തിയത്. അവർ കുറെക്കൂടി ശ്രദ്ധാലുക്കളായും മാറിയിരുന്നു. കുറെ ചിഹ്നങ്ങൾക്കിടയിൽ നിന്നും ശരിയായ അക്ഷരങ്ങൾ

കണ്ടെത്താനുള്ള ഒരു ടെസ്റ്റ് നല്കിയപ്പോൾ കാട്ടിലൂടെ നടക്കുന്നത് ഭാവനയിൽ കണ്ടവരാണ് കൂടുതൽ മികവു പുലർത്തിയത്. പ്രകൃതിയുടെ നൈസർഗ്ഗികതയിലൂടെ ഇത്തിരി സമയം നടക്കുന്നത് സങ്കല്പിച്ചപ്പോൾ തന്നെ ആദ്യത്തെ ഹൊറർ സിനിമ മനസ്സിൽ വീഴ്ത്തിയ കരിനിഴലുകൾ മായാൻ തുടങ്ങിയിരുന്നു എന്നു വ്യക്തം.

രണ്ടാമത്തെ വിഭാഗം സങ്കല്പിച്ചത് ഒരു തിരക്കുപിടിച്ച തെരുവിലൂടെ നടക്കുന്നതായിരുന്നു. അതിനാലാണ് ഒന്നാമത്തെ വിഭാഗത്തിന് കഴിഞ്ഞ അത്രയും ശ്രദ്ധയോടെ അവർക്ക് ആ ടാസ്ക് ചെയ്യാൻ കഴിയാതിരുന്നത്. പത്തൊമ്പതാം നൂറ്റാണ്ടിന്റെ അവസാനകാലത്ത് ജീവിച്ചിരുന്ന മഹാനായ മനഃശാസ്ത്രജ്ഞൻ വില്യം ജെയിംസ് ശ്രദ്ധയെ രണ്ടായി തിരിക്കുന്നുണ്ട്. ഒന്നാമത്തേത് സദിശമായ ശ്രദ്ധയാണ്. വായിക്കുമ്പോഴും എഴുതുമ്പോഴും വാഹനമോടിക്കുമ്പോഴും എല്ലാം വേണ്ടതായ ശ്രദ്ധ. തികച്ചും ബോധപൂർവ്വമായ ഒരു പ്രവർത്തനം അതിനു പിന്നിലുണ്ട്. രണ്ടാമത്തേത് അനായാസമായ ശ്രദ്ധയാണ്. അസാധാരണമായ കാഴ്ചകൾ വന്യമൃഗങ്ങളുടെ സാന്നിധ്യം തിളങ്ങുന്നതോ ചലിക്കുന്നതോ ആയ വസ്തുക്കൾ എന്നിവ കാരണമുണ്ടാകുന്നത് അനായാസ ശ്രദ്ധയാണ്. മനുഷ്യനിർമ്മിതമായ അന്തരീക്ഷങ്ങൾ നമ്മോട് ആവശ്യപ്പെടുന്നത് ഒന്നാമതു പറഞ്ഞ തരത്തിലുള്ളതാണ്. തിരക്കുപിടിച്ച റോഡിലൂടെ നടക്കുമ്പോൾ വാഹനങ്ങൾ ശ്രദ്ധിക്കുവാനും ട്രാഫിക്ക് നിയമങ്ങൾ പാലിക്കുന്നു എന്നൊക്കെ ഉറപ്പുവരുത്തുവാനും നാം ബാധ്യസ്ഥരാണ്. പ്രകൃതിയിലെ ദൃശ്യങ്ങൾ പോലെയല്ല പരസ്യബോർഡുകളും ജാഗ്രതാ നിർദ്ദേശങ്ങളും. മനുഷ്യനിർമ്മിതമായവ പറയുന്നത് 'ഇങ്ങോട്ടു നോക്കു' എന്നാണെങ്കിൽ പ്രകൃതി പറയുന്നത്, 'ദാ, ഇതു കണ്ടോ' എന്നാണ്. അതിനാലാണ് കാട്ടിലൂടെ നടക്കുന്നത് സങ്കല്പിച്ചവരുടെ പ്രജ്ഞ പിന്നീട് നടന്ന ടെസ്റ്റിൽ കൂടുതൽ ഉന്മേഷത്തോടെ പ്രതികരിച്ചത്.

താരതമ്യേന ശാന്തമായ ഇടങ്ങൾ മനസ്സിന് പോസിറ്റീവായ മാറ്റങ്ങൾ പ്രദാനം ചെയ്യുന്നു എന്നതും ശാസ്ത്രീയമായി സ്ഥാപിക്കപ്പെട്ട വസ്തുതയാണ്. കുറെയധികം മനഃശാസ്ത്രജ്ഞരും ഒരു കൂട്ടം ആർക്കിടെക്ടുകളും ചേർന്ന് മസാച്യുസറ്റിലെയും പെൻസിൽവാനിയായിലെയും എണ്ണായിരത്തോളം കോളേജ് വിദ്യാർത്ഥികളിലായി നടത്തിയ ഒരു പഠനമുണ്ട്. ഈ വിദ്യാർത്ഥികളിൽ ഒരു വിഭാഗം താമസിച്ചിരുന്നത് ഒരു പാട് പേർ ഒരുമിച്ചു താമസിച്ചിരുന്ന വലിയ ടവറുകളിലായിരുന്നു. രണ്ടാമത്തെ വിഭാഗം അത്രയധികം ആളുകളില്ലാത്ത ഇടത്തരം അപാർട്ടുമെന്റുകളിലും. മൂന്നാമത്തെ വിഭാഗത്തിലുള്ളവർ

താമസിച്ചിരുന്നത് കുറച്ചു പേർ മാത്രമുള്ള വലിയ ഹാളുകളും മുറികളുമുള്ള വീടുകളിലായിരുന്നു. കുട്ടികളുടെ സാമൂഹികബോധം വിലയിരുത്തുന്നതിനായി രണ്ടുപരീക്ഷണങ്ങളാണ് ഗവേഷകർ നടത്തിയത്. രണ്ടും വളരെ ലളിതമായിരുന്നു. ആദ്യം അവർ ചെയ്തത് അഡ്രസ്സെഴുതി സ്റ്റാമ്പൊട്ടിച്ച കവറുകൾ കുട്ടികൾ കാണുന്ന തരത്തിൽ പലയിടങ്ങളിലായി ചിതറിയിടുക എന്നതായിരുന്നു. കവറുകൾ കണ്ട കുട്ടികൾ, ആരോടോ നഷ്ടപ്പെട്ടവയാണെന്ന ധാരണയിൽ അവ ലെറ്റർ ബോക്സുകളിൽ നിക്ഷേപിച്ചു. അല്പം കഴിഞ്ഞ് ഗവേഷകർ പരിശോധിച്ചപ്പോൾ വലിയ മുറികളിലും ഹാളുകളിലുമായി കുറച്ചു പേർ ഒരുമിച്ച് താമസിച്ചിരുന്ന ഇടങ്ങളിൽ നിക്ഷേപിച്ച മുഴുവൻ കവറുകളും പോസ്റ്റ് ചെയ്യപ്പെട്ടിരുന്നു. രണ്ടാമത്തെ വിഭാഗത്തിൽ അത് എൺപത്തിയേഴ ശതമാനമായിരുന്നു. ഒരു പാടു പേർ തിങ്ങിനിറഞ്ഞു താമസിക്കുന്ന ബിൽ ഡിംഗിൽ ചിതറിയിട്ട കത്തുകളുടെ അറുപത്തിയേഴ ശതമാനം മാത്രമാണ് എഴുത്തുപെട്ടികളിലെത്തിയത്.

ഇതേ രീതിയിലുള്ള മറ്റു താമസസ്ഥലങ്ങൾ കണ്ടെത്തി മറ്റൊരു പരീക്ഷണവും കൂടി ഗവേഷകർ നടത്തുകയുണ്ടായി. ഇത്തവണ താമസസ്ഥലങ്ങളിൽ ഓരോ പെട്ടികൾ വെച്ച ശേഷം ഉപയോഗം കഴിഞ്ഞ മിൽക്ക് കാർട്ടൂണുകൾ അതിൽ നിക്ഷേപിക്കാൻ ആവശ്യപ്പെടുയായിരുന്നു. ഒരു ആർട്ട് പ്രൊജക്ടിനു വേണ്ടിയാണ് ഇത് ശേഖരിക്കുന്നത് എന്നാണ് വിദ്യാർത്ഥികളോടു പറഞ്ഞത്. കൂടുതൽ കുട്ടികൾ തിങ്ങിപാർക്കുന്ന ഇടങ്ങളിൽ നിന്നും അവർ ഉപയോഗിച്ചതിന്റെ മുപ്പത്തിയേഴ ശതമാനം കാർട്ടൂണുകളാണ് സംഭാവനയായി ലഭിച്ചത്. മറ്റു രണ്ടിടങ്ങളിലും അത് അമ്പത്തിയഞ്ചു ശതമാനമായിരുന്നു. തിങ്ങി പാർക്കുന്നത് അവരുടെ സാമൂഹികബോധത്തെ കാര്യമായി ബാധിക്കുന്നു എന്നാണ് ഗവേഷകരുടെ കണ്ടെത്തൽ. ഓരോ വ്യക്തിയും തന്റേതു മാത്രമായ ഒരിടം വേണമെന്ന് ആഗ്രഹിക്കുന്നുണ്ട്. അപ്രതീക്ഷിതമായി ആരെങ്കിലും നമ്മുടെ ശരീരത്തിൽ തട്ടുകയോ മുട്ടുകയോ ചെയ്താൽ നമ്മുടെ പ്രതികരണം അത്ര സുഖകരമാവാത്തതിന് കാരണമിതാണ്.

പെൻസിൽ വാനിയായിലെ ഒരാശുപത്രിയിൽ വെച്ച് 1972 നും 1981നുമിടയിൽ പിത്താശയ ഓപ്പറേഷനു വിധേയരായ രോഗികളുടെ വിവരങ്ങൾ ഒരു കൂട്ടം ഗവേഷകർ ശേഖരിക്കുകയുണ്ടായി. വളരെ സീരിയസായ ഓപറേഷനായിട്ടല്ല ഡോക്ടർമാർ ഇതിനെ കാണുന്നത്. എന്നാൽ അക്കാലത്ത് ഒന്നോ രണ്ടോ ആഴ്ചയ്ക്കു ശേഷം മാത്രമായിരുന്നു രോഗികളെ ഡിസ്ചാർജു ചെയ്തിരുന്നത്. എന്നാൽ ചില രോഗികൾ താരതമ്യേന കൂടുതൽ നാളുകൾ

ആശുപത്രിയിൽ കഴിയേണ്ടി വന്നിരുന്നു. എന്തുകൊണ്ടാണിത് എന്നറിയാൻ ഗവേഷകർ അവർ കിടന്നിരുന്ന മുറികളുടെ ഘടനയെക്കുറിച്ച് ചിന്തിക്കാൻ തുടങ്ങി. ആശുപത്രി കെട്ടിടത്തിലെ ഒരു ഭാഗത്തുള്ള മുറികളിൽ നിന്നു നോക്കിയാൽ പുറത്തുള്ള വലിയൊരു മതിലായിരുന്നു കാണുക. എന്നാൽ മറു ഭാഗത്തുള്ള മുറികളിൽ നിന്നു നോക്കിയാൽ മണൽമൂടിയ ഒരൊഴിഞ്ഞസ്ഥലവും കുറെ ചോലമരങ്ങളുമൊക്കെയായിരുന്നു കണ്ണിൽപെടുക. മറ്റു കാര്യങ്ങളിലെല്ലാം അവിടത്തെ മുറികൾ ഒരുപോലെയായിരുന്നു. ആശുപത്രിരേഖകൾ പരിശോധിച്ച ഗവേഷകർ വലിയ വ്യത്യാസം തന്നെയാണ് രണ്ടു മുറികളിലും താമസിച്ചവർ സുഖം പ്രാപിച്ചരീതിയിൽ കണ്ടെത്തിയത്. കറുത്തിരുണ്ട മതിലുകൾ കണ്ടുകൊണ്ട് കിടന്നവർ മണൽ മുറ്റവും മരങ്ങളും കണ്ടു കൊണ്ട് കിടന്നവരെക്കാൾ ശരാശരി ഒരു ദിവസം അധികം ആശുപത്രിയിൽ കഴിയേണ്ടതായി വന്നു. (അതു മനസ്സിലാക്കാൻ നമുക്ക് വലിയ ഗവേഷണജ്ഞാനമൊന്നും ആവശ്യമില്ല. ആ കരിങ്കൽ കെട്ടുകൾക്കപ്പുറത്തു നിന്നും പ്രണയത്തിന്റെയും ജീവിതത്തിന്റെയും ഗന്ധം പിടിച്ചെടുക്കാൻ ഒരു ബഷീറിയൻ കഥാപാത്രത്തിന്റെ സർഗ്ഗശേഷി വേണം. മാത്രവുമല്ല ജയിലിൽ കിടന്നതു കഴിഞ്ഞാലും ആശുപത്രി കിടക്കയിൽ വെച്ച് അതു കഴിയണമെന്നില്ല.) അതിനു പുറമെ ആ മുറികളിൽ കിടന്നവർ കൂടുതൽ വേദനയും വിഷമങ്ങളും അനുഭവിക്കുകയും ചെയ്തിരുന്നു. അവരുടെ റിക്കവറി ചാർട്ടിലെ നഴ്സുമാരുടെ കുറിപ്പിൽ നിന്നും ഗവേഷകർ കണ്ടെത്തിയതാണ് ഈ വിവരങ്ങൾ. മരങ്ങൾ കാണുന്ന മുറിയിൽ കിടന്നവർക്ക് അവരുടെ പോസ്റ്റ് ഓപറേഷൻ സമയത്തിനിടയിലായി ഒരു ഡോസ് വേദനാസംഹാരി മാത്രം വേണ്ടി വന്നപ്പോൾ മതിലുകൾ കണ്ടുകിടന്നവർക്ക് രണ്ടും മൂന്നും ഡോസുകളാണ് വേണ്ടി വന്നത്. എല്ലാ രോഗികളെയും ചികിത്സിച്ചത് ഒരേ ഡോക്ടർമാരും ഒരേ നെഴ്സുമാരും ഒരേ മരുന്നുകളുമായിരുന്നു. അവരുടെ കാഴ്ച മാത്രമെ വ്യത്യാസപ്പെട്ടിരുന്നുള്ളൂ. (1984-ൽ സയൻസ് മാഗസിനാണ് ഈ ഗവേഷണ ഫലം പ്രസിദ്ധീകരിച്ചത്).

അല്പദിവസങ്ങൾ മാത്രം ചെലവഴിച്ച സ്ഥലങ്ങൾക്ക് ഇത്രയും സ്വാധീനം ചെലുത്താൻ കഴിയുമെങ്കിൽ ഒരാൾ ജീവിതത്തിലെ നല്ലകാലങ്ങളിൽ ഭൂരിഭാഗവും ചെലവഴിക്കുന്ന ഓഫീസുകളുടെയും തൊഴിലിടങ്ങളുടെയും കാര്യം പറയേണ്ടതില്ലല്ലോ. ജീവനക്കാരുടെ സംതൃപ്തിയും മാനസികാരോഗ്യവും ഉത്പാദനത്തെയും ബിസിനസ്സിനെയും എങ്ങനെയെല്ലാമാണ് ബാധിക്കുക എന്ന് വമ്പൻകമ്പനികൾ മുതൽ സാധാരണകച്ചവടക്കാർ വരെ ചിന്തിക്കുന്ന കൺസ്യൂമർ കാലമാണല്ലോ ഇത്. 2003-ൽ പ്രസിദ്ധീകരിച്ച 21st Centuary office (Jeremy Myerrson and Philip Ross) എന്ന പുസ്തകത്തിൽ ഒരു ഓഫീസ് ഡിസൈൻ ചെയ്യുമ്പോൾ ശ്രദ്ധിക്കേണ്ട നാല് കാര്യങ്ങളെക്കുറിച്ച് പറയുന്നുണ്ട്. ഒന്നാമതായി അവർ പറയുന്നത് ഓഫീസ് 'നെറേറ്റീവ്' ആയിരിക്കണമെന്നാണ്. അതായത് കമ്പനിയുടെ പ്രവർത്തനത്തിന്റെയും ഉത്പാദനത്തിന്റെയും സ്വഭാവം വിളിച്ചോതുന്നതായിരിക്കണം. രണ്ടാമതു വേണ്ട ഗുണം നോഡൽ അയിരിക്കുക എന്നതാണ്. വ്യത്യസ്തങ്ങളായ ആവശ്യങ്ങൾക്കും പ്രവർത്തന ശൈലികൾക്കും അനുയോജ്യമായ വിഭാഗങ്ങളുണ്ടാവണം എന്നർത്ഥം. മൂന്നാമതായി നൈബർലി ആവണം. അതായത് ജീവനക്കാർക്ക് പരസ്പരം ആശയവിനമയത്തിനുള്ള സൗകര്യങ്ങളുണ്ടാവണം നാലാമത്തെ N, നൊമാഡിക്ക് ആവുക എന്നതാണ്. സമയത്തിന്റെയും സ്ഥലത്തിന്റെയും കണിശമായ അതിരുകളെ ഉല്ലംഘിക്കുന്നതായിരിക്കണം എന്ന അർത്ഥത്തിൽ.

ജീവനക്കാർക്ക് സ്ഥലത്തിന്റെയും സമയത്തിന്റെയും കാര്യത്തിൽ കൂടുതൽ സ്വാതന്ത്ര്യം നല്കുന്നതും അവരുടെ കർമ്മശേഷിയെ ഉത്തേജിപ്പിക്കുന്നതുമായ വിധത്തിൽ ഓഫീസുകൾ ഡിസൈൻ ചെയ്യുമ്പോൾ ശ്രദ്ധിക്കേണ്ട സുവർണ്ണ നിയമങ്ങളാണിവ. എന്നാൽ ഇവ എത്രമാത്രം ഫലപ്രദമാണെന്നതിനെക്കുറിച്ച് വ്യത്യസ്തങ്ങളായ വീക്ഷണങ്ങളുണ്ട്. ഓപ്പൺ ഓഫീസ് എന്ന ആശയത്തിന്റെ ഗുണമായി എടുത്തുകാണിക്കുന്ന ഒന്ന് വിവരങ്ങളുടെ അനായസമായ കൈമാറ്റമാണ്. പരസ്പരമുള്ള ആശയവിനിമയങ്ങൾ കൂടതൽ സംതൃപ്തിയോടെ ജോലി ചെയ്യാൻ സഹായിക്കുമെന്നതാണ് മറ്റൊന്ന്. അടുത്തത് സാമ്പത്തികമാണ്. കൂടുതൽ പേർക്ക് ഒരേ ഇടത്തുതന്നെ ജോലി ചെയ്യാൻ കഴിയുമെന്നത് സാമ്പത്തികമായി നേട്ടമുണ്ടാക്കുന്നതാണല്ലോ. കൂടുതൽ ക്രിയാത്മകമായ ഓഫീസ് എന്ന ലക്ഷ്യത്തോടെ മാറ്റങ്ങൾ വരുത്തിയ പല കമ്പനികൾക്കും അതിൽ പൂർണ്ണമായി വിജയിക്കാൻ കഴിഞ്ഞില്ല എന്നാണ് പഠനങ്ങൾ കാണിക്കുന്നത്. സ്വീഡനിലെ ഒരു ഇൻഷൂറൻസ് കമ്പനി പരമ്പരാഗതമായ ചെറിയ ഓഫീസ് മുറികളിൽ നിന്നും 'ഹോട്ട് ഡസ്ക്'-കളുള്ള വലിയൊരു മുറിയിലേക്ക് അവരുടെ പ്രവർത്തനം മാറ്റുകയുണ്ടായി. എപ്പോഴും ഒരാൾ തന്നെ ഇരുന്നു ജോലി ചെയ്യുന്ന ഇടത്തിന് പകരം ആർക്കും ഉപയോഗിക്കാവുന്ന ഒരിടവും അതിനാവശ്യമായ സംവിധാനങ്ങളും അടങ്ങിയതാണ് ഹോട്ട് ഡസ്ക്. മനോഹരമയി സജ്ജീകരിച്ച ആ മുറിയോട് ചേർന്ന് എല്ലാ സൗകര്യങ്ങളുമുള്ള ഒരടുക്കളയും ഉണ്ടായിരുന്നു. കമ്പനിയുടെ മാനേജിംഗ് ഡയരക്ടറും സി. ഇ. ഒ യും മറ്റു ജീവനക്കാരുടെ കൂടെ ആ മുറിയിൽ തന്നെയായിരുന്നു. ഓഫീസിൽ നടക്കുന്ന ഓരോ കാര്യവും ജീവനക്കാർക്കെല്ലാം കൃത്യമായി മനസ്സിലാക്കാൻ കഴിയുന്നത് ഒരു

വിവരപ്രവാഹത്തിന്റെ നടുക്കിരിക്കുന്ന പ്രതീതി സൃഷ്ടിക്കുമെന്ന് കമ്പനി ശുഭാപ്തി വിശ്വാസം പുലർത്തി. പരസ്പരമുള്ള സ്വതന്ത്രമായ ആശയവിനിമയും കൂടുതൽ ഊർജ്ജസ്വലതയോടെ ജോലികൾ മുന്നോട്ടുകൊണ്ടു പോകാൻ സഹായകരമാവുമെന്നും കമ്പനി കരുതി.

എന്നാൽ ജീവനക്കാരുമായി ചില ഗവേഷകർ നടത്തിയ കൂടിക്കാഴ്ചയിൽ അവർ ചില ദോഷവശങ്ങൾ എടുത്തു കാണിക്കുകയുണ്ടായി. അവയിലൊന്ന് എല്ലാവരും ചേർന്ന് നടത്തുന്ന ഉച്ചത്തിലുള്ള ചർച്ചകൾ ജോലിയിലാവശ്യമായ ഏകാഗ്രതയെ ബാധിക്കുമെന്നതാണ്. തങ്ങൾ ചെയ്യുന്നതെല്ലാം മറ്റു ജീവനക്കാരും കാണുന്നുണ്ട് എന്ന ബോധം ഉണ്ടാക്കുന്നത് ഒരു അസ്വസ്ഥതയാണ്. അതു ചിലപ്പോൾ മറ്റുള്ളവരെ കാണിക്കാനും അവരിൽ മതിപ്പുളവാക്കാനും വേണ്ടി ചിലതെല്ലാം ചെയ്യുന്ന അവസ്ഥ സൃഷ്ടിച്ചേക്കാം. തെറ്റായ ഒരു ആത്മബോധം അവരിൽ രൂപപ്പെടാൻ അതു കാരണമാവുകയും ചെയ്യും. വളരെ പ്രതീക്ഷയോടെ അതിരുകളില്ലാത്ത ഇടങ്ങളോട് കൂടിയ ഓഫീസ് ഇംഗ്ലണ്ടിലെ ഒരു കമ്പനിയും രൂപകല്പന ചെയ്തിരുന്നു. റിക്രിയേഷൻ റൂമുകളും മനോഹരമായ കാഫേയുമുള്ള ഒന്ന്. കമ്പനി അതിന്റെ പ്രതീക്ഷകൾ മൂന്നു വാക്കുകളിലൊതുക്കി, വിനോദം, ഊർജ്ജസ്വലത ക്രിയാത്മകത. എന്നാൽ കൂടുതലായൊന്നും സംഭവിച്ചില്ല എന്നതാണു സത്യം. ജീവനക്കാർക്കിടയിൽ ചില ക്ലിക്കുകൾ രൂപംകൊള്ളുകയും അവരുടേതു മാത്രമായ ചില ഇടങ്ങൾ രൂപപ്പെടുകയും ചെയ്തു. അതിനായി ഫർണിച്ചറുകൾ തിരിച്ചും മറിച്ചും ഇടാനാരംഭിച്ചു. അതോടെ അതരില്ലായ്മയ്ക്കിടയിൽ ചില അതിരുകൾ രൂപപ്പെടാൻ തുടങ്ങി. ഓപൺ-ഓഫീസിന്റെ ഫലമായി സംഭവിക്കുന്ന അമിതമായ സർവിലിയൻസ് ജീവനക്കാരിൽ കൃത്രിമമായ ഒരച്ചടക്കം സൃഷ്ടിക്കുകയും അതുമൂലം ആരോഗ്യപരമായ ഇടപെടലുകളെ പ്രതികൂലമായി ബാധിക്കുകയും ചെയ്തു.

ഭൗതികസാഹചര്യങ്ങളിലുണ്ടാകുന്ന മാറ്റങ്ങളെക്കാളും ഫലപ്രദമാകുക ജീവനക്കാരുടെ മാനസികസാഹചര്യത്തിലുണ്ടാകുന്ന മാറ്റങ്ങളാണ്. ഒരിക്കൽ ചിക്കാഗോയിലെ ഇലക്ട്രിക്കൽ കമ്പനി അവരുടെ ഇരുപതിനായിരത്തോളം ജീവനക്കാരുടെ പ്രവർത്തനമികവിനെ കുറിച്ച് ഒരു പഠനം നടത്തുകയുണ്ടായി. ഒരു വിഭാഗം തൊഴിലാളികൾക്ക് അവർ ജോലിചെയ്യുന്ന സ്ഥലങ്ങൾ കുറെക്കൂടി വെളിച്ചമുള്ളതാക്കാനുള്ള സംവിധാനമൊരുക്കി. കൺട്രോൾ ഗ്രൂപ്പായി തിരഞ്ഞെടുക്കപ്പെട്ടവർ പതിവുപോലെ മങ്ങിയ വെളിച്ചത്തിൽ ജോലി തുടരുകയും ചെയ്തു. പ്രതീക്ഷിച്ചപോലെ തന്നെ കൂടിയ വെളിച്ചത്തിൽ ജോലി ചെയ്തവരിൽ നിന്നുള്ള ഉത്പാദനത്തിൽ

പ്രകടമായ വർദ്ധനവുണ്ടായി. എന്നാൽ ഗവേഷകരെ അമ്പരപ്പിക്കുകയും അസ്വസ്ഥരാക്കുകയും ചെയ്ത മറ്റൊന്നു കൂടി സംഭവിച്ചു. മങ്ങിയ വെളിച്ചത്തിൽ തന്നെ ജോലി തുടർന്നിരുന്ന കൺട്രോൾ ഗ്രൂപ്പും കുറെശ്ശേ മെച്ചപ്പെടാൻ തുടങ്ങി എന്നതായിരുന്നു അത്. തങ്ങൾ ഒരു സൈക്കോളജിക്കൽ ടെസ്റ്റിന് വിധേയരാകുന്നു എന്ന സത്യം അവർക്കറിയാമായിരുന്നു. അതവർക്ക് പുതിയൊരു ഉണർവ്വ് നല്കി. തങ്ങൾ ശ്രദ്ധിക്കപ്പെടുന്നുണ്ട് എന്ന തോന്നലും തങ്ങളുടെ പങ്കാളിത്തവും പരിഗണിക്കപ്പെടുന്നുണ്ട് എന്ന തിരിച്ചറിവുമാണ് അവർക്ക് കഠിനമായി ജോലി ചെയ്യാനുള്ള പ്രചോദനമായത്. മനസ്സിനുപിടിച്ച അന്തരീക്ഷമെന്നത് ഭൗതികസാഹചര്യം മാത്രമല്ല. സുരക്ഷിതബോധം നല്കുന്നതും സ്വകാര്യതയ്ക്കു പരിഗണന നല്കുന്നതുമായ അന്തരീക്ഷമാണ്. അതൊടൊപ്പം മറ്റുള്ളവരോട് എളുപ്പത്തിൽ ഇടപഴകാനുള്ള സാധ്യതകളുമുണ്ടായിരിക്കണം. അവിടെ നിന്നായിരിക്കും ക്രിയാത്മകതയിലേക്കുള്ള പാതകൾ തുടങ്ങുന്നത്.

●

സെവാന്റുകളുടെ ലോകം

തലയോട്ടിയിലേക്ക തുളച്ചുകയറിയ ഒരിരുമ്പുകഷണം ജീവിത വീക്ഷണം തന്നെ മാറ്റിക്കളഞ്ഞ റെയിൽവെ ജീവനക്കാരനെ മറന്നിട്ടില്ലല്ലോ. ഇത് മറ്റൊരാളുടെ കഥയാണ്. നമുക്കദ്ദേഹത്തെ സി എന്ന വിളിക്കാം. അദ്ദേഹത്തിന് ഒമ്പതു വയസ്സുമാത്രം പ്രായമുള്ള പ്പോഴാണ് തലയ്ക്ക് വെടിയേറ്റത്. അതോടെ തലച്ചോറിന്റെ ഇടതു ഭാഗത്തിന് കാര്യമായ പരിക്കു പറ്റി. ശരീരത്തിന്റെ വലതു ഭാഗം തളർന്നു പോയെന്ന മാത്രമല്ല സംസാരശേഷിയും കേൾവിശക്തി യും പൂർണ്ണമായി തന്നെ ഇല്ലാതായി. എന്നാൽ ശപിക്കപ്പെട്ട ആ വെടിയുണ്ട കാരണം എല്ലാം നഷ്ടപ്പെട്ട സി ക്ക് ഒരു ഒരു കഴിവുമാത്രം എവിടെ നിന്നോ കിട്ടി. അസാധാരണമായ ഓർമ്മശക്തിയായിരുന്ന ആ മഹാസിദ്ധി. ശാരീരികമായും മാനസികമായും പരിമിതികളുണ്ടാ വുക എന്നാൽ ഏതെങ്കിലുമൊരു മേഖലയിൽ അമാനുഷികമായ കഴിവുണ്ടായിരിക്കുക അങ്ങനെയുള്ളവരെയാണ് സെവാന്റുകൾ എന്നു വിശേഷിപ്പിക്കുന്നത്. സിയുടെ കഴിവുകൾ അത്തരമൊരു വ്യക്തിയുടെതിനു തുല്യമായിരുന്നു.

സെവാന്റ് സിംഡ്രത്തെക്കുറിച്ച് വളരെ ആഴത്തിൽ തന്നെ പഠിച്ച ഫിസിഷ്യനാണ് ഡാരോൾഡ് ട്രഫിൻ. അദ്ദേഹം അന്ധനായ ഒരു സെവാന്റിനോട് വളരെ സങ്കീർണ്ണമായ ഗണിതക്രിയ ആവശ്യമായ ഒരു പ്രശ്നത്തിന്റെ ഉത്തരം കണ്ടെത്താൻ ആവശ്യപ്പെട്ടു. ഒരു ചെസ്സ് ബോർഡിലെ ഒരു കള്ളിയിൽ ഒന്ന്, അടുത്ത കള്ളിയിൽ രണ്ട്, അതിനടുത്ത കള്ളിയിൽ നാല് എന്ന ക്രമത്തിൽ (അതായത് ഓരോ കള്ളിയിലുമുള്ളതിന്റെ ഇരട്ടി അടുത്ത കള്ളിയിൽ എന്ന ക്രമത്തിൽ)

അറുപത്തിനാലു കള്ളികളും നിറയ്ക്കാൻ എത്ര മണി ധാന്യങ്ങൾ വേണ്ടിവരും എന്നതാണ് പ്രശ്നം. രണ്ടിന്റെ അറുപത്തിനാലാം കൃതിയിൽ നിന്നും ഒന്നു കുറച്ചാൽ കിട്ടുന്ന സംഖ്യയാണത്. മറ്റൊരു വിധത്തിൽ പറഞ്ഞാൽ രണ്ടിനെ രണ്ടുകൊണ്ടു തന്നെ അറുപത്തി നാലു പ്രാവശ്യം ഗുണിച്ചതിനു ശേഷം ഒന്നു കുറച്ചാൽ കിട്ടുന്നസംഖ്യ. കാൽക്കുലേറ്ററിന്റെ സഹായത്തോടെ മാത്രമെ സാധാരണഗതിയിൽ അതു കണക്കാക്കാൻ പറ്റുകയുള്ളു. അത്രയും ഗോതമ്പുമണികൾ ചേർന്നാൽ രണ്ടായിരം കൊല്ലത്തിലെ ആഗോള ഗോതമ്പുത്പാ ദനത്തിനു തുല്യമാകുമെന്ന് ജോർജ്ഗാമോവ് തന്റെ ഒന്ന് രണ്ട് മൂന്ന് അനന്തം എന്ന കൃതിയിൽ നിരീക്ഷിക്കുന്നുണ്ട്. ഡാരോൾഡ് ട്രഫിന്റെ മുന്നിലുണ്ടായിരുന്ന അന്ധനായ ആ സെവാന്റിനു വേണ്ടി വന്നത് നാല്പത്തിയഞ്ചു സെക്കന്റുകൾ മാത്രമായിരുന്നു ഉത്തരം 18,446,744,073,709,551,615 എന്ന് കൃത്യമായിത്തന്നെ ലഭിച്ചു.

ലോകപ്രസിദ്ധനായി മാറിയ സെവാന്റാണ് കിം പീക്. കെന്നത്ത് ഹോഫ്മാൻ പ്രധാന വേഷം ചെയ്ത റെയിൻ മാൻ എന്ന സിനിമയ്ക്കു പ്രചോദനമായത് കിം പീകിന്റെ ജീവിതമാണ്. (1988 ൽ ഈ സിനിമ ഓസ്കാർ അവാർഡ് നേടുകയുണ്ടായി). അപാരമായ ഓർമ്മ ശക്തിയാണ് അദ്ദേഹത്തെ ശ്രദ്ധാകേന്ദ്രമാക്കിയത് പന്ത്രണ്ടായിരം പുസ്തകങ്ങൾ മുഴുവൻ ആ അത്ഭുതമനുഷ്യന്റെ ഓർമ്മയിലുണ്ടായിരുന്നു. അവയിലൊന്നിന്റെ ഏതെങ്കിലുമൊരു പേജിൽ പറയുന്നകാര്യങ്ങൾ ഓർത്തു പറയാൻ കിം പീകിന് നിഷ്പ്രയാസം കഴിയുമായിരുന്നു. ഒരു പുസ്തകം മുഴുവനും മന:പാഠമാക്കാൻ കിമ്മിന് അരമണിക്കൂർ സമയം മതിയായിരുന്നു. വളരെ വേഗത്തിലായിരുന്നു കിം വായിച്ചിരുന്നത് അതു മാത്രമല്ല വായനയിലും ഒരു സവിശേഷതയുണ്ടായിരുന്നു. ഒരേ സമയം രണ്ടു പേജുകൾ ഒരുമിച്ചു വായിക്കാൻ കഴിഞ്ഞിരുന്നു എന്ന താണത്. ഒരു കണ്ണുകൊണ്ട് ഒരു പേജും രണ്ടാമത്തെ കണ്ണു കൊണ്ട് അടുത്ത പേജും. കിമ്മിന്റെ മസ്തിഷ്കം സ്കാനിംഗിന് വിധേയമാക്കി യപ്പോൾ കണ്ടെത്തിയ ഒരു വസ്തുത കോർപസ് കൊളോസം എന്ന ഭാഗത്തിന്റെ അസാന്നിധ്യമാണ്. മസ്തിഷകത്തിന്റെ ഇടത്-വലത് അർദ്ധഭാഗങ്ങളെ വിഭജിക്കുന്നതാണിത്. അതുകൊണ്ടായിരിക്കാം ഒരേ സമയം രണ്ടു പേജുകൾ വായിക്കാൻ കഴിയുന്നത്. അപാരമായ ആ ഓർമ്മശക്തിയുടെ ഉറവിടം സ്കാനിംഗിലൂടെ കണ്ടെത്താൻ കഴി ഞ്ഞതുമില്ല.

കിം പികിനെ പോലൊരാൾക്ക് ഇത്രയധികം വിവരങ്ങൾ മനസ്സിൽ സൂക്ഷിക്കാൻ കഴിയുന്നത് എങ്ങനെയാണ്. എല്ലാതരം വിവരങ്ങളും ഇത്തരത്തിൽ സൂക്ഷിക്കാൻ കഴിയുമോ. നമ്മൾ

കഷ്ടപ്പെട്ടു പഠിക്കുന്ന പരീക്ഷകൾക്ക് ഇവരെ അയച്ചാൽ എന്താണ് സംഭവിക്കുക. ഇവർ ബുദ്ധിശക്തി കൂടുതലുള്ളവരാണോ. സാധാരണക്കാർ മുതൽ വലിയശാസ്ത്രജ്ഞർ വരെ ഈ ചോദ്യം ചോദിച്ചിട്ടുണ്ടാകും. 2×2×2..... എന്നിങ്ങനെ പത്തുപ്രാവശ്യം ഗുണി ച്ചാൽ എത്രയാണ് കിട്ടുക എന്ന ചോദ്യത്തിന് മുമ്പിൽ ഒന്ന് അസ്വസ്ഥമാവുകയും പിന്നീട് കഷ്ടപ്പെട്ട് കണക്കു കൂട്ടുകയും ചെയ്യേണ്ടിവരുന്ന നമ്മുടെ ബുദ്ധിക്ക് വല്ല കുഴപ്പവുമുണ്ടോ. നേരത്തെ കണ്ട സവാന്റ് ഇങ്ങനെ അറുപത്തിനാലു പ്രാവശ്യമാണ് ഗുണിച്ചത് എന്നോർക്കുക. വെറും നാല്പത്തിയഞ്ചു സെക്കൻറു കൊണ്ട് അതും മന:ക്കണക്കായി. ലോകപ്രസിദ്ധനായ ഒരു ആർജിബ്രായിസ്റ്റിനെക്കുറിച്ച് വായിച്ചത് ഓർത്തു പോവുകയാണ്. അതിസങ്കീർണ്ണമായ ഗണിതവസ്തുതകൾ വിശദീകരിക്കുന്നതിനിടയിൽ ചെറിയ ചിലഗണിത ക്രിയകൾ വന്നാൽ അദ്ദേഹമൊന്ന് പതറി നിന്നു പോകും. ഒരു രസത്തിനുവേണ്ടി ചിലപ്പോൾ കുട്ടികൾ തെറ്റായ ഉത്തരങ്ങൾ വിളിച്ചു പറഞ്ഞാലും അദ്ദേഹത്തിന് പെട്ടെന്ന് തിരിച്ചറിയാൻ കഴിയില്ല. ഗണിതശാസ്ത്രത്തിലെ അതികായന്മാരിലൊരാളാണദ്ദേഹം എന്നോർക്കുക.

1979 ൽ നടന്ന സംഭവമാണ്. അന്ന് പത്തു വയസ്സ് മാത്രം പ്രായമുണ്ടായിരുന്ന ഒർലാന്റോ സെറൽ എന്ന കുട്ടിയുടെ തലയുടെ ഇടതു ഭാഗത്തായി ഒരു ബേസ് ബാൾ വന്നു കൊണ്ടു. അതിന്റെ ഫലമായി കുറച്ചു ദിവസങ്ങൾ അവന് ശക്തിയായ തലവേദന അനുഭവപ്പെടുകയുണ്ടായി. അല്പദിവസ്ങ്ങൾ കഴിഞ്ഞപ്പോൾ തലവേദന കുറഞ്ഞു. പിന്നെ സംഭവിച്ചത് അവിശ്വസനീയമായ ഒരു മാറ്റമായിരുന്നു. എത്ര സങ്കീർണ്ണമായ ഗണിതക്രിയയും അവൻ നിഷ്പ്രയാസം ചെയ്യാൻ തുടങ്ങി. അതു മാത്രമല്ല അപാരമായ ഓർമ്മശക്തിയും അവന്റെ ജീവിതത്തിലെ ഓരോസംഭവവും കൃത്യമായി അവന്റെ മനസ്സിൽ പതിഞ്ഞു നിന്നു. ഫോട്ടോഗ്രാഫിക് മെമ്മറി എന്നു വിശേഷിപ്പിക്കാറുള്ള അസാധാരണമായ കഴിവ്. ഭാഗ്യമെന്നു പറയാൻ വരട്ടെ അതിനുമുമ്പ് അത്തരം ഓർമ്മയുണ്ടായിരുന്ന ഒരാളുടെ കഥ കേൾക്കാം. 2006 ൽ കാലിഫോർണിയാ സർവ്വകലാശാലയിലെ ജെയ്സ് മാഗ്കൊയും സഹപ്രവർത്തകരും പ്രസിദ്ധീകരിച്ച ഗവേഷണ പ്രബന്ധത്തിലാണ് അവരുടെ കഥയുള്ളത്. എ.ജെ എന്നു ഗവേഷകർ വിശേഷിപ്പിക്കുന്ന ഒരു മഹതിയുടെ കഥയാണത്.

തനിക്കുവന്ന ഒരു ഇ-മെയിൽ വായിച്ചാണ് ജെയ്സ് മാഗ്കൊ എ.ജെ യെക്കുറിച്ച് മനസ്സിലാക്കുന്നത്. തനിക്ക് മുപ്പത്തിനാലുവയസ്സുണ്ട് എന്നു സൂചിപ്പിച്ചുകൊണ്ടാണ് അവർ എഴുത്തു തുടങ്ങുന്നത്. 1976 മുതൽ അന്നു വരെയുള്ള ഏതു തിയ്യതിയെടുത്താലും അത്

ഏതു ദിവസമാണെന്നും അന്ന് താനെന്തെല്ലാമാണ് ചെയ്തതെന്നും കൃത്യമായി ഓർത്തെടുക്കാൻ കഴിയും എന്നവർ അവകാശപ്പെടുന്നു. അതു മാത്രമല്ല അന്ന് വല്ല പ്രധാനസംഭവവും നടന്നിട്ടുണ്ടെങ്കിൽ അതും ഓർത്തുപറയാൻ കഴിയും എന്നു കൂടി ചേർക്കുന്നുണ്ടവർ. ചില രെങ്കിലും ഇതൊരനുഗ്രഹമാണെന്നു പറയുമ്പോൾ തനിക്കങ്ങനെ തോന്നുന്നില്ല എന്നാണവർ പറയുന്നത്. കഴിഞ്ഞകാലം നിരന്തരം മനസ്സിലൂടെ റീ പ്ലേ ചെയ്തു കൊണ്ടു കാണുന്നത് അത്ര സുഖകരമായ അനുഭവമല്ല എന്നാണവർ തന്റെ കുറിപ്പ് അവസാനിപ്പിക്കുന്നത്.

മാഗ്കൊയും സഹഗവേഷകരും എ.ജെയെ സന്ദർശിക്കാൻ തീരുമാനിച്ചു. അപ്പോഴും എഴുത്തിൽ പറഞ്ഞ കാര്യങ്ങൾ അവർ പൂർണ്ണമായി വിശ്വസിച്ചിരുന്നില്ല. ഓർമ്മശക്തിയെക്കുറിച്ചുള്ള അവകാശവാദങ്ങളുമായി ഇടയ്ക്കൊക്കെ ഇങ്ങനെ ചിലർ വരാറുണ്ടായിരുന്നു. എന്നാൽ മെമ്മറി ടെസ്റ്റുകൾ നടത്തുമ്പോഴായിരിക്കും പലരുടെയും ചെമ്പുതെളിയുന്നത്. എന്നാൽ എ.ജെയുടെ കാര്യം തികച്ചും വ്യത്യസ്തമായിരുന്നു. തന്റെ പത്താമത്തെ വയസ്സുമുതൽ അന്നു വരെയുള്ള ജീവിതത്തിലെ ഒരോ സംഭവവും വിവരിക്കുന്ന ഒരു ഡയറി അവർ സൂക്ഷിച്ചിരുന്നു. ഓരോ തിയ്യതി പറയുമ്പോഴും അവർ ഓർത്തു പറയുന്ന സംഭവങ്ങൾ ശരിയാണോ എന്നു പരിശോധിക്കാൻ ഗവേഷകർക്കു വിഷമമുണ്ടായിരുന്നില്ല. എജെയുടെ ഓർമ്മ ഒരത്ഭുതം തന്നെയാണെന്ന് ഗവേഷകർ തിരിച്ചറിഞ്ഞു. ഹൈപർതൈമേഷ്യ എന്നാണ് ഈ അവസ്ഥയെ അവർ വിശേഷിപ്പിച്ചത്. കൂടുതലായി ഓർക്കുക എന്നാണ് ഈ ഗ്രീക്ക് പ്രയോഗത്തിന്റെ അർത്ഥം.

മറ്റു സൂപ്പർ മെമ്മറിക്കാരിൽ നിന്നും എജെയെ വ്യത്യസ്തയാക്കുന്നത് അവരുടെ ഓർമ്മകൾ വ്യക്തിപരമായ സംഭവങ്ങളിലും വസ്തുതകളിലും ഒതുങ്ങി നില്ക്കുന്നു എന്നതാണ്. അവരുടെ ജീവിതവുമായി നേരിട്ടു ബന്ധമില്ലാത്ത വിവരങ്ങളും വസ്തുതകളും ഓർമ്മയിൽ സൂക്ഷിക്കുന്നതിൽ അവർ സാധാരണ ആളുകളെ പോലെ തന്നെയായിരുന്നു. പഠനത്തിലോ മറ്റേതെങ്കിലും സവിശേഷ മേഖലയിലോ മികവു പുലർത്താൻ എജെയ്ക്കു കഴിഞ്ഞതുമില്ല. അവരുടെ കഥ പുറംലോകം അറിഞ്ഞതോടെ സമാനമായ കഴിവുകളുള്ളതായി അവകാശപ്പെട്ടു കൊണ്ട് ഏകദേശം ഇരുനൂറോളം പേർ മാഗ്കൊയെയും കൂട്ടരെയും സമീപിക്കുകയുണ്ടായി. പലരും പഴയകാലങ്ങൾ ഓർത്തെടുക്കുന്നതിൽ മിടുക്കുള്ളവർ തന്നെയായിരുന്നു. എന്നാലതൊന്നും ഹൈപർതൈമേഷ്യ എന്ന അവസ്ഥയായിരുന്നില്ല. എന്നാൽ അങ്ങനെ വിശേഷിപ്പിക്കാവുന്ന അവസ്ഥയുമായി പത്തുപന്ത്രണ്ടു പേർ ലോകത്തിന്റെ വിവിധഭാഗങ്ങളിലുണ്ട് എന്നാണ് ഗവേഷകർ

കണ്ടെത്തയിരിക്കുന്നത്.

കഴിഞ്ഞകാലങ്ങളിലെ ഓരോനിമിഷവും വളരെ കൃത്യതയോടെ ഓർത്തെടുക്കാൻ അവർക്കു കഴിയുന്നതെങ്ങനെയാണ്. ഗവേഷകർ നല്കുന്ന ഒരു വിശദീകരണം ഓർമ്മയുടെ ഫോട്ടോഗ്രാഫിക്ക് സ്വഭാവവുമായി ബന്ധപ്പെട്ടതാണ്. ജീവിതത്തിലെ ഓരൊ രംഗവും ഒരു സ്നാപ് ഷോട്ടായി മസ്തിഷ്കം സൂക്ഷിച്ചുവെക്കുന്നുണ്ട് എന്ന നിരീക്ഷണത്തെ അടിസ്ഥാനമാക്കിയുള്ളത്. ഇത്തരത്തിലുള്ള ഓർമ്മകളെ വിശേഷിപ്പിക്കുന്ന ശാസ്ത്രീയപദമാണ് 'എയ്ഡറ്റിക് മെമ്മറി'. ഇതിനെക്കുറിച്ച് പഠിക്കുന്നവർ കൂടുതലായും ചിന്തിക്കുന്നത് കാഴ്ചയുമായി ബന്ധപ്പെട്ട വിഷയങ്ങൾ മസ്തിഷ്കം അപഗ്രഥിച്ച് സൂക്ഷിക്കുന്നതിന്റെ പിന്നിലെ രഹസ്യങ്ങളെക്കുറിച്ചാണ്. അതിനായി സെന്റ് ലോറൻസ് സർവ്വകലാശാലയിലെ പ്രൊഫസറായ അലൻ സെറിൽമാനും കൂട്ടരും ഉപയോഗിക്കുന്നത് 'പിക്ചർ എലിസിറ്റേഷൻ ടെസ്റ്റ്' എന്നറിയപ്പെടുന്ന ഒരു മാർഗ്ഗമാണ്. മുമ്പ് കണ്ടു പരിചയമില്ലാത്ത ഒരു ചിത്രം മുപ്പതുസെക്കന്റ് നേരം പങ്കാളികളെ കാണിക്കുന്നതാണ് തുടക്കം. ഗവേഷകരുടെ ഭാഷയിൽ പറഞ്ഞാൽ ഒരു പാടു നേരം കാണാനനുവദിക്കുന്നു. മുപ്പതു സെക്കന്റ് ഒരു വലിയ കാലയളവാകുന്നതെങ്ങനെയന്നെല്ലേ. ഒരു ചിത്രവും നാം മുപ്പതു സെക്കന്റിൽ കൂടുതൽ സമയം കാണുന്നില്ല എന്നാണ് വിദഗ്ദ്ധർ പറയുന്നത്. അത്രയും സമയംകൊണ്ട് സ്വീകരിക്കുന്ന ദൃശ്യവിവരങ്ങൾ മതിയാകും മസ്തിഷ്കത്തിന് എന്നു സാരം.

ചിത്രം മാറ്റിക്കഴിഞ്ഞാൽ അതു വെച്ചിരുന്ന സ്റ്റാന്റിൽ തന്നെ നോക്കിയിരിക്കാൻ അവരോട് ആവശ്യപ്പെടും. പിന്നീട് വേണ്ടത് ചിത്രത്തെക്കുറിച്ച് ഒരു ചെറു വിവരണം നല്കുകയാണ് എയ്ഡാറ്റിക്ക് മെമ്മറിയുള്ളവർക്ക് ചിത്രം അപ്പോഴും മുന്നിൽ തന്നെ തെളിഞ്ഞു നില്ക്കുന്ന പ്രതീതിയുണ്ടായിരിക്കും. അവരുടെ വിവരണത്തിന്റെ ശൈലി മുന്നിൽ കണ്ടു പറയുന്നവരുടേതിനു തുല്യമായിരിക്കും. നമ്മളിൽ ബഹുഭൂരിപക്ഷവും എയഡാറ്റിക് മെമ്മറിയുള്ളവരല്ല എന്നതാണു വസ്തുത. അല്പസമയം എന്തെങ്കിലും തുറിച്ച് നോക്കുക്കഴിഞ്ഞാൽ അതുകഴിഞ്ഞും ഒരു പിൻനിഴൽ കണ്ണിൽ തന്നെ നില്ക്കുന്നതായി നമുക്കും തോന്നാറുണ്ട്. കണ്ണിലെ കോശങ്ങൾ ഉത്തേജിക്കപ്പെട്ടതിന്റ ഫലമായുണ്ടാകുന്നതാണത്. കണ്ണുകളുടെ ചലനങ്ങൾക്കനുസരിച്ച് മാറിക്കൊണ്ടിരിക്കുന്നത്. വെള്ളിവെളിച്ചത്തിൽ നിന്നും കണ്ണെടുത്തു കഴിഞ്ഞാൽ അവശേഷിക്കുന്ന ദൃശ്യത്തിന്റെ നടുവിൽ ഒരു കറുത്ത നിഴലുണ്ടാകും. ചുവന്ന വെളിച്ചം കണ്ണിൽ അവശേഷിപ്പിക്കുന്ന രൂപത്തിന് ഇളം പച്ച നിറമായിരിക്കും. എയ്ഡാറ്റിക് മെമ്മറി

ഇതിൽ നിന്നും വ്യത്യസ്തമാണ്. അതിൽ രൂപങ്ങൾക്ക് യാതൊരു തരത്തിലുള്ള വ്യത്യാസവും ഉണ്ടാവുന്നില്ല. കണ്ണുകളുടെ ചലനങ്ങൾക്കനുസരിച്ച് അവ മങ്ങുകയുമില്ല.

മുതിർന്നവരിൽ വളരെ ദുർല്ലഭമായി മാത്രം കാണുന്നതാണ് ഈ പ്രതിഭാസം എന്നു പറയേണ്ടതില്ലല്ലോ. എന്നാൽ കുട്ടികളിൽ അങ്ങനെയല്ല അവരിൽ അഞ്ചുശതമാനം പേർ എയ്ഡാറ്റിക് മെമ്മറിയുള്ളവരാണ്. എന്തെങ്കിലും തരത്തിലുള്ള വളർച്ചാ വൈകല്യമുള്ളവരിൽ ഈ നിരക്ക് അതിലും കൂടുതലാണ്. ഏകദേശം പതിനഞ്ചുശതമാനം വരുമത്. അതുകൊണ്ടാണ് യഥാർത്ഥ ഓർമ്മയുടെ പക്വതയെത്താത്ത രൂപമായി ഇത്തരം ഓർമ്മശക്തിയെ ചില ഗവേഷകർ വിശേഷിപ്പിക്കുന്നത്. ഒരു കുട്ടിയിൽ പതിവിൽ കവിഞ്ഞ അളവിൽ എയ്ഡാറ്റിക് മെമ്മറി നിലനില്ക്കുന്നുണ്ടെങ്കിൽ അതൊരു ഭാഗ്യമായിട്ടല്ല പകരം ഒരു വളർച്ചാപ്രശ്നമായിട്ടാണ് കാണേണ്ടത് എന്നവർ നിരീക്ഷിക്കുന്നു. നേരത്തെ പരിചയപ്പെട്ട എജെയെ പോലുള്ളവരിൽ സംഭവിക്കുന്നത് ഇതിൽ നിന്നും ചെറിയ വ്യതിയാനമുള്ള ഒരു രൂപമാണ്. എയ്ഡാറ്റിക്കുകളിലേതു പോലെ ഒരു ദൃശ്യപ്രതീതിയായി അലപ്നേരത്തേക്കു നില്ക്കുന്ന ഒന്നല്ല അവരുടെ ഓർമ്മകൾ; പകരം അതിനൊരു ദീർഘകാല സ്വഭാവമുണ്ട്. പൂർണ്ണമായും കുറ്റമറ്റതായും കറകളഞ്ഞതായും ഒരു ഓർമ്മയും നിലനില്ക്കുന്നില്ല എന്നതാണ് വസ്തുത. നിരന്തരമായ നിർമ്മിതിയും പുനർനിർമ്മിതിയും നടക്കുന്ന ഇടമാണത്. പ്രൊഫസർ എലിസബത് ലോഫ്റ്റിന്റെ വാക്കുകളിൽ ഓർമ്മകൾ വിക്കിപീഡിയാ പേജു പോലെയാണ് എപ്പോൾ വേണമെങ്കിലും അതിൽ തിരുത്തലുകൾ വരുത്താം. നമുക്കും, അതേപോലെ മറ്റുള്ളവർക്കും.

ഹൈപർതൈമേഷിയ എന്ന അവസ്ഥയുള്ളവരിൽ ഈയൊരു പരിമിതി എത്രയുണ്ടെന്നറിയാൻ കാലിഫോർണിയ സർവ്വകലാശാലയിലെ ഒരുകൂട്ടം ഗവേഷകർ സവിശേഷമായ ഒരു ടെസ്റ്റ് നടത്തുകയുണ്ടായി. ഈ ടെസ്റ്റ് അറിയപ്പെടുന്നത് ഡി. ആർ. എം ടെസ്റ്റ് എന്നാണ്. ഹൈപർതൈമേഷ്യക്കാരും അല്ലാത്തവരുമടങ്ങിയ ഒരു സംഘത്തിന് കുറെ വാക്കുകളടങ്ങിയ ഒരു ലിസ്റ്റ് നല്കുകയാണ് ഗവേഷകർ ആദ്യമായി ചെയ്തത്. വാക്കുകൾക്കിടയിൽ ഏതെങ്കിലുമൊരു ബന്ധമുണ്ടാകും. നേരത്തെ കണ്ട പോലെ കാർമേഘം, ഇടി, മിന്നൽ കാറ്റ് എന്നിങ്ങനെയുള്ളവ. അവർ ചെയ്യേണ്ടത് ലിസ്റ്റിലുള്ള വാക്കുകൾ വായിച്ച് ഓർമ്മയിൽ സൂക്ഷിക്കുക എന്നതാണ്. മുകളിൽ കൊടുത്ത വാക്കുകൾ ശ്രദ്ധിച്ചല്ലോ. അവയെല്ലാം മഴ എന്ന വാക്കുമായി ബന്ധപ്പെട്ടതാണ്. എന്നാൽ ആ വാക്ക് കൂട്ടത്തിലില്ല.

പിന്നീട് അവരെ ടെസ്റ്റ് ചെയ്തപ്പോൾ ഈ വാക്കം അവർ ഓർത്തു പറഞ്ഞു. അങ്ങനെയൊരു വാക്ക തന്നിട്ടില്ല എന്ന വിശ്വസിക്കാൻ പോലും പലരും കൂട്ടാക്കിയില്ല. ഈ വാക്ക് തെറ്റായ ഒരോർമ്മയായി പലരുടെയും മനസ്സിലുണ്ടായിരുന്ന എന്നർത്ഥം. ഹൈമർതൈമേഷ്യക്കാരും അല്ലാത്തവരും തമ്മിൽ ഈ കാര്യത്തിൽ വലിയ വ്യത്യാസമൊന്നും ഉണ്ടായിരുന്നില്ല.

രണ്ടാമത്തെ ടെസ്റ്റ് തെറ്റായ വാക്കുകൾപോലെ തെറ്റായ വിവരവും മസ്തിഷ്കം സൃഷ്ടിക്കുന്നുണ്ടോ എന്ന പരിശോധിക്കാനായിരുന്നു.. ഇതു സ്ഥാപിക്കാനായി പങ്കെടുത്തവരെ കാണിച്ചത് രണ്ടു വിഡിയോ ദൃശ്യങ്ങളാണ് രണ്ടിലും അമ്പതോളം ഫോട്ടോകൾ അടങ്ങിയ ഒരോ സ്വീക്വൻസ് ചിത്രീകരിച്ചിരുന്നു. ഒരു കള്ളൻ സഹായിക്കാനെന്നോണം അടുത്തുകൂടി ഒരു സ്ത്രീയുടെ ബാഗ് തട്ടിപ്പറിക്കുന്ന പോലുള്ള ചില രംഗങ്ങൾ. വീഡിയോ കണ്ടു കഴിഞ്ഞാൽ വീഡിയോയെ കുറിച്ചുള്ള ഒരു ചെറുവിവരണവും കാണികൾക്കു നല്കം. ഈ വിവരണത്തിൽ ചില വിവരങ്ങൾ തെറ്റായ രീതിയിലായിരിക്കും നല്കിയിട്ടുണ്ടാകുക. കള്ളൻ ധരിച്ചിരുന്ന ഷർട്ടിന്റെ നിറം സ്ത്രീയുടെ കൈവശമുണ്ടായിരുന്ന ബാഗിന്റെ രൂപം എന്നിവ തെറ്റായി നല്കിയിട്ടുണ്ടെന്നു കരുതുക. പിന്നീട് അവർ കണ്ട വീഡിയോയെ കുറിച്ചുള്ള വിവരണങ്ങൾ നല്കുമ്പോൾ കുറിപ്പിലെ തെറ്റായവിവരങ്ങൾ കടന്നു വരുന്നുണ്ടോ എന്നായിരുന്നു ഗവേഷകർ ശ്രദ്ധിച്ചത്. എന്നാൽ സാധാരണ ഓർമ്മ ശക്തിയുള്ളവരെക്കാളും കൂടുതൽ ഇത്തരത്തിലുള്ള പിഴവുകൾ വന്നത് ഹൈപർതൈമേഷിയക്കാരിലായിരുന്നു. ഫോട്ടോഗ്രാഫക്ക് മെമ്മറി എന്നൊന്നില്ല എന്ന കരുതുന്നവരാണ് ബഹുഭൂരിപക്ഷം വിദഗ്ധരും. ഒരു ക്യാമറയിലെന്നോണം വിവരങ്ങൾ ഓർമ്മയിൽ സൂക്ഷിച്ചുവെക്കുന്നില്ല. ഫോട്ടൊഗ്രാഫിക് മെമ്മറി എന്ന പദമുപയോഗിക്കുന്നവരും സാധാരണ അർത്ഥത്തിലല്ല അതു പ്രയോഗിക്കുന്നത്.

അസാധാരണമായ സിദ്ധികളുമായി ബന്ധപ്പെട്ട രണ്ടു പദങ്ങൾ കൂടിയുണ്ട് ഒന്ന് ഓട്ടിസമാണ്. രണ്ടാമത്തേത് ആസ്പർജെഴ്സ് സിംഡ്രവും. ഓട്ടിസം എന്ന വളർച്ചാ വൈകല്യത്തെക്കുറിച്ച് ശാസ്ത്രലോകം ചിന്തിച്ചുതുടങ്ങിയത് ഇരുപതാം നൂറ്റാണ്ടിന്റെ പകുതിയോടെയാണ്. ബാൾട്ടിമോറിലെ ഫിസിഷ്യനായ ലിയോ കാനറും വിയന്നായിലെ ഹാൻസ് ആസ്പർജെറുമാണ് ഇതിന്റെ ലക്ഷണങ്ങളെ ശാസ്ത്രീയമായി വിലയിരുത്തുകയും ഇത്തരം അവസ്ഥയുള്ളവരെ കുറിച്ച് ഗൗരവത്തോടെ പഠിക്കുകയും ചെയ്ത ആദ്യത്തെ ശാസ്ത്രജ്ഞർ. രണ്ടു പേർക്കും പരസ്പരം അറിയില്ലായിരുന്നു. എന്നാൽ രണ്ടു പേരും ഈ വൈകല്യാവസ്ഥയ്ക്കു നല്കിയ പേര് ഒന്നു തന്നെയായിരുന്നു,

'ഓട്ടിസം'. സ്വത്വമെന്നും സ്വാർത്ഥചിന്തയെന്നും തൻകാര്യമെന്നു മൊക്കെ അർത്ഥം പറയാവുന്ന ഓട്ടോ എന്ന ഗ്രീക്കു പദത്തിൽ നിന്നും രൂപപ്പെട്ട ഈ സംജ്ഞ പ്രസ്തുത വൈകല്യത്തിന്റെ പ്രകടലക്ഷണങ്ങളെ കൃത്യമായി അടയാളപ്പെടുത്തുന്നതാണ്. ചുറ്റുമുള്ളവരിൽ നിന്നും പൂർണ്ണമായി പിൻവലിയുകയും തങ്ങളുടേതുമാത്രമായ ഒരു ലോകത്തിൽ ഒതുങ്ങിക്കൂടുകയും ചെയ്യുക എന്നതാണ് ഈ അവസ്ഥയുടെ പൊതുവായ സ്വഭാവം. അത്തരക്കാർക്ക് സാമൂഹികമായ ഇടപെടലുകളിൽ ഒട്ടും താത്പര്യമുണ്ടാവുകയില്ല.

ഈ പിൻവലിയൽ ഒരു പൊതു സ്വഭാവമാണെങ്കിലും മറ്റുചില ലക്ഷണങ്ങളും ഏറിയും കുറഞ്ഞും ഇത്തരം അവസ്ഥയുള്ളവരിൽ കാണാറുണ്ട്. ഈ ലക്ഷണങ്ങളെ ആസ്പദമാക്കിയാണ് ഓട്ടിസമെന്നും ആസ്പർജെഴ്സ് സിംഡ്രമെന്നുമുള്ള പേരുകൾ ഉപയോഗിക്കുന്നത്. ഓട്ടിസത്തിന്റെ തീവ്രതകുറഞ്ഞ രൂപമാണ് ആസ്പർജെഴ്സ് എന്നു സാമാന്യമായി പറയാം. ഓട്ടിസത്തിന്റെ ലക്ഷണങ്ങളെ രണ്ടായി തിരിക്കാറുണ്ട്. ഒന്നാമത്തേത് സാമൂഹികാവബോധവുമായി ബന്ധപ്പെട്ടതാണ്. മാനസികമായി ഒറ്റപ്പെടുക എന്നതു തന്നെയാണ് അതിന്റെ ലക്ഷണം. മറ്റുള്ളവരുമായി സംസാരിക്കാനോ ചങ്ങാത്തം കൂടാനോ സാധാരണ നിലയിൽ ഇവർക്കു കഴിയാറില്ല. മറ്റൊരു പ്രധാനഘടകം ഇവർക്ക് മറ്റുള്ളവരോട് സഹാനുഭൂതിയോ സഹതാപമോ തോന്നാറില്ല എന്നതാണ്. ഇവരുടെ ലോകത്തിൽ മറ്റുള്ളവരില്ല എന്നു പറയുന്നതാകും കൂടുതൽ ശരി. കുട്ടികളാണെങ്കിൽ സാധാരണ കുട്ടികളെ പോലെ കളികളിൽ താത്പര്യം കാണിക്കാറില്ല. എന്നാൽ ഒറ്റയ്ക്കിരുന്ന് അവരുടേതായ ചില കളികളിൽ ഏർപ്പെട്ടെന്നു വരാം. അതിനു ചിലപ്പോൾ അല്പം തീവ്രത കൂടുതലായിരിക്കുമെന്നു മാത്രം. സാധാരണ ആളുകൾക്ക് യാതൊരു താത്പര്യവുമില്ലാത്ത ചില കാര്യങ്ങൾ അതിയായ ആവേശത്തോടെയും അസാധാരണമായ മിടുക്കോടെയും ഇവർ ചെയ്തെന്നു വരാം. ഒരു പാർട്ടി നടക്കുന്നിടത്ത് നിർത്തിയിട്ട കാറുകളുടെയെല്ലാം നമ്പറുകൾ കാണാപാഠമാക്കുക, ഒരു ടെലഫോൺ ഡയറക്ടറിയിലെ മുഴുവൻ നമ്പറുകളും പേരുകളും ഓർത്തു വെക്കുക എന്നിങ്ങനെയുള്ളവ.

ഓട്ടിസത്തിന്റെ രണ്ടാമത്തെ ലക്ഷണങ്ങൾ ഇന്ദ്രിയാനുഭവങ്ങളുമായി ബന്ധപ്പെട്ടതാണ്. ചില സന്ദർഭങ്ങൾ ഈ വൈകല്യമുള്ളവർക്ക് തികച്ചും അരോചകമായിരിക്കും. ചില ശബ്ദങ്ങൾ കേൾക്കുമ്പോൾ ഇവർ വല്ലാതെ അസ്വസ്ഥരായെന്നു വരാം. അതുപോലെ പുതിയ അനുഭവങ്ങൾ ഉൾക്കൊള്ളാൻ കഴിയാതെ വരിക എന്നത് മറ്റൊരു സവിശേഷതയാണ്. എല്ലാം ഇതുപോലെ ഇങ്ങനെത്തന്നെ

നില്ക്കാൻ ഉള്ളുകൊണ്ട് ആഗ്രഹിക്കുന്നവരാണവർ. ശരീരികമായ ചില അസാധാരണ ചലനങ്ങൾ. കൈകാലുകൾ കൊണ്ട് ആവർത്തിച്ച് ചെയ്യുന്ന ചില ചേഷ്ടകൾ എന്നിവയും ചിലരിൽ കാണാറുണ്ട്. ഇവിടെ എടുത്തു പറയേണ്ട മറ്റൊരു ലക്ഷണമുണ്ട് അത് മറ്റുള്ളവരെ അനുകരിക്കാൻ കഴിയാതിരിക്കുക എന്നതാണ്. പിറന്നു വീഴുമ്പോൾ ഒരു മനുഷ്യശിശു എത്രമാത്രം നിസ്സഹയാവസ്ഥയിലായിരിക്കുമെന്ന് പറയേണ്ടതില്ലല്ലോ. മറ്റുജീവികളുമായി താരതമ്യം ചെയ്യുമ്പോൾ ഈ അവസ്ഥയുടെ ദയനീയത കൂടുതൽ വ്യക്തമാകും. ജനിച്ച ഉടനെത്തന്നെ അമ്മ നക്കിത്തുടച്ച് എഴുന്നൽപ്പിച്ച് വിടുന്ന ജീവികളുണ്ട്. വെള്ളത്തിലൂടെ നീന്തിത്തുടിക്കാൻ കഴിയുന്നവയുണ്ട്. തള്ള കൊത്തിമാറ്റിയാലും ജീവിതത്തിലേക്ക് നിർഭയമായി ഇറങ്ങിച്ചെല്ലുന്നവയുമുണ്ട്. മനുഷ്യശിശുവിന്റെ കാര്യം പറയേണ്ടതില്ലല്ലോ. എന്നാൽ മറ്റെല്ലാറ്റിനെയും പിറകിലാക്കി എത്ര പെട്ടെന്നാണ് ആ മഹാത്ഭുതത്തിലേക്കുള്ള വളർച്ച. എങ്ങനെയാണിത് സാധിക്കുന്നത് എന്ന് അത്ഭുതപ്പെടാത്തവരുണ്ടാവില്ല. അനുകരിക്കാനുള്ള അസാധാരണമായ കഴിവ് എന്നതാണ് ഒരുത്തരം.

ഓട്ടിസക്കാരിലെ അനുകരിക്കാനുള്ള കഴിവില്ലായ്മയെക്കുറിച്ചുള്ള പഠനത്തിൽ നിന്നാണ് പ്രഗത്ഭനായ ന്യൂറോളജിസ്റ്റ് വി. എസ് രാമചന്ദ്രൻ മുന്നോട്ടു വെക്കുന്ന മിറർ-ന്യൂറോൺ തിയറി രൂപപ്പെട്ടത്. 1990 ൽ ഗിയാകോമോ റിസോലാറ്റി എന്ന ഇറ്റാലിയൻ ന്യൂറോസയിന്റിസ്റ്റ് ഒരു സവിശേഷ തരം കുരങ്ങന്മാരുടെ മോട്ടോർ ന്യൂറോൺ സിസ്റ്റത്തെക്കുറിച്ച് പഠിക്കുകയായിരുന്നു. അതിനിടയിലാണ് രസകരമായ ഒരു കാര്യം അദ്ദേഹത്തിന്റെ ശ്രദ്ധയിൽ പെട്ടത്. ഒരു പെട്ടിയിൽ നിന്നും ഒരു കുരങ്ങൻ ഒരാപ്പിൾ കഷണമെടുത്തപ്പോൾ അതിന്റെ മസ്തിഷ്കത്തിൽ ഉത്തേജിപ്പിക്കപ്പെട്ട അതേ ന്യൂറോണുകൾ തന്നെ റിസോലാറ്റിയുടെ ഒരു സഹപ്രവർത്തകൻ അതു ചെയ്യുന്നതു കണ്ടപ്പോഴും പ്രതിപ്രവർത്തിച്ചു എന്നതാണത്. ഒരാൾ എന്തെങ്കിലും എടുക്കുകയോ പിടിക്കുകയോ ചീന്തിയെടുക്കുകയോ ഒക്കെ ചെയ്യുന്നതു കാണുമ്പോൾ കുരങ്ങന്റെ മസ്തിഷ്കത്തിൽ ഒരു കൂട്ടം ന്യൂറോണുകൾ പ്രവർത്തന നിരതമാകുന്നത് ഗവേഷകർ ശ്രദ്ധിക്കുകയുണ്ടായി. അതേ കാര്യങ്ങൾ കുരങ്ങൻ ചെയ്യുമ്പോഴും ഈ ന്യൂറോണുകൾ പ്രവർത്തനനിരതമാകുന്നു എന്നതായിരുന്നു അവരെ അത്ഭുതപ്പെടുത്തിയത്. ഒരു പ്രവൃത്തി ചെയ്യുമ്പോഴും അതേ പ്രവൃത്തി മറ്റൊരാൾ ചെയ്യുന്നതു കാണുമ്പോഴും പ്രവർത്തനനിരതമാകുന്ന ഒരു കൂട്ടം ന്യൂറോണുകളെ തിരിച്ചറിയുകയായിരുന്നു റിസോലാറ്റിയും കൂട്ടരും. ഇത്തരം ന്യൂറോണുകളാണ് മിറർ ന്യൂറോണുകൾ എന്നു വിശേഷിപ്പിക്കപ്പെടുന്നത്.

2011 ൽ നടന്ന രസകരമായ ഒരു പഠനമുണ്ട്. പത്തുവർഷത്തെ മത്സര പരിചയമുള്ള ഇരുപത് അമ്പെയ്ത്തുകാരെ ഒരു വീഡിയോ കാണിക്കുകയുണ്ടായി അതിവിദഗ്ധനായ ഒരാൾ വളരെ കൃത്യമായ ശാരീരികചലനങ്ങളോടെ അമ്പയക്കുന്ന ക്ലോസ്പ്പ് ദൃശ്യങ്ങളായിരുന്നു വീഡിയോയിൽ. കാണുന്നവരുടെ മസ്തിഷ്കം അതിനിടയിൽ സ്കാനിംഗിന് വിധേയമാക്കുകയും ചെയ്തിരുന്നു. പ്രിമോടോർ കോർടക്സ് എന്നറിയപ്പെടുന്ന മസ്തിഷ്ക ഭാഗത്ത് ത്വരിതഗതിയിലുള്ള ചില ചലനങ്ങൾ സ്കാനിംഗിൽ വ്യക്തമായിത്തന്നെ ഗവേഷകർ തിരിച്ചറിഞ്ഞു. ഈ ഇരുപതു പരിചയസമ്പന്നരോടൊപ്പം അമ്പെയ്ത്തുകാരല്ലാത്തവരെയും പങ്കെടുപ്പിച്ചിരുന്നു. ഇവരുടെ മസ്തിഷ്കത്തിൽ ഇത്തരത്തിലുള്ള യാതൊരു മാറ്റവും ഉണ്ടായതുമില്ല. പരിചയസമ്പന്നരുടെ മസ്തിഷ്കത്തിൽ അതിനു വേണ്ടതായ അന്തരീക്ഷമുള്ളതു കൊണ്ടാണത്. ഇങ്ങനെ മറ്റൊരാളുടെ പ്രകടനം കാണുമ്പോൾ കാണുന്നവരുടെ ഉള്ളിലും ഒരു റിഹേഴ്സൽ നടക്കുന്നത്. ഇത് അവരുടെ കഴിവിനെ പരിപോഷിപ്പിക്കുമോ എന്ന ചോദ്യവും ഗവേഷകരുടെ മുന്നിലുണ്ട്. വ്യക്തമായൊരു ഉത്തരത്തിന് ഇനിയും കാത്തിരിക്കണമെന്നു മാത്രം.

എന്നാൽ മനസ്സിൽ പ്രാക്ടീസ് ചെയ്യുന്നതും ഒരു കാര്യം ഭാവനയിൽ ആവർത്തിക്കുന്നതും പ്രകടനത്തെയും പ്രവർത്തനത്തെയും പോസിറ്റീവായി സ്വാധീനിക്കുമെന്നു തന്നെയാണ് ഒട്ടു മിക്ക വിദഗ്ധരും വിശ്വസിക്കുന്നത്. ലോകപ്രസിദ്ധനായ ഗോൾഫ്കളിക്കാരൻ ടൈഗർ വുഡ്സിന്റെ പരിശീലനവും മത്സരത്തിനുള്ള തയാറെടുപ്പുകളും ഇതിനു തെളിവായി കാണിക്കപ്പെടുന്നു. എട്ടു മണിക്കൂർ ഗോൾഫ്, ഒരു മണിക്കൂർ വെയിറ്റ്ലിഫ്റ്റിംഗ് പിന്നെ ഒരു മണിക്കൂർ കാർഡിയോ എക്സർസൈസുകൾ ഇതായിരുന്നു വുഡിന്റെ ചെറുപ്പം മുതലുള്ള പരിശീലന രീതി. വലിയ മത്സരങ്ങളുടെ ഒരാഴ്ച മുമ്പു തന്നെ മനസ്സും ശരീരവും അതിനായി സജ്ജമാക്കാൻ മഹാനായ ആ കളിക്കാരൻ പ്രത്യേകം ശ്രദ്ധിച്ചിരുന്നു. മത്സരം നടക്കുന്ന സൈറ്റിൽ പ്രാക്ടീസ് ചെയ്ത് തിരിച്ചെത്തിയ ശേഷം വുഡ്സ് കണ്ണുകളടച്ച് ബെഡ്ഡിൽ മലർന്നു കിടക്കും. എന്നിട്ട് കളിക്കേണ്ട ഓരോ ഷോട്ടും മനസ്സിൽ കളിക്കും. അതായത് ഗ്രൗണ്ടിൽ പ്രാക്ടീസ് ചെയ്യുന്നതിനു പുറമെ ഓരോ ഷോട്ടും മനസ്സിലും പ്രാക്ടീസ് ചെയ്തിരുന്നു എന്നർത്ഥം. മികച്ചപ്രകടനം ആവശ്യമായ ഏതൊരു ദിവസത്തിന്റെയും തലേന്ന് നന്നായുറങ്ങുക എന്നാണ് ആരും ആർക്കും നല്കുന്ന ഉപദേശം. തീർച്ചയായും അതു തന്നെയാണു വേണ്ടതും. എന്നാൽ എപ്പോഴും അതു കഴിഞ്ഞെന്നു വരില്ല. സുനിൽ ഗവാസ്കർ തന്റെ ഒരേയൊരു ഏകദിന സെഞ്ച്വറി അടിച്ചതിന്റെ തലേദിവസം ചെറിയൊരു അസുഖം കാരണം നന്നായുറങ്ങാൻ കഴിഞ്ഞിരുന്നില്ല എന്നെഴുതിയിട്ടുണ്ട്.

ഉറക്കം വാരാത്ത ആ ചെറിയ ഇടവേളകളിൽ സണ്ണി ചിന്തിച്ചത് തീർച്ചയായും ന്യൂസിലാന്റ് ബൗളിംഗിനെ കുറിച്ചായിരിക്കും. അവയെ എങ്ങനെ നേരിടണമെന്ന് മനസ്സിൽ പ്രാക്ടീസ് ചെയ്തിട്ടുമുണ്ടാകും.

മിറർ ന്യൂറോണുകളുടെ കണ്ടെത്തൽ മനസ്സിന്റെ ഉന്നത തലത്തിലുള്ള ചില പ്രവർത്തനങ്ങളെ വ്യാഖ്യാനിക്കാൻ ന്യൂറോസയിന്റിസ്റ്റുകൾക്ക് അവസരമൊരുക്കുകയായിരുന്നു. അന്യരുടെ വിഷമം കാണുമ്പോൾ സഹാനുഭൂതി തോന്നുന്നതും, മറ്റൊരാൾ എന്താണ് അർത്ഥമാക്കുന്നത് എന്നു തിരിച്ചറിയുന്നതും, അനുകരിക്കുന്നതും എന്നു വേണ്ട ഭാഷാപഠനം വരെ ഇതിലുൾപ്പെടുന്നു. ഓട്ടിസം എന്ന അതിസങ്കീർണ്ണമായ വൈകല്യത്തിലേക്കു നയിക്കുന്നത് മിറർ ന്യൂറോൺ സിസ്റ്റത്തിന്റെ പ്രവർത്തനത്തിലെ പാളിച്ചകളാണെന്ന് ഡോക്ടർ രാമചന്ദ്രൻ നിരീക്ഷിക്കുന്നു. ഇത്തരത്തിൽ ഒരു അടിസ്ഥാന ഒരു കാരണം കണ്ടെത്തുന്നത് ശാസ്ത്രീയമായ പഠനത്തിന് ഏറെ സഹായിക്കുന്നതാണ്. ഓട്ടിസവും അനുബന്ധലക്ഷണങ്ങളും അതിസങ്കീർണ്ണമായ അവസ്ഥയാണ് എന്നതിൽ സംശയമൊന്നുമില്ല. സുപ്രധാനമായ ഒരടിസ്ഥാനകാരണം ചൂണ്ടിക്കാണിക്കുമ്പോഴും മറ്റുഘടകങ്ങളെ അവഗണിക്കാൻ കഴിയുകയുമില്ല. മിറർ ന്യൂറോൺ തിയറിയുടെ സാധ്യത പരിശോധിക്കുന്ന ഒട്ടേറെ പരീക്ഷണങ്ങൾ ഡോക്ടറുടെ ലാബിൽ നടക്കുകയുണ്ടായി. അവരുടെ അനുമാനം ശരിയാണെന്നു സ്ഥാപിക്കുന്നതായിരുന്നു പരീക്ഷണ ഫലങ്ങൾ.

മിറർ ന്യൂറോൺ ഹൈപോതിസിസ് ഉപയോഗിച്ച് ഓട്ടിസത്തിന്റെ ഒട്ടേറെ ലക്ഷണങ്ങളെ വ്യാഖ്യാനിക്കാൻ ഗവേഷകർക്കു കഴിയുന്നുണ്ട്. അവയിലൊന്ന് ചൊല്ലുകൾ മനസ്സിലാക്കുന്നതിലുള്ള പരിമിതിയാണ്. പഴഞ്ചൊല്ലുകളും ആലങ്കാരിക പ്രയോഗങ്ങളും ഈ വൈകല്യമുള്ളവർക്ക് ഉൾക്കൊള്ളാൻ കഴിയാറില്ല. 'മിന്നുന്നതെല്ലാം പൊന്നല്ല' എന്ന പ്രയോഗത്തിന്റെ വാച്യമായ അർത്ഥത്തിനപ്പുറം അവരുടെ മനസ്സു പോകാറില്ല. മസ്തിഷ്കത്തിന്റെ സൂപ്പർ മാർജിനൽ ജൈറസ് എന്നറിയപ്പെടുന്ന ഭാഗത്ത് ക്ഷതം പറ്റിയ രോഗികളിലും ഇത്തരമൊരു പരിമിതിയുള്ളതായി കണ്ടിട്ടുണ്ട്. ഇവർക്ക് ബോധപൂർവ്വമായ നിയന്ത്രണം ആവശ്യമായ ചില കാര്യങ്ങൾ ചെയ്യാൻ പ്രയാസമനുഭവപ്പെടാറുണ്ട് . ചായയിൽ പഞ്ചസാര ചേർത്ത് ഇളക്കുക ചുമരിൽ ആണിയടിക്കുക എന്നിങ്ങനെയുള്ളവ. അതുപൊലെ അവർക്ക് ഏതെങ്കിലും ക്രിയയെ അടിസ്ഥാനമാക്കിയുള്ള രൂപകങ്ങൾ മനസ്സിലാവുകയേ ഇല്ല. എങ്ങനെയാണ് 'നക്ഷത്രമെണ്ണുക' എന്നോർത്ത് അവർ വേവലാതിപ്പെടും. മിറർ ന്യൂറോണുകളുടെ സാന്നിധ്യമുള്ള ഇടമാണ് സൂപ്പർ മാർജിനൽ ജൈറസ്.

സാമൂഹികമായ ഇടപെടലുകളിലെയും ആശയവിനിമയത്തിലെയും പരിമിതികളും മിറർ ന്യൂറോൺ തിയറി ഉപയോഗിച്ച് വ്യാഖ്യാനിക്കാൻ കഴിയുമെന്ന് ഇതിന്റെ വക്താക്കൾ വാദിക്കുന്നു.

മിറർ ന്യൂറോൺ തിയറി അതിന്റെ ശൈശവ ദശയിലാണെന്നു പറയാം. ഒട്ടേറെ ഗവേഷണങ്ങൾ ഇനിയും നടക്കേണ്ടതായുണ്ട്. ഈ തിയറി ഓട്ടിസത്തിന്റെ ശരിയായ വിശദീകരണമല്ല എന്നു വാദിക്കുന്ന ഗവേഷകരുമുണ്ട്. ഓട്ടിസക്കാരിൽ കണ്ടുവരുന്ന സവാന്റ് സിംഡ്രത്തിന്റെയും കാരണങ്ങൾ ഇനിയും വിശദീകരിക്കപ്പെടേണ്ടതുണ്ട്. ആ കഴിവുകൾ പലപ്പോഴും അമാനുഷികം എന്നു വിശേഷിപ്പിക്കപ്പെടുന്നവയാണ്. ഡാനിയൽ ടാമറ്റിനെ പോലുള്ളവർ വല്ലപ്പോഴും സംഭവിക്കുന്ന ഒരത്ഭുതമാണ്. ചെറുപ്പത്തിലുണ്ടായ ഒരപസ്മാര ബാധയെതുടർന്നാണ് ഡാനിയലിന്റ മസ്തിഷ്കത്തിന് തകരാറ് സംഭവിച്ചത്. അതിനുശേഷമാണ് ഡാനിയലിൽ അവിശ്വസനീയമായ മാറ്റങ്ങൾ കണ്ടുതുടങ്ങിയത്. വളരെ സങ്കീർണ്ണമായ ഗണിതക്രിയകൾ മനസ്സിൽ തന്നെ ചെയ്യാൻ കഴിയുന്ന ഡാനിയൽ പത്തു ഭാഷകൾ അനായസമായി കൈകാര്യം ചെയ്യും. ഈ കഴിവുകളെ അടിസ്ഥാനമാക്കി ബ്രെയിൻ മാൻ എന്ന പേരിൽ ബി.ബി.സി. ഒരു ഡോക്യുമെന്ററി സംപ്രേക്ഷണം ചെയ്തിരുന്നു. ഡാനിയലിന്റെ കഴിവുകൾ നേരിട്ട് മനസ്സിലാക്കുന്നതിനായി ഡോക്യുമെന്ററിയുടെ നിർമ്മാതക്കൾ അദ്ദേഹത്തെ ഐസ്ലാന്റിൽ കൊണ്ടുപോയി. അവിടത്തെ ഭാഷയായ ഐസ്ലാന്റിക് പഠിക്കാൻ ഏറ്റവും വിഷമമുള്ള ഒന്നായിട്ടാണ് വിലയിരുത്തപ്പെടുന്നത്. അതു പഠിക്കാൻ ഒരാഴ്ചത്തെ സമയമനുവദിച്ചു. ഒരാഴ്ച ധാരാളമായിരുന്നു ഡാനിയലിന്. ഭാഷപഠിക്കാൻ സഹായിച്ച അധ്യാപകൻ ഒടുവിൽ ചോദിച്ചത് ഇതൊരു സാധാരണ മനുഷ്യൻ തന്നെയാണോ എന്നാണ്.

ഗണിതത്തിലെ സവിശേഷമായൊരു സംഖ്യയാണ് പൈ മൂന്നിന്റയും നാലിന്റെയും ഇടയ്ക്കുള്ള ഈ സംഖ്യ ദശാംശ രൂപത്തിലെഴുതിയാൽ അനന്തമായി തുടരുന്നതാണ്. ഇതിന്റെ അക്കങ്ങൾ ഓർമ്മയിൽ കൊണ്ടു നടക്കുന്നത് ഒരു ലഹരിയായി കരുതിയവർ എന്നുമുണ്ടായിരുന്നു. രണ്ടായിരത്തി മൂന്നിൽ ഓക്സ്ഫോഡ് സർവ്വകലാശാലയിലെ മ്യൂസിയം ഹാളിൽ വെച്ച് പൈയുടെ 22514 അക്കങ്ങൾ ഓർത്തുപറഞ്ഞുകൊണ്ട് ഡാനിയൽ ഒരു റെക്കോഡ് സ്ഥാപിക്കുകയുണ്ടായി. ഡാനിയലിന്റെ ആത്മകഥയായ 'ബോൺ ഓൺ എ ബ്ലൂ ഡെ' ഒരു ബെസ്റ്റ് സെല്ലറായിരുന്നു. എങ്കിലും മറ്റുള്ളവരോട് ഇടപഴകുമ്പോൾ അദ്ദേഹം വല്ലാത്ത വിഷമം അനുഭവിച്ചിരുന്നു. ആസ്പർജേഴ്സ് സിംഡ്രം നല്കിയ ബലഹീനതകളെ മറികടക്കാൻ

വലിയ ശ്രമം തന്നെ വേണ്ടിവന്നു. മറ്റുള്ളവരോട് സംസാരിക്കുമ്പോൾ മുഖത്ത് നോക്കണമെന്ന് മനസ്സിലെത്താനും ഒരു സംഭാഷണം എവിടെ തുടങ്ങണമെന്നും എങ്ങനെ മുന്നോട്ടുകൊണ്ടു പോകണമെന്ന തിരിച്ചറിയാനും വലിയ വിഷമമായിരുന്നു. അത് ഐസ്ലാന്റിക് പഠിക്കുന്നതു പോലെ എളുപ്പമായിരുന്നില്ല ഡാനിയലിന്..

'ദ മാൻ ഹു മിസ് ടുക് ഹിസ് വൈഫ് ഫോർ എ ഹാറ്റ്' എന്ന പുസ്തകത്തിന്റെ രചനയിലൂടെ ലോകപ്രസിദ്ധനായി മാറിയ പ്രഗത്ഭനായ ന്യൂറോസയിന്റിസ്റ്റ് ഒലിവർ സാക്സ് തന്റെ ആത്മകഥയിലൂടെ പരിചയപ്പെടുത്തുന്ന കുട്ടിയാണ് സ്റ്റീഫൻ വിൽഷെയർ. സ്റ്റീഫൻ ഓട്ടിസ്റ്റിക്കാണെന്ന് ഡോക്ടർ നിരീക്ഷിക്കുന്നു. തന്റെ ആറാമത്തെ വയസ്സു മുതൽ സ്റ്റീഫൻ വരച്ചുകൂട്ടിയ ചിത്രങ്ങൾ കണ്ട് ഒലിവർ സാക്സ് അതിശയിച്ചു പോയി. അവയെല്ലാം തന്നെ ബിൽഡിംഗുകളുടെയും പാർപ്പിട സമുച്ചയങ്ങളുടെയും ചിത്രങ്ങളായിരുന്നു, ആർക്കിടക്ചൽ ഡ്രായിംഗ്സ് എന്നു വിശേഷിപ്പിക്കാവുന്നവ. എത്ര സങ്കിർണ്ണമായ ഘടനയോടുകൂടിയ കെട്ടിടമായാലും സ്റ്റീഫൻ അല്പനിമിഷങ്ങൾ നോക്കിനില്ക്കും. അപ്പോഴേക്കും അതിന്റെ രൂപം ആ കുഞ്ഞു മനസ്സിൽ പതിഞ്ഞിട്ടുണ്ടാവും. പിന്നീട് വളരെ കൃത്യമായിത്തന്നെ ഓരോ ഘടകവും ഓർത്തെടുത്ത് ചിത്രം പൂർത്തിയാക്കും. ഒലിവർ സാക്സ് പരിചയപ്പെടുമ്പോൾ സ്റ്റീഫന് പതിമൂന്ന് വയസ്സായിരുന്നു പ്രായം. സ്റ്റീഫന്റെ ചിത്രങ്ങളുടെ ഒരു പുസ്തകം അപ്പോഴേക്കും പ്രസിദ്ധീകരിച്ചു കഴിഞ്ഞിരുന്നു. അന്നും തന്നിലേക്കൊതുങ്ങിയ, സംസാരിക്കാൻ പ്രയാസമുള്ള ഒരു കുട്ടിയായിരുന്നു അവൻ.

സ്റ്റീഫന്റെ ചിത്രങ്ങൾക്ക് ലഭിച്ചത് വലിയ സ്വീകാര്യതായിരുന്നു. തനിക്ക് വരയ്ക്കാനുള്ള സ്കെച്ചറുകൾ തേടി തന്റെ അധ്യാപകനോടൊപ്പം ഒട്ടേറെ രാജ്യങ്ങൾ സ്റ്റീഫൻ സന്ദർശിക്കുകയുണ്ടായി. രണ്ടു വർഷത്തോളമാണ് സ്റ്റീഫനെക്കുറിച്ച് പഠിക്കാൻ സാക്സ് ചെലവഴിച്ചത്. അതിനായി ഓട്ടിസത്തെക്കുറിച്ച് ആഴത്തിൽ പഠിച്ച ഒട്ടേറെ പേരെ അദ്ദേഹം സന്ദർശിക്കുകയുണ്ടായി. അവരിലൊരാളാണ് ടെംപ്ലെ ഗ്രാന്റിനെ പരിചയപ്പെടാൻ സാക്സിനോട് നിർദ്ദേശിച്ചത്. സാക്സ് പരിചയപ്പെട്ടവരിൽ നിന്നെല്ലാം വ്യത്യസ്തയായ ഓട്ടിസ്റ്റായിരുന്നു ടെംപ്ലെ. അനിമൽ ബിഹേവിയർ സയൻസിൽ ഗവേഷണ ബിരുദം നേടിയ അവർ അവരുടെ ജീവിതകഥ പ്രസിദ്ധീകരിക്കുകയും ചെയ്തിരുന്നു. കൊളറാഡോയിലെ വീട്ടിൽ വെച്ച് അവരെ കാണുമ്പോഴാണ് മറ്റുള്ളവരെ സ്വീ കരിക്കാനും ആതിഥേയ മര്യാദകൾ പാലിക്കാനും അവർ എത്രമാത്രം കടഷ്ടപ്പെടുന്നുണ്ട് എന്ന വസ്തുത സാക്സ് മനസ്സിലാക്കുന്നത്. തന്റെ ചിന്തകൾ വാക്കുകളിലൂടെ അല്ലെന്നും പകരം

ദൃശ്യബിംബങ്ങളിലൂടെ ആണെന്നും ടെംപ്ലെ നിരീക്ഷിക്കുന്നുണ്ട്. എല്ലാപരിമിതികളെയും മറികടന്ന് ഉയരങ്ങൾ കീഴടക്കാൻ കഴിഞ്ഞ അവർ ഓട്ടിസ്റ്റുകൾക്കിടയിലെ ഹീറോ ആയി വിശേഷിപ്പിക്കപ്പെടുന്നു.

ഇടതു ടെംപറൽ ലോബിന്റെ സവിശേഷ ഭാഗത്തുണ്ടാകുന്ന കുഴപ്പമാണ് സവാന്റ് സിംഡ്രത്തിനു കാരണമാകുന്നത് എന്നു വിശ്വസിക്കുന്ന ന്യൂറോസയിന്റിസ്റ്റുകളുണ്ട്. അപ്രസക്തമായ ഓർമ്മകളെയും ചിന്തകളെയും സെൻസർ ചെയ്തു കളയുന്ന ഭാഗമാണിത്. ഇടതു പകുതിക്കു കുഴപ്പം വരുമ്പോൾ മറുപകുതിയുടെ നിയന്ത്രണാധികാരം കൂടാനിടയാകും ഈ വലതുപകുതിയാണ് ഭാവനയുടെ ലോകത്തിലേക്ക് നമ്മെ കൂട്ടിക്കൊണ്ടു പോകുന്നത്. ഇടതുപകുതി എപ്പോഴും യാഥാർത്ഥ്യങ്ങളെ ഓർമ്മിപ്പിച്ചുകൊണ്ടിരിക്കുന്നതാണ്. ഇടതുഭാഗത്തിനുണ്ടാകുന്ന കുഴപ്പങ്ങൾ വലതുപകുതിയെ കൂടുതൽ ഊർജ്ജസ്വലമാകാൻ പ്രേരിപ്പിക്കുന്നു. ഈ ഓവർ ടൈം വർക്കാണ് യഥാർത്ഥത്തിൽ അസാധാരണ സിദ്ധികൾക്കു പിറകിൽ എന്നാണ് ഈ സയിന്റിസ്റ്റുക ൾ കരുതുന്നത്. ഈയൊരു വാദഗതിയെ പിന്തുണയ്ക്കുന്നതാണ് കാലിഫോർണിയ സർവ്വകലാശാലയിലെ ബ്രൂസ് മില്ലറുടെ യും സഹപ്രവർത്തകരടെയും കണ്ടെത്തലുകൾ. ഫോണ്ടോ ടെംപറൽ ഡിമ്നീഷ്യ എന്ന അസുഖം ബാധിച്ചു തുടങ്ങിയ ചില രോഗികളെയാണ് മില്ലറും സംഘവും നിരീക്ഷണ വിധേയമാക്കിയത്. ഇവരുടെ രോഗം മൂർച്ഛിക്കുന്നതിനനുസരിച്ച് ഇവരിലെ സവാന്റ്സ്വഭാവവും കൂടി വരുന്നതായി ഡോക്ടർ കണ്ടെത്തി. ചിലരിലൊക്കെ ചില അസാധാരണമായ കഴിവുകൾ കണ്ടു വരാൻ തുടങ്ങി. വിശേഷിച്ചും കലാപരമായമായ കഴിവുകൾ. മുമ്പ് അവരാരും തന്നെ മികവു തെളിയിച്ചിട്ടില്ലാത്ത മേഖലകളിലായിരുന്നു അതെല്ലാം. കൂട്ടത്തിൽ ഒരു രോഗിയുടെ ഡിമ്നിഷ്യ കുറെശ്ശ കുറയാൻ തുടങ്ങി. അപ്പോൾ പുതുതായി ആർജ്ജിച്ച കഴിവുകളും കുറയാൻ തുടങ്ങി. ഇടതു ടെംപറൽ ലൊബിലെ കുഴപ്പങ്ങൾ കലാപരമായ കഴിവുകളെ പോഷിപ്പിക്കുന്നു എന്ന നിഗമനത്തിലാണ് മില്ലറും സംഘവും എത്തിച്ചേർന്നത്.

ഈ ഗവേഷണഫലം മറ്റൊരു സാധ്യതയിലേക്കും വിരൽ ചൂണ്ടുന്നുണ്ട്. ഇടതു ടെംപറൽ ലോബിലെ പ്രസ്തുതഭാഗങ്ങളുടെ പ്രവർത്തനം ചെറുതായൊന്നു മന്ദീഭവിപ്പിച്ചാൽ അസാധാരണമായ കഴിവുകൾ രൂപം കൊള്ളേണ്ടതല്ലേ. ഈ ആശയവും പ്രായോഗിക തലത്തിൽ പരീക്ഷിക്കപ്പെടുന്നുണ്ട്. 'ട്രാൻസ്കാനിയൽ മാഗ്നറ്റിക് സ്റ്റിമുലേഷൻ' എന്നൊരു സാങ്കേതിക വിദ്യ ഉപയോഗിച്ച് മസ്തിഷ്കത്തിന്റെ ചില ഭാഗങ്ങൾ മാത്രമായി നിശ്ശബ്ദമാക്കാൻ കഴിയും. സിഡ്നി

സർവ്വകലാശാലയിലെ ഡോക്ടർ അല്ലൻ സ്നൈഡർ ചില വളന്റിയർ മാരിൽ ഇതു പരീക്ഷിച്ചപ്പോൾ അവരിൽ ചിലർ അസാധാരണമായ കഴിവുകൾ പ്രകടിപ്പിച്ചതായി ആസ്ട്രേലിയൻ പത്രങ്ങൾ റിപ്പോർട്ടു ചെയ്യുകയുണ്ടായി. ഈയൊരു മേഖലയിലെ പരീക്ഷണങ്ങളെല്ലാം ആരംഭ ദിശയിലാണ്. ഇത്തിരി ആസ്പെർജെഴ്സ് കുത്തിവെക്കാൻ ആഗ്രഹിക്കുന്നവരും ഉണ്ടായിക്കൂടെന്നില്ല വിശേഷിച്ചും പോൾ ഡിറാകിനെയും ഐസക് ന്യൂട്ടനെയും പോലുള്ള ശാസ്ത്രജ്ഞരിൽ ചെറിയൊരളവിൽ അതുണ്ടായിരുന്നു എന്നറിയുമ്പോൾ.

●

ജി-ഘടകവും ജീവിതവും

ഒരു ബേക്കറിയിലെ ജ്ലപ്പകാരനായിരുന്ന ചാർലി. ഒരു മന്ദബുദ്ധി എന്നു വിശേഷിപ്പിച്ചാലും തെറ്റില്ല. ചാർലിയുടെ ഐ.ക്യൂ അറുപത്തിയെട്ടു മാത്രമായിരുന്നു. സ്വന്തം പേരു പോലും ശരിയായി ഉച്ചരിക്കാൻ കഴിയാത്ത ഒരു പാവം. കൂടെയുള്ളവർ കളിയാക്കിയാൽ പോലും മനസ്സിലാവില്ലായിരുന്നു. തന്നെ മനസ്സിലാക്കുന്ന ഒരു സുഹൃത്തുണ്ടായിരുന്നു ചാർലിക്ക്. ആലീസ് എന്നു പേരുള്ള ഒരു സ്കൂൾ ടീച്ചർ. ചാർലിയുടെ അവസ്ഥ കണ്ട് വിഷമം തോന്നിയ ആലീസ് അവനെ എഴുത്തും വായനയും പഠിപ്പിക്കാനാരംഭിച്ചു. അതിനിടയിലാണ് ശാസ്ത്രജ്ഞർ ഒരു സാധാരണ എലിയെ അതിബുദ്ധിയുള്ള ഒന്നാക്കി മാറ്റാനുള്ള മാർഗ്ഗം കണ്ടെത്തിയത്. ആ വാർത്തയറിഞ്ഞ ആലീസ് ചാർലിയെ സയിന്റിസ്റ്റുകൾക്കു പരിചയപ്പെടുത്തി കൊടുത്തു. എലികളിൽ പരീക്ഷിച്ചത് ചാർലിയിലും പരീക്ഷിക്കാൻ അവർ തയ്യാറായി.

ദിവസങ്ങൾ കഴിഞ്ഞതോടെ ചാർലിയിൽ മാറ്റങ്ങൾ കണ്ടുതുടങ്ങി. ചാർലിയുടെ ഭാഷാസ്വാധീനം വർദ്ധിച്ചു. പുതിയവാക്കുകളും പ്രയോഗങ്ങളും പഠിച്ചുതുടങ്ങി. തൊട്ടടുത്ത ലൈബ്രറിയിലെ പുസ്തകങ്ങൾ മുഴുവനും ചാർലി വായിച്ചു തള്ളി. ചാർലിയുടെ മുറിയിൽ പുസ്തകങ്ങളും പെയിന്റിംഗുകളും നിറഞ്ഞുതുടങ്ങി. ചാർലിയുടെ വായന ക്വാണ്ടം മെക്കാനിക്സിലേക്കും തിയറി ഓഫ് റിലേറ്റിവിറ്റിയിലേക്കും ചുവടുമാറി ആലീസും ചാർലിയും പ്രണയത്തിലായി. ഇനി കഥയുടെ അടുത്ത ഘട്ടം. പരീക്ഷണശാലയിലെ സൂപ്പർ എലിയുടെ കഴിവുകൾ കുറെശ്ശെ കുറഞ്ഞു തുടങ്ങി. ഒടുവിൽ അതിന്റെ ജീവനും

നഷ്ടപ്പെട്ടു. ഇതറിഞ്ഞ ചാർലി ആകെ വിഷമത്തിലായി. തന്റെ എല്ലാം നഷ്ടപ്പെടാൻ പോകുകയാണല്ലോ എന്നോർത്ത് അതിൽ നിന്നും രക്ഷപ്പെടാനുള്ള വഴികളാലോചിക്കാൻ തുടങ്ങി. അതിനായി തന്റെ കഴിവുകൾ മുഴുവനും ഉപയോഗിക്കാൻ തീരുമാനിച്ചു. എന്നാൽ അനിവാര്യമായ ആ പതനം കണ്ടു നില്ക്കാൻ മാത്രമെ ചാർലിക്ക് കഴിഞ്ഞുള്ളൂ. ഒടുവിൽ പഴയ അതേ അവസ്ഥയിലെത്തിയ ചാർലി കൊച്ചു കുട്ടികളോടൊപ്പം പൊട്ടൻ കളിക്കുന്നത് ആലീസ് നോക്കി നില്ക്കുന്നിടത്ത് കഥയവസാനിക്കുന്നു.

സംശയിച്ചതുപോലെ തന്നെ സിനിമാക്കഥയാണ്. 1968 ൽ പുറത്തിറങ്ങിയ ചാർലി എന്ന സിനിമയുടെ കഥയാണിത്. പ്രസിദ്ധമായൊരു നോവലിനെ അടിസ്ഥാനമാക്കി നിർമ്മിച്ച ഈ സിനിമ ഓസ്കാർ അവാർഡ് നേടുകയുണ്ടായി. വെറും സിനിമാക്കഥ എന്നു തള്ളിക്കളയാൻ കഴിയില്ല എന്ന് കഴിഞ്ഞ അധ്യായത്തിന്റെ അവസാനം നാം കണ്ടതാണല്ലോ. ചാർലിയെ പോലൊരാളെ ഒരു ജീനിയസ്സാക്കി മാറ്റുന്ന മഹാവിദ്യ ഇന്നു വശമില്ല എന്ന് എല്ലാവർക്കുമറിയാം എന്നാൽ ഈ രംഗത്തു നടക്കുന്ന ഗവേഷണങ്ങൾ കാണിക്കുന്നത് ആ ദിശയിലുള്ള ആദ്യചുവടുകൾ വെച്ചു കഴിഞ്ഞു എന്നാണ്. മനുഷ്യമസ്തിഷ്കത്തിന്റെ സവിശേഷത എന്ത് എന്ന ചോദ്യത്തിന് ആദ്യം കിട്ടുന്ന മറുപടി ബുദ്ധിശക്തി എന്നു തന്നെയായിരിക്കും. ശാസ്ത്രത്തിന്റെ നിലനില്പു തന്നെയാണ് മനുഷ്യബുദ്ധിയുടെ ഏറ്റവും വലിയ തെളിവ്. തനിക്ക് എത്രമാത്രം ബുദ്ധിയുണ്ട് എന്നറിയാൻ ആഗ്രഹമില്ലാത്ത ആരും തന്നെയുണ്ടാവില്ല.

ഭൂമുഖത്ത് ഏറ്റവും ബുദ്ധിയുള്ള ജീവി മനുഷ്യനാണ് എന്നതിൽ സംശയമില്ല. മനുഷ്യർ ബുദ്ധിശക്തിയെക്കുറിച്ച് ചിന്തിക്കുന്നു എന്നതു തന്നെയാണ് അതിന്റെ ഏറ്റവും വലിയ തെളിവ്. എന്താണ് ബുദ്ധിശക്തി എന്നതിന് ഒട്ടേറെ നിർവചനങ്ങളുണ്ട്. കാര്യങ്ങൾ ഉൾക്കൊള്ളാനും കൃത്യമായ തീരുമാനങ്ങളെടുക്കാനും, യുക്തിബോധത്തോടെ ചിന്തിക്കാനുമുള്ള കഴിവ് എന്ന് ചിലർ നിരീക്ഷിക്കുന്നു. സാഹചര്യങ്ങളെ ഫലപ്രദമായി കൈകാര്യം ചെയ്യാനും ലക്ഷ്യബോധത്തോടെ പ്രവർത്തിക്കുവാനുമുള്ള കഴിവ് എന്ന് മറ്റൊരു കൂട്ടർ നിർവചിക്കുന്നു. വസ്തുതകൾ തിരിച്ചറിയാനും കാര്യകാരണബന്ധങ്ങൾ കണ്ടെത്താനുമുള്ള കഴിവും യുക്തിബോധവും എന്ന് മൂന്നാമതൊരു കൂട്ടർ. ഇവയെല്ലാം തന്നെ ബുദ്ധിശക്തിയുടെ സവിശേഷതകളാണ്. വിവരങ്ങൾ കൈകാര്യം ചെയ്യാനും ഫലപ്രദമായി ഉപയോഗിക്കാനുമുള്ള കഴിവ് എന്നു ചുരുക്കം. ചാർലിയുടെ ഐ.ക്യൂ അറുപത്തിയെട്ട് എന്നു പറഞ്ഞുകൊണ്ടാണല്ലോ നാം തുടങ്ങിയത്.

ബുദ്ധിശക്തിയുടെ അളവാണ് ഈ രണ്ടക്ഷരങ്ങൾ സൂചിപ്പിക്കുന്നത് എന്നറിയാത്തവർ ചുരുക്കമായിരിക്കും. എന്നാൽ ശരീരഭാരവും ഉയരവുമൊന്നും കണക്കാക്കുന്നതു പോലെയുള്ള ഒരളവല്ല ഇത്. ഒരു പോപ്പുലേഷന്റെ ശരാശരി എപ്പോഴും നൂറ് എന്ന് നിജപ്പെടുത്തിയും കൊണ്ട് രൂപപ്പെടുത്തുന്ന ഒരു താരതമ്യ അളവാണിത്. ഒരു ചെറിയ ഉദാഹരണം പരിശോധിച്ചാൽ ഇതു വ്യക്തമാകും ഒരു പോപ്പുലെഷനിൽ നിന്നും നൂറു കിലോയിൽ അധികം ഭാരമുള്ളവർ പെട്ടെന്ന് അപ്രത്യക്ഷരായി എന്നു കരുതുക. അപ്പോഴും എൺപതു കിലോ ഭാരമുള്ളയാളുടെ ഭാരം എൺപതു തന്നെയായിരിക്കും. എന്നാൽ ബാക്കിയുള്ളവരുടെ ശരാശരി വ്യത്യാസപ്പെടും. എന്നാൽ ഒരു പോപ്പുലേഷനിൽ നിന്നും നൂറിൽ കൂടുതൽ ഐ.ക്യു ഉള്ളവർ പെട്ടെന്ന് ഇല്ലാതായി എന്നു കരുതുക. ബാക്കിയാവുന്നവരുടെ ശരാശരി ഐ.ക്യു നൂറു തന്നെയായിരിക്കും. എന്നാൽ അതിനുമുമ്പ് ഐ.ക്യു 99 ഉണ്ടായിരുന്ന ആളുടെത് 130 ൽ അധികമാവുകയും ചെയ്യും. ഉയരത്തിന്റെ കാര്യത്തിൽ സംഭവിച്ചതിന് നേരെ വിപരീതമാണ് ഇവിടെ സംഭവിക്കുന്നത് എന്നു ശ്രദ്ധിച്ചു കാണുമല്ലോ

ഒരു പോപുലേഷൻ മൊത്തം കണക്കിലെടുത്താൽ ബുദ്ധിയുടെ കാര്യത്തിൽ ഒരാൾ എവിടെ നില്ക്കുന്നു എന്നു കാണിക്കുന്നതാണ് അയാളുടെ ഐ.ക്യു. 90 നും 109 നും ഇടയിൽ ഐ.ക്യു ഉള്ളയാൾ ശരാശരി ബുദ്ധിയുള്ളയാളാണ്. അത് 110 നും 119 നമിടയിലാണെങ്കിൽ ഉയർന്ന ശരാശരി.120 നും 129 ന മിടയിൽ സുപ്പീരിയർ. അതിനും മുകളിൽ ഹൈ സുപ്പീരിയർ. 90 ൽ കുറയുമ്പോഴാണ് ശരാശരിയിലും കുറയുന്നത്. 70 ലും താഴെയാകുമ്പോൾ ഏറ്റവും മോശമായ അവസ്ഥയിലാണെന്നു പറയാം. ഇടയ്ക്ക് നാം പത്രത്തിലും മറ്റും കാണാറുള്ള ഒരു വാർത്തയുണ്ട്. ആൽബർട്ട് ഐൻസ്റ്റയിനെക്കാളും സ്റ്റീഫൻ ഹാക്കിംഗിനെക്കാളും ഐ.ക്യു കൂടുതലുള്ള കുട്ടി എന്നൊക്കെ. (ആ രണ്ടു മഹാശാസ്ത്രജ്ഞരുടെയും ഐ.ക്യു 160 ന് അടുത്താണെന്ന് കണക്കാക്കപ്പെടുന്നു.) അവകാശപ്പെട്ടു കൊണ്ടുള്ള വാർത്തകൾ കാണാറുണ്ടല്ലോ. തീർച്ചയായും ഐ.ക്യു ഇരുനൂറോ ഇരുനൂറ്റി അമ്പതോ ഒക്കെ ആവാം എന്നാൽ അതുകണക്കാക്കുന്ന ടൂളുകളുടെ വിശ്വാസ്യതയെ കുറിച്ച് പലരും ആശങ്കപ്പെടാറുണ്ട്. ഉയർന്ന ലവലിലാകുമ്പോൾ അതു കണക്കാക്കുന്ന രീതി സങ്കീർണ്ണമാകും ദുർഗ്രഹവുമാകും. അതിനാലാണ് 1990 ന ശേഷം ഉയർന്ന ഐ.ക്യു എന്ന വിഭാഗം ഗിന്നസ് ബുക്കിൽ നിന്നും ഒഴിവാക്കിയത്.

വളരെ ഉയർന്ന ബുദ്ധിയുള്ള ആരും ഉണ്ടാവുകയില്ല എന്നല്ല ഇവിടെ അർത്ഥമാക്കുന്നത്. അങ്ങനെ ഒരാളുടെ ഐ.ക്യു കണക്കാക്കുന്നത്

ഏറെ വിഷമമമാണ്. സാധാരണയായി ഐ.ക്യൂ ടെസ്റ്റുകളിൽ ചില പാറ്റേണുകൾ കണ്ടെത്താനുള്ള കഴിവ് സമഷ്ടി ബോധം ആശയങ്ങളും വസ്തുതകളും ഉൾക്കൊള്ളുന്നതിലുള്ള വേഗതയും കൃത്യതയും ഭാഷാപരമായ കഴിവുകൾ ഇങ്ങനെയുള്ളവ മനസ്സിലാക്കാനാവശ്യമായ ചില മാർഗ്ഗങ്ങളായിരിക്കും.. വളരെ നാളത്തെ പഠനവും പരിശീലനവുമെല്ലാം അവയുടെ കണ്ടെത്തലിനു പിറകിലുണ്ട്. വളരെ ശാസ്ത്രീയമായി തന്നെ രൂപപ്പെടുത്തിയവയാണവ. ഒട്ടേറെ പ്രാവശ്യം പരീക്ഷിച്ചും പരിശോധിച്ചും കുറവുകൾ കണ്ടെത്തി പരിഹരിക്കുന്നതിനുള്ള സംവിധാനവുമുണ്ട്. എങ്കിലും സങ്കീർണ്ണമായ മനുഷ്യബുദ്ധി അസാധാരണമായ ഒരു തലത്തിലെത്തുമ്പോൾ അതളന്നു തിട്ടപ്പെടുത്തുന്നത് കൃത്യമാകാനുള്ള സാധ്യത കുറയുന്നു.

ഇവിടെ സൂചിപ്പിക്കേണ്ട മറ്റൊരു വസ്തുത ഈ ടെസ്റ്റുകൾ ബുദ്ധിശക്തി അളക്കുന്നു എന്നുമാത്രമല്ല എന്താണത് എന്നു തീരുമാനിക്കുകയും ചെയ്യുന്നു എന്നതാണ്. അതായത് ഈ ടെസ്റ്റുകൾ വിലയിരുത്തുന്നതെന്തോ അതാണ് ബുദ്ധി എന്നു ലഭിക്കുന്നു. ഇതൊരു വൈരുധ്യമല്ലേ എന്നു സംശയിക്കുന്നവരുമുണ്ട്. എങ്കിലും ചില പഠനങ്ങൾ കാണിക്കുന്നത് ഈ ടെസ്റ്റുകളിലെ പ്രകടനം സ്ഥിരമായി നില്ക്കുന്നു എന്നാണ്. അതുകൊണ്ടു തന്നെ ഇവ സൂചിപ്പിക്കുന്നത് വ്യക്തിയിലെ നൈസർഗ്ഗികമായ കഴിവുകളെ തന്നെയാണ്. നല്ല കരുത്തുണ്ടായിരിക്കുക എന്നതു പൊലെയല്ല നല്ല ബുദ്ധിയുണ്ടായിരിക്കുക എന്നത്. കായികശേഷിയുള്ള ഒരാൾക്ക് അതുപയോഗിച്ച് സാധ്യമാവുന്ന ഏതുകാര്യവും ചെയ്യാനാവും ബുദ്ധിയുടെ കാര്യം അങ്ങനെയല്ല. ആപേക്ഷിക സിദ്ധാന്തത്തെ കുറിച്ച് അണമുറിയാതെ സംസാരിക്കാൻ കഴിയുന്ന ആൾക്ക് സ്വന്തം ഷർട്ടിന്റെ ബട്ടൻ ശരിയായി ഇടാൻ മറന്നു പോയെന്നു വരാം. പൈയുടെ വില പതിനായിരക്കണക്കിന് സ്ഥാനങ്ങളോടെ മനസ്സിൽ സൂക്ഷിക്കുന്ന ആൾക്ക് സ്വന്തം വീട്ടിലെ ലൈറ്റിന്റെ സ്വിച്ചും വാഷിംഗ് മെഷീന്റെ ബട്ടനുമെല്ലാം എന്നും മറ്റൊരാളോട് ചോദിക്കേണ്ട ഗതികേടുണ്ടായെന്നും വരാം

നോബർട് വെയ്നർ എന്ന പ്രൊഫസറെ കുറിച്ചെഴുതിയട്ടുണ്ട് സ്റ്റീവൻ സ്റ്റോഗേറ്റ്സ് തന്റെ 'സിങ്ക്' എന്ന പുസ്തകത്തിൽ. 1950 ൽ വെയ്നറുടെ സൈബർനെറ്റിക്സ് എന്ന പുസ്തകം പുറത്തിയങ്ങിയപ്പോൾ ന്യൂയോർക്ക് ടൈംസ് ഒരു റിവ്യൂ പ്രസിദ്ധീകരിക്കുകയുണ്ടായി. അതിൽ ഗലീലിയോ, മാൽത്യസ്, റൂസ്സോ മിൽ എന്നിവരുടെ നേട്ടങ്ങളോടൊപ്പമെത്തുന്നത് എന്നാണ് വെയ്നറുടെ കൃതിയെ വിശേഷിപ്പിച്ചത്. വെയ്നർ തിയറം, പാലി-വെയ്നർ തിയറം, വെയ്നർ-ഹോഫ് ടെക്നിക്ക് എന്നിങ്ങനെ ഉന്നതഗണിതത്തിൽ പലതവണ

ആവർത്തിച്ച കേൾക്കുന്ന പേരാണ് അത്. ചെറുപ്പത്തിൽ തന്നെ അസാമാന്യമായ ബുദ്ധിവൈഭവം പ്രകടിപ്പിച്ചിരുന്ന വെയ്നർ തന്റെ പതിനെട്ടാമത്തെ വയസ്സിലാണ് ഗവേഷണ ബിരുദം നേടിയത്. ബ്രൗണിയൻ ചലനത്തെക്കുറിച്ചുള്ള വെയ്നറുടെ നിരീക്ഷണങ്ങൾ ശാസ്ത്രചരിത്രത്തിലെ എക്കാലത്തെയും വലിയ കണ്ടെത്തലുകളിൽ ഒന്നാണ്. ദ്രാവകങ്ങളിലെ തന്മാത്രകളുടെ അനിയതമായ ചലനങ്ങളാണ് ബ്രൗണിയൻ ചലനങ്ങൾ. ഈയൊരു മേഖലയിലുള്ള ഐൻസ്റ്റയിന്റെ നിരീക്ഷണങ്ങളെ പോലും ബഹുദൂരം പിന്നിലാക്കുന്നതായിരുന്നു വെയ്നറുടെ കണ്ടെത്തൽ. റിച്ചാഡ് ഫെയിൻമാന്റെ ക്വാണ്ടം ഇലക്ട്രോഡൈനാമിക്സിലെ കണ്ടെത്തലിന് അടിത്തറപാകിയത് വെയ്നറുടെ നിരീക്ഷണങ്ങളായിരുന്നു. ഫിഷർ ബ്ലാക്കിനും മിറോൺ ഷ്യൾസിനും നോബൽ സമ്മാനം നേടിക്കൊടുത്ത സാമ്പത്തികശാസ്ത്രത്തിലെ തങ്ങളുടെ കണ്ടെത്തലുകൾക്ക് അടിത്തറയായതും അതേ നിരിക്ഷണങ്ങൾ തന്നെയാണ്. ഇതിലും വലിയ എന്ത് തെളിവാണ് ഒരാളുടെ പ്രതിഭയ്ക്ക് വേണ്ടത്. ഇതിലും വലിയ അംഗീകാരം ഏതാണുള്ളത്.

ഇനി രസകരമായൊരു മറ്റൊരു വശം. വെയ്നറുടെ മറവിയെക്കുറിച്ചും കൊച്ചുകൊച്ചു മണ്ടത്തരങ്ങളെക്കുറിച്ചും ഒട്ടേറെ കഥകൾ അന്ന് എം.ഐ.ടിയിൽ പ്രചരിച്ചിരുന്നു. അവയിലൊന്ന് ഇങ്ങനെയാണ്. ഒരിക്കൽ വെയ്നറും കുടുംബവും അവരുടെ താമസം മാറ്റുകയുണ്ടായി. ആദ്യ ദിവസം ഓഫീസിൽ പോകാനിറങ്ങിയപ്പോൾ ഭാര്യ ഒരു തുണ്ടു പേപ്പറിൽ പുതിയ അഡ്രസ്സും അവിടേക്കുള്ള വഴിയുമെല്ലാം കൃത്യമായിത്തന്നെ എഴുതിക്കൊടുത്തു. വീടുമാറിയ കാര്യം മറന്നുപോകുമെന്ന് അവർക്കുറപ്പായിരുന്നു. ആ പേപ്പർ വളരെ സൂക്ഷിച്ച് കോട്ടിന്റെ പോക്കറ്റിൽ മടക്കിവെച്ച് ഓഫീസിലേക്കിറങ്ങി എന്നാൽ ഇടയ്ക്കെപ്പൊഴോ അതെടുത്ത് എന്തൊക്കെയോ കുത്തിക്കുറിച്ചു എവിടെയോ വലിച്ചെറിയുകയും ചെയ്തു. വൈകുന്നേരം ഓഫിസിൽ നിന്നും നേരെ പോയത് പഴയ വീട്ടിലേക്കായിരുന്നു. അമളി പറ്റിയെന്നു തിരിച്ചറിഞ്ഞ വെയ്നർ വഴിയിൽ കണ്ട ഒരു പെൺകുട്ടിയോട് വെയ്നർ പുതുതായി താമസിക്കുന്ന സ്ഥലമറിയാമോ എന്നു ചോദിച്ചു. അവൾ പറഞ്ഞമറുപടി ഇങ്ങനെയായിരുന്നു, 'യെസ് ഡാഡി, കം വിത്ത് മി'. സ്വന്തം മകളായിരുന്നു ആ പെൺകുട്ടി.

ഒരു മേഖലയിൽ അസാധാരണ കഴിവുകളുള്ള ഒരാൾ മറ്റൊരു മേഖലയിൽ അങ്ങനെയാവണമെന്നില്ല. ബുദ്ധിശക്തി എന്നത് ഒട്ടേറെ ഘടകങ്ങളുടെ സമ്മിശ്രമായ പ്രവർത്തനങ്ങളുടെ ഫലമാണ്. എങ്കിലും എല്ലാറ്റിന്റെ അടിസ്ഥാനമായി ഒരു ഘടകമുണ്ട് എന്ന്

ചാൾസ് സ്പിയർമാൻ നിരീക്ഷിക്കുന്നു. ജി-ഘടകം അല്ലെങ്കിൽ സ്പിയർമാൻസ് ജി എന്നാണ് ഇതറിയപ്പെടുന്നത്. ശാസ്ത്രീയമായ അപഗ്രഥനങ്ങൾക്ക് വലിയ സംഭാവനയാണ് സ്പിയർമാൻ നല്കിയത്. ഫാക്ടർ അനാലിസിസ് എന്നൊരു മാർഗ്ഗം മുന്നോട്ടു വെക്കുകയായിരുന്നു ആ പ്രതിഭാശാലി ചെയ്തത്. തികച്ചും സങ്കീർണ്ണമായ ഒരു ഗണിതപ്രക്രിയയാണ് ഫാക്ടർ അനാലിസിസ്. ഏറ്റവും ലളിതമായ ഭാഷയിൽ പറഞ്ഞാൽ സ്റ്റാറ്റിസ്റ്റിക്കലായ ഒരു ഘടകക്രിയ നടത്തുക എന്നതാണത്. സവിശേഷമായ ഗണിത രീതിയിൽ അംശങ്ങളായി വേർതിരിച്ചു കണ്ട് അന്തിമഫലത്തെ സ്വാധ്വനിക്കുന്നത് ഈ ഘടകങ്ങൾക്കിടയിലെ ഏതു ബന്ധങ്ങളാണെന്നു കണ്ടെത്തുന്ന രീതി എന്നു സാമാന്യമായി പറയാം.

ഐ.ക്യു. ടെസ്റ്റുകളുടെ ഫലത്തെ ഈയൊരു തരത്തിലുള്ള അപഗ്രഥനത്തിനു വിധേയമാക്കി സ്പിയർമാൻ രൂപ്പെടുത്തിയതാണ് ജി-ഘടകം എന്ന ആശയം. ജി-ഘടകമാണ് ബുദ്ധി എന്നു പറയാൻ പറ്റില്ല. എന്നാൽ അതിന്റെ അടിത്തറയും ചട്ടക്കൂടുമാണത്. അതിന്റെ പോരായ്മ മൊത്തം ഘടനയെ ബാധിക്കുമെന്നു സാരം. വളരെയധികം കാര്യങ്ങൾ മനസ്സിൽ കൊണ്ടു നടക്കാനും ഓർത്തെടുക്കാനും ഒരാൾക്കു കഴിഞ്ഞെന്നു വരാം. എന്നാൽ ജി-ഘടകം ഫലപ്രദമല്ലെങ്കിൽ ആ ജ്ഞാനത്തിന് പ്രായോഗിക പരിമിതികളുണ്ടാകും. സഹപാഠികളുടെയും സഹപ്രവർത്തകരുടെയും കൂട്ടത്തിൽ ഐൻസ്റ്റയിനെക്കാൾ നന്നായിട്ട് ഗണിതം കൈകാര്യം ചെയ്യാൻ കഴിയുന്ന ഒട്ടേറെ പേരുണ്ടായിരുന്നു. എന്നാൽ ആ പ്രതിഭാശാലിക്കു കഴിഞ്ഞത് അവർക്കാർക്കും കഴിഞ്ഞില്ല. അറിവല്ല അതുപയോഗിക്കുന്ന രീതിയാണ് ഇവിടെ ഫലപ്രദമാകുന്നത്. സ്പിയർമാന്റെ ശിഷ്യനായ റെയ്മോണ്ട് കാറ്റ്ലും സഹഗവേഷകരും ചേർന്ന് ഫാക്ടർ അനാലിസിസിന്റെ പുതിയ ചില രീതികൾ കണ്ടെത്തുകയുണ്ടായി അവരുടെ നിരീക്ഷണത്തിൽ രണ്ടു തരം ബുദ്ധിയുണ്ട്. ഒന്നാമത്തേത് ദ്രവ്യധിഷണയാണ്. ഒരറിവ് ഉപയോഗിക്കാനുമുള്ള കഴിവാണത്. പദപ്രശ്നവും, സുഡോകു കളങ്ങളും പൂരിപ്പിക്കുവാനും റൂബിക്സ് ക്യൂബിന്ന് പരിഹാരം കാണാനും ഉപയോഗിക്കുന്ന ബുദ്ധിയാണിത്. 'എന്നോടെന്തിനീ പിണക്കം' എന്നാലോചിച്ച് തലപുകയ്ക്കുന്നതും ഈ ബുദ്ധിയുപയോഗിച്ചാണ്.

രണ്ടാമത്തേത് ഖരധിഷണയാണ്. സചിൻ എത്ര ഏകദിന സെഞ്ച്വറി അടിച്ചിട്ടുണ്ട് എന്ന ചോദ്യത്തിന് ഉത്തരം കണ്ടെത്തുന്നത് ഈ ധിഷണ ഉപയോഗിച്ചാണ്. മത്സരപരീക്ഷകൾക്കായി വിവരങ്ങൾ മനസ്സിൽ സൂക്ഷിച്ചുവെക്കുന്നതും ഓർത്തെഴുതുന്നതും

ഈ ധിഷണയാണ്. പുതുതായി ഒരു ഭാഷപഠിക്കുന്നത് ഈ പറഞ്ഞ ബുദ്ധി ഉപയോഗിച്ചാണ്. ദ്രവ്യധിഷണ പ്രായം ചെല്ലുതോറും കുറയാൻ തുടങ്ങും. എന്നാൽ ഖരധിഷണ അങ്ങനെയല്ല. പതിനെട്ടാമത്തെ വയസ്സിൽ പഠിച്ച ഭാഷ എൺപത്തിയഞ്ചിലും മറക്കാതെ നിൽക്കും അതല്ലെങ്കിൽ അതുപയോഗിക്കാത്തതു കാരണം പത്തൊമ്പതിലോ ഇരുപതിലോ മറന്നു പോകണം. ദീർഘകാല ഓർമ്മകളാണ് രണ്ടാമത്തെ തരം ബുദ്ധിയെ പിന്തുണയ്ക്കുന്നത്. വർക്കിംഗ് മെമ്മറി എന്നു കൂടി അറിയപ്പെടുന്ന ഹ്രസ്വകാല ഓർമ്മകളാണ് ഒന്നാമതു പരിചയിച്ച ദ്രവ്യധിഷണയെ പിന്തുണക്കുന്നത്. രണ്ടു തരം ധിഷണകളും പരസ്പരം ബന്ധപ്പെട്ടിരിക്കുന്നവയാണ് എന്നു പറയേണ്ടതില്ലല്ലോ. വളരെ കൃത്യമായ അതിർവരമ്പുകളുപേയാഗിച്ച് അവയെ വേർതിരിച്ചെടുക്കാനും വിഷമമാണ്. എങ്കിലും ഈ രണ്ടു തരത്തിലുള്ള ബുദ്ധിയെയും വേർതിരിച്ചു മനസ്സിലാക്കുകയും അപഗ്രഥിക്കുകയും ചെയ്യുന്നതിനായുള്ള ടെസ്റ്റുകൾ ലഭ്യമാണ്. മിൽസ് കിംഗ്സ്റ്റൺ എന്ന സയിന്റിസ്റ്റിന്റെ കുറിക്കു കൊള്ളുന്ന ഒരു കമന്റ് ഇവിടെ ഓർക്കാവുന്നതാണ്, 'Knowledge is knowing tomato is a fruit ; wisdom is is not putting it in a fruit salad' തക്കാളി എന്താണെന്നു തിരിച്ചറിയുന്നത് ഖരധിഷണയാണ്. ഫ്രൂട്ട് സലാഡ് ഉണ്ടാക്കുമ്പോൾ വേണ്ടത് ദ്രവ്യധിഷണയും.

മുകളിൽ പരാമർശിച്ച വേർതിരിവുകൾ കൊണ്ടുമാത്രം നിർദ്ദിഷ്ട പ്രവർത്തനങ്ങളെ വിശദീകരിക്കാൻ കഴിയില്ല. അതോടൊപ്പം തന്നെ ചേർന്നു നിൽക്കുന്ന മറ്റൊരു മനോവ്യാപാരമുണ്ട്. അവബോധം എന്ന സംജ്ഞ കൊണ്ട് വിശേഷിപ്പിക്കപ്പെടുന്നത്. മസ്തിഷ്കം വിവരങ്ങൾ അപഗ്രഥിക്കുന്ന രീതിയാണിത് എന്നു സാമാന്യമായി പറയാം. അതിനാവശ്യം ശ്രദ്ധ അറിവ് ഹ്രസ്വകാല ഓർമ്മകൾ എന്നിവയാണ്. ഒരു പുതിയ സാഹചര്യത്തെ അഭിമുഖീകരിക്കുമ്പോഴുള്ള അടിസ്ഥാനമസ്തിഷ്ക പ്രവർത്തനങ്ങളാണിവ. ശ്രദ്ധയില്ലെങ്കിൽ വിവരങ്ങൾ മനസ്സിൽ കടക്കാതെ ബാഷ്പീകരിച്ചു പോകാനിടയാകും. രണ്ടാമത്തെ ഘട്ടം മസ്തിഷ്കം രേഖപ്പെടുത്തിയ വിവരങ്ങളെ അർത്ഥപൂർണ്ണമായ ബിംബങ്ങളാക്കി മാറ്റുന്നതാണ്. ദൃശ്യാനുഭവങ്ങളാണെങ്കിൽ പ്രതിരൂപങ്ങളാക്കി മാറ്റിയും ശ്രാവ്യാനുഭവങ്ങളെ വാക്കുകളും സംഗീതവുമാക്കി മാറ്റിയും മനസ്സിൽ സൂക്ഷിക്കും. അടുത്തത് ആവശ്യമാണോ ഈ വിവരം എന്നു തീരുമാനമെടുക്കുന്നതാണ്. ആവശ്യമാണെങ്ക#ിൽ മനസ്സിന്റെ ഉള്ളറകളിലേക്കു മാറ്റും. അല്ലെങ്കിൽ ഡിലീറ്റു ചെയ്തു കളയും. അതുകൊണ്ടാണ് ഈയൊരുഘട്ടത്തിലെ പ്രവർത്തനങ്ങൾ ഏകോപിപ്പിക്കുന്ന അവബോധത്തെ മസ്തിഷ്കപ്രവർത്തനത്തിന്റെ ഗേറ്റ് കീപ്പർ എന്നു വിശേഷിപ്പിക്കുന്നത്. പുതിയ വിവരങ്ങളുടെ

ഒരു പ്രവാഹം തന്നെയായിരിക്കും സംഭവിക്കുന്നത് അതോടൊപ്പം പഴയവ പുറന്തള്ളേണ്ടതുമുണ്ട് അതു കൊണ്ട് താത്കാലിക സൂക്ഷിപ്പു കേന്ദ്രത്തിൽ അധികനേരം വിവരങ്ങൾ വെക്കാനാവില്ല. ഈ ഘട്ടത്തിൽ വേഗത ഒരു പ്രധാനഘടകമാണ്.സാധാരണ നിലയിൽ ഒരു ശബ്ദം കേട്ടു കഴിഞ്ഞാൽ അതിന്റെ പ്രോസസിംഗിനായി ഓഡിറ്ററി ന്യൂറോണുകൾ മുപ്പതു മില്ലിസെക്കന്റ് സമയമെടുക്കും. ഭാഷാപഠനത്തിന് കൂടുതൽ കാലം വേണ്ടിവരുന്ന കുട്ടികളിൽ ഇത് മൂന്നുമടങ്ങായിരിക്കും. അതായത് ചെവിയിലൂടെ ഉള്ളിലെത്തുന്ന വാക്കുകളുടെ മൂന്നിലൊന്നു മാത്രമെ ശരിയായി പ്രോസസ് ചെയ്യപ്പെടുന്നുള്ളൂ. അതിനാൽ അവർ വൈകി സംസാരിക്കാൻ തുടങ്ങുന്നവരായിരിക്കും. വാക്കുകൾ മുറിഞ്ഞു പോകുന്ന സെൽഫോണിലൂടെ കേട്ടു പഠിക്കുന്നതു പോലെയാണ് അവർക്ക് ഭാഷാപഠനം. പ്രായത്തോടൊപ്പം അവബോധ പ്രവർത്തനങ്ങളുടെ വേഗത കുറയുന്നതായി കാണാം. എന്നാൽ ആ നിരക്ക് ഓരോരുത്തരിലും വ്യത്യസ്തമായിരുക്കുമെന്നു മാത്രം.

ഐ.ക്യു ടെസ്റ്റുകൾ പല ഘട്ടങ്ങളിലും ഉപയോഗപ്രദവും ഫലപ്രദവുമാണെന്നതിൽ യാതൊരു സംശയവുമില്ല. എന്നാൽ ഇന്ന് നിലവിലുള്ള ടെസ്റ്റുകളെല്ലാം ഒരു സവിശേഷ രീതിയിലുള്ള ബുദ്ധിയെ മാത്രമെ അഭിമുഖീകരിക്കുന്നുള്ളൂ എന്നു നിരീക്ഷിക്കുന്ന വിദഗ്ദ്ധരുണ്ട്. മനഃശാസ്ത്രജ്ഞർ ഇതിനെ കേന്ദ്രീകൃത ബുദ്ധി എന്നു വിശേഷിപ്പിക്കുന്നു. ഒരു ദിശയിൽ മാത്രം ചരിക്കുന്ന ബുദ്ധി മാത്രമെ ഈ ടെസ്റ്റുകൾ പരിഗണിക്കുന്നുള്ളൂ എന്നു സാരം. കുറെക്കൂടി സങ്കീർണ്ണമായ വിചലന ബുദ്ധിയെ ഈ ടെസ്റ്റുകൾ കണക്കിലെടുക്കുന്നില്ല. അതൊരു പോരായ്മയായി ചൂണ്ടിക്കാണിക്കപ്പെടുന്നു. രണ്ടാം ലോകയുദ്ധത്തിന്റെ കാലത്ത് അമേരിക്കൻ എയർഫോഴ്സ് ഒരു കൂട്ടം സൈക്കോളജിസ്റ്റുകളോട് അവരുടെ പൈലറ്റുമാർക്ക് ഒരു ടെസ്റ്റു നടത്താനാവശ്യപ്പെട്ടു. അപ്രതീക്ഷിതമായി വന്നുചേരുന്ന അപകടകരമായൊരു സാഹചര്യത്തെ അവരെങ്ങനെ നേരിടും എന്നു മനസ്സിലാക്കാനായിരുന്നു ടെസ്റ്റ്. ശത്രുരാജ്യത്തിന്റെ അധീനത്തിലുള്ള ഒരിടത്തു നിങ്ങളുടെ വിമാനം വെടി വെച്ചു വീഴ്ത്തപ്പെട്ടു എന്നു കരുതുക അവിടെ നിന്നും രക്ഷപ്പെടാനായി നിങ്ങളെന്തെല്ലാം ചെയ്യും എന്നപോലുള്ള ചോദ്യങ്ങളായിരുന്നു ടെസ്റ്റിലുണ്ടായിരുന്നത്. ഐ.ക്യു കൂടുതലുള്ളവരായിരിക്കും ഈ ടെസ്റ്റിലും കൂടുതൽ മാർക്കു വാങ്ങുക എന്നായിരുന്നു ഗവേഷകർ പ്രതീക്ഷിച്ചത്. എന്നാൽ ഫലം മറിച്ചായിരുന്നു. കൂടുതൽ മാർക്കു വാങ്ങിയത് യഥാർത്ഥത്തിൽ വിചലനബുദ്ധി കൂടുതലുള്ളവരായിരുന്നു. അവരുടെ ചിന്തകൾ തികച്ചും അപ്രതീക്ഷിതമായ മാർഗ്ഗങ്ങളിലൂടെ സഞ്ചരിക്കാനും അതുകൊണ്ടു

തന്നെ ഭാവനാപൂർണ്ണമായ ഉത്തരങ്ങളിലെത്താനും ഇടയായി.

വിചലനബുദ്ധിയും കേന്ദ്രീകൃതബുദ്ധിയും തമ്മിലുള്ള വ്യത്യാസം വ്യക്തമാക്കുന്ന മറ്റൊരു ടെസ്റ്റ് നടന്നത് സ്പിലിറ്റ് -ബ്രെയിൻ രോഗികളിലാണ്. മസ്തിഷക്ത്തിന്റെ രണ്ടു അർദ്ധഭാഗങ്ങളെയും ബന്ധിപ്പിച്ചുകൊണ്ടുള്ള ജൈവപ്രവർത്തനങ്ങളിൽ കുഴപ്പമുള്ളവരാണിവർ. അവരിൽ നടത്തിയ പഠനങ്ങളിൽ നിന്നും ഗവേഷകർ എത്തിച്ചേർന്ന നിഗമനം ഇങ്ങനെയാണ്. മസ്തിഷ്കത്തിന്റെ ഇടത് അർദ്ധഭാഗമാണ് കേന്ദ്രീകൃതബുദ്ധിയെ നിയന്ത്രിക്കുന്നത്. വലതു ഭാഗം വിചലനബുദ്ധിയെയും. ഇടതുഭാഗം വസ്തുതകളെ കൃത്യമായി അപഗ്രഥിക്കുകയും തികച്ചും യുക്തിപൂർവ്വം നിഗഗമനങ്ങളിലെത്തുകയും ചെയ്യുമ്പോൾ വലതുഭാഗം കുറെക്കൂടി ഭാവനാപൂർവ്വം വിവരങ്ങൾ കൈകാര്യം ചെയ്യുന്നു. വിവരശകലങ്ങൾക്കിടയിൽ അപ്രതീക്ഷിതവും നൂതനവുമായ ബന്ധങ്ങൾകണ്ടെത്തി മഹത്തായ ചില പൂർണ്ണതകൾ സൃഷ്ടിക്കാൻ ഈ ഭാഗം മിടുക്കു കാണിക്കാറുണ്ട്. ചുറ്റുമുള്ള ലോകത്തിന്റെ ഒരു മാതൃക മനസ്സിൽ സൃഷ്ടിക്കുകയും അതിനനുസരിച്ചായിരിക്കും നാളെ എന്നു കരുതുകയും ചെയ്യുക എന്നത് നമ്മുടെ സഹജാവബോധങ്ങളിലൊന്നാണ്. നേരത്തെ കണ്ട പൈലറ്റുമാരിൽ വിചലനചിന്തകൾ കൂടതലുള്ളവർ ഒട്ടേറെ ഭാവി സാധ്യതകൾ ഭാവനയിൽ സൃഷ്ടിക്കുകയുണ്ടായി.

ലോകത്തിന്റെ മാതൃക സൃഷ്ടിക്കുന്നപോലുള്ള മറ്റൊരു സർഗ്ഗാത്മക പ്രവൃത്തിയാണ് ഭാവനാസഞ്ചാരങ്ങൾ. നാളെ ഒരു യാത്ര പോകാനുണ്ടെങ്കിൽ അതിന്റെ വിശദവിവരങ്ങൾ ഇന്നു തന്നെ നാം മനസ്സിൽ കാണാൻ തുടങ്ങും. അല്പ നാളുകൾ കഴിഞ്ഞുള്ള യാത്രയാണെങ്കിലോ. ആ യാത്രയുടെ രൂപത്തെകുറിച്ചും ഭാവത്തെ കുറിച്ചുമെല്ലാം മനസ്സു കഥകൾ മെനഞ്ഞു കൊണ്ടിരിക്കും. ഒന്നാമത്തേത് വസ്തുതകൾ അപഗ്രഥിക്കുന്ന രീതിയാണെങ്കിൽ രണ്ടാമത്തേത് കുറെക്കൂടി സർഗ്ഗാത്മകമാണ്. ദൂരവ്യാപകമായ ഫലങ്ങളെക്കുറിച്ച് ചിന്തിക്കുന്നവർ പൊതുവെ ക്രിയാത്മകത കൂടുതലുള്ളവരായിരിക്കും. തൊട്ടടുത്തുള്ള നിമിഷങ്ങളിലും സ്വപ്നങ്ങളിലും അഭിരമിക്കുന്നവരുടെ ചിന്തകൾ അത്രതന്നെ ക്രിയാത്മകമാവണമെന്നില്ല. ഈ വാദഗതി എതിർദിശയിലും സംഭവിക്കാവുന്നതാണ്. അതായത് ദീർഘകാലസ്വപ്നങ്ങൾ ചിന്തയുടെ സർഗ്ഗാത്മകത വർദ്ധിപ്പിക്കുന്നു എന്നതാണത്. മനസ്സു നടത്തുന്ന യാത്രകൾ ചിലപ്പോൾ ഈ ഭൂമുഖത്തു തന്നെ ഇല്ലാത്ത ഇടങ്ങളിലേക്കാവാം മറ്റുചിലപ്പോൾ ഒരിക്കലും സംഭവിക്കാനിടയില്ലാത്ത ജീവിതത്തിലേക്കാവാം. 'അതു കിട്ടിയിരുന്നെങ്കിൽ', 'അങ്ങനെ സംഭവിച്ചിരുന്നെങ്കിൽ', 'അതു കഴിഞ്ഞിരുന്നെങ്കിൽ'

എന്നൊക്കെ തുടങ്ങുന്ന ചിന്തകളിലൂടെ പുതിയൊരു ജീവതപരിസര ത്തിലേക്ക് മനസ്സുകൊണ്ട് യാത്ര ചെയ്യാത്തവർ ഉണ്ടാവുകയില്ലല്ലോ.

മുകളിൽ പറഞ്ഞ 'എങ്കിലുകൾ' രണ്ടു തരത്തിലുണ്ട്. ഒന്നാമത്തേത് നിലവിലുള്ള സാഹചര്യത്തിൽ ഇല്ലാത്ത ഒരു ഘടകം പുതുതായി കൊണ്ടുവരിക എന്നതാണത്. 'കുടയുണ്ടായിരുന്നെങ്കിൽ നനയേണ്ടി വരില്ലായിരുന്നു' എന്നു ചിന്തിക്കുന്നതു പോലെ. രണ്ടാമത്തേത് യാഥാർഥ്യത്തിന് വിപരീതമായതു സംഭവിച്ചെങ്കിൽ എന്നു ചിന്തി ക്കുന്നതാണ്. 'മഴപെയ്യില്ലായിരുന്നെങ്കിൽ ഈ ഗതി വരില്ലായിരുന്നു' എന്ന പോലെ. ഒന്നാമത്തേത് ഒരു തരത്തിലുള്ള കൂട്ടിച്ചേർക്കലാണെ ങ്കിൽ രണ്ടാമത്തേത് ഒരു മുറിച്ചു മാറ്റലാണ്. ആഡം ഗാലിൻസ്കി എന്ന സോഷ്യൽ സൈക്കോളജിസ്റ്റ് ഇത്തരത്തിലുള്ള സമാന്തര ലോകങ്ങൾ സങ്കല്പിക്കാൻ ചിലരോട് ആവശ്യപ്പെടുകയുണ്ടായി. പിന്നീട് ഇവരെ പഠനവിധേയരാക്കിയപ്പോൾ പുതിയ ഘടങ്ങൾ കൊണ്ടുവരാൻ ശ്രമിച്ചവരുടെ സർഗ്ഗശേഷി വർദ്ധിച്ചതായും രണ്ടാമത്തെ കൂട്ടരുടെ യുക്തിചിന്താപാടവത്തിൽ പോസിറ്റീവായ മാറ്റങ്ങളുണ്ടായതായും കണ്ടെത്തി. ഈ രണ്ടു തരം സങ്കല്പങ്ങളിലും വേണ്ടത് രണ്ടുതരം ശ്രദ്ധയാണ്. ഒന്നാമത്തേതിൽ സന്ദർഭത്തിന്റെ പുറത്തേക്കു ചിന്തിക്കുകയും പുതിയൊരു ഘടകം കണ്ടെത്തുകയും വേണം. ഈ 'പ്ലസ്'സാഹചര്യത്തിൽ ശ്രദ്ധയുടെ പരിധി വികസി ക്കാനിടയാകുന്നു. രണ്ടാമത്തേതിൽ നിലവിലുള്ള ഘടകങ്ങളിൽ ഒന്നു കണ്ടെത്തി ഒഴിവാക്കുകയാണു വേണ്ടത്. ഈ ഒഴിവാക്കലിന് കേന്ദ്രീകൃതമായ ശ്രദ്ധയാണു ആവശ്യം. ഈ മുറിച്ചുമാറ്റൽ അത്ര എളുപ്പമല്ല എന്നതാണ് വസ്തുത. രാജാവിന്റെ മാറാവ്യാധിക്ക് മരുന്നു കൊടുത്ത ലാടവൈദ്യന്റെ കഥയോർക്കുന്നില്ലേ. മരുന്നിനോടൊപ്പം വൈദ്യൻ ഒരു നിർദ്ദേശവും കൊടുത്തിരുന്നു. മരുന്നു കഴിക്കാൻ തുടങ്ങുമ്പോൾ ആനയെ ഓർക്കരുത് എന്നായിരുന്നു അത്. മരുന്ന് എടുക്കുമ്പോൾ ആദ്യം ഓർമ്മവരിക ഈ നിർദ്ദേശമാണല്ലോ ഒപ്പം ആനയെയും. വളരെയധികം ശ്രദ്ധയും കണിശമായ അപഗ്രഥനവും ആവശ്യമുള്ളതാണ് ഈ 'മൈനസ്' സന്ദർഭം. അതുകൊണ്ടാണ് ഇത്തരം സന്ദർഭങ്ങളിലൂടെ കടന്നുപൊകുന്നത് യുക്തി ബോധത്തെ സ്വാധീനിക്കുന്നത്.

ഒരു സമാന്തരലോകത്തെ കുറിച്ച് ചിന്തിക്കുന്നത് പോലും സർഗാത്മകതയെ പരിപോഷിക്കുമെങ്കിൽ അങ്ങനെയൊരു ലോകത്ത് ജീവിക്കുന്നത് തീർച്ചയായും ഗുണകരമായിരിക്കുമല്ലോ. വലിയ എഴുത്തുകാരും കലാകാരന്മാരും തങ്ങളുടേതു മാത്രമായ ഒരു ലോകത്തിലേക്ക് ഒളിച്ചു കടക്കാൻ ഇഷ്ടപ്പെടുന്നവരാണ്. അതിന്

ചിലപ്പോൾ ദീർഘമായ യാത്രകൾ വേണ്ടിവന്നേക്കാം. ചിലപ്പോൾ മനസ്സിനു പിടിച്ച ഒരു മുറി മതിയാകും. മറ്റു ചിലപ്പോൾ വീട്ടിനു മുറ്റത്തെ മരത്തണലും. If she is to write fiction a woman must have money and a room of her own എന്നു പറഞ്ഞത് വെർജീനിയ വൂൾഫാണ്. പല കാലാകാരന്മാരും യാത്രകൾ ഇഷ്ടപ്പെടുന്നവരാണ്. പിക്കാസോയുടെയും ഹെമിംഗ് വെയുടെയും മികച്ച സൃഷ്ടികൾ പിറവിയെടുത്തത് അന്യദേശങ്ങളിൽ വെച്ചാണ്. മനസ്സു കൊണ്ട് മറ്റൊരു ലോകത്ത് ജീവിക്കാൻ ശ്രമിക്കുന്നത് തീർച്ചയായും സർഗ്ഗാത്മകതയെ പോഷിപ്പിക്കുന്നതാണ്. സൈക്കോളജിക്കലായി അകലം കുറഞ്ഞ അന്തരീക്ഷത്തെ കുറിച്ച് ചിന്തിക്കുന്നത് ശ്രദ്ധയെ കേന്ദ്രീകൃതമാക്കുകയും യുക്തിചിന്തയെ തീഷ്ണമാക്കുകയും ചെയ്യും എന്നാൽ സൈക്കോളജിക്കലായ അകലം ഭാവനയെ ഉണർത്താൻ സഹായിക്കുന്നതാണ്. സോഷ്യൽ സൈക്കോളജിസ്റ്റായ ലിലെ ജിയാ, അന്തർദർശനം ഉപയോഗിച്ചു ചെയ്യേണ്ട ചില പ്രശ്നങ്ങൾ രണ്ടു ഗ്രൂപ്പുകൾക്കായി നല്കുകയുണ്ടായി. ഒരു ഗ്രൂപ്പിനോട് പറഞ്ഞത് ടെസ്റ്റിനാവശ്യമായ ചോദ്യാവലി തയ്യറാക്കിയത് രണ്ടുനാഴിക അകലെയുള്ള ഇൻഡ്യാന സർവ്വകലാശാലയിലാണെന്നാണ് രണ്ടാമത്തെ ഗ്രൂപ്പിനോട് പറഞ്ഞത് അകലെയുള്ള കാലിഫോർണിയ സർവ്വകലാശാലയിലാണ് അതു തയ്യാറാക്കിയത് എന്നാണ്. രണ്ടു ഗ്രൂപ്പും മറ്റു കാര്യങ്ങളിൽ വ്യത്യാസമൊന്നും ഉണ്ടായിരുന്നില്ല. ചോദ്യം തയ്യാറാക്കിയത് അങ്ങു കാലിഫോർണിയായിലാണ് എന്നു വിശ്വസിച്ച ഗ്രൂപ്പാണ് കൂടുതൽ സർഗ്ഗാത്മകതയോടെ ഉത്തരങ്ങൾ കണ്ടെത്തിയത്. കാലിഫോർണിയ എന്നു കേട്ടപ്പോൾ അവരുടെ ഭാവന ഒന്നു ചിറകു വിടർത്തിയതാവാം. മനോരഥം എന്നത് സുന്ദരമായ ഒരു വാക്കു മാത്രമല്ല എന്നു സാരം.

●

ദ ഗ്രേറ്റ് ഡിക്റ്റേറ്റർ

ഇംഗ്ലണ്ടിലെ ന്യൂ കാസിൽ സർവ്വകലാശാലയിലെ സൈക്കോളജി വിഭാഗത്തിലെ അടുക്കളയിൽ നിന്നും അവിടത്തെ സ്റ്റാഫിന് എപ്പോൾ വേണമെങ്കിലും ചായയും കാപ്പിയുമെല്ലാം എടുത്തു കഴിക്കാമായിരുന്നു. പ്രതിഫലമായി ഒരു ചെറിയ തുക അടുത്തു വെച്ചിരുന്ന ഒരു പെട്ടിയിൽ നിക്ഷേപിക്കണമെന്നു മാത്രം. എന്നാൽ ആഴ്ചകൾക്കൊടുവിൽ കണക്കു നോക്കുമ്പോൾ പെട്ടിയിൽ കാര്യമായൊന്നും കാണുകയില്ലായിരുന്നു. എന്നാൽ ചായയും കാപ്പിയും ചെലവാകുന്നതിൽ ഒരു കുറവും ഉണ്ടായിരുന്നുമില്ല. സൈക്കോളജി വിഭാഗത്തിലെ രണ്ടു മൂന്നു ഗവേഷകർ പ്രശ്നം ഏറ്റെടുക്കാൻ തീരുമാനിച്ചു. മറ്റുള്ളവർ കാണുന്നുണ്ട് എന്നറിഞ്ഞാൽ നമ്മളിലെ ധാർമ്മിക ബോധം ഒന്നു സടകുടഞ്ഞുണരുമെന്ന് അവർക്ക് നന്നായി അറിയാമായിരുന്നു. ഒരു സർവിലിയൻസ് ക്യാമറ വെക്കുക എന്നത് ഒരു കടന്നകൈ ആണല്ലോ. മാത്രല്ല പണച്ചെലവ് കൂടുതലുള്ളതും. പകരം അവർ കണ്ടെത്തിയ മാർഗ്ഗം വിലവിവിവരങ്ങൾ പ്രദർശിപ്പിച്ചിരിക്കുന്ന ബോർഡിനു മുകളിലായി പെട്ടെന്ന് കാണത്തക്കവിധത്തിൽ ഒരു ചിത്രവും കൂടി പ്രദർശിപ്പിക്കുക എന്നതായിരുന്നു. ഒരാഴ്ച രണ്ടു കണ്ണുകളുടെ ചിത്രമാണെങ്കിൽ തൊട്ടടുത്ത ആഴ്ച അതൊരു പൂവിന്റെ ചിത്രമായിരിക്കും. ഇങ്ങനെ മാറി മാറി പത്ത് ആഴ്ചകൾ പരീക്ഷിച്ചു. ചായയുടെയും കാപ്പിയുടെയും ഉപഭോഗം എത്രയാണെന്നതിന്റെ സൂചകമായി അവർ സ്വീകരിച്ചത് ഉപയോഗിക്കുന്ന പാലിന്റെ അളവായിരുന്നു. അവർ പ്രതീക്ഷിച്ചതു തന്നെയാണ് സംഭവിച്ചത്. പൂവിന്റെ ചിത്രം പ്രദർശിപ്പിച്ച ദിവസങ്ങളിൽ ശരാശരി ഒരു ലിറ്ററിന് പതിനഞ്ചു പെനി എന്ന നിരക്കിലാണ്

പണപ്പെട്ടിയിൽ നിക്ഷേപിക്കപ്പെട്ടത്. കണ്ണിന്റെ ചിത്രമുള്ള ദിവസങ്ങളിൽ അത് 42 പെനിയായിരുന്നു. ആരോ ശ്രദ്ധിക്കുന്നുണ്ട് എന്ന തോന്നലാണ് അവരുടെ ധാർമ്മിക ബോധം മൂന്നു മടങ്ങായി വർദ്ധിക്കാൻ കാരണമായത്.

ആരെങ്കിലും ശ്രദ്ധിക്കുന്നുണ്ട് എന്നു കണ്ടാൽ നമ്മുടെ വേഷത്തെക്കുറിച്ചും പെരുമാറ്റത്തെക്കുറിച്ചുമെല്ലാം നാം ആശങ്കപ്പെടാൻ തുടങ്ങും. ഒറ്റയ്ക്കാകുമ്പോൾ നമ്മുടെ കൊച്ചു കൊച്ചു വീഴ്ചകൾ നാം പൊറുക്കും. ചെറിയ പോരായ്മകൾ കണ്ടില്ലെന്നു നടിക്കും. എന്നാൽ മറ്റൊരാൾ അതു ശ്രദ്ധിക്കുന്നു എന്നു മനസ്സിലാകുമ്പോൾ അവ ഗൗരവത്തിലെടുക്കുകയും ചെയ്യും. സമൂഹത്തിന്റെ കണ്ണ് ഒരു ഭൂതക്കണ്ണാടിയാണ്. ചെറിയത് എന്നു നാം കരുതുന്നവയെ അതു പെരുപ്പിച്ചു കാണിക്കും. ഇന്ന് വളരെ ചുരുങ്ങിയ സമയം മാത്രമെ നാം ഒറ്റയ്ക്കാവാറുള്ളൂ. മറ്റുള്ളവരുടെ കാഴ്ചവട്ടത്തു തന്നെയാണ് നാം എപ്പോഴും. അതു കൊണ്ട് തികച്ചും ഒറ്റപ്പെട്ട ഒരിടത്ത് കുറെക്കാലം ചെലവഴിക്കേണ്ടി വന്നാൽ നമ്മുടെ പെരുമാറ്റ രീതി എങ്ങനെയായിരിക്കുമെന്ന് സങ്കല്പിക്കാൻ പോലും നമുക്കു കഴിയില്ല. അയിരത്തിത്തൊള്ളായിരത്തി എഴുപതുകളിൽ പ്രത്യക്ഷപ്പെട്ട, വായനക്കാരെ വല്ലാതെ അസ്വസ്ഥരാക്കിയ ഒരു വാർത്തയുണ്ടായിരുന്നു. 'ജിനി' എന്ന് അവർ വിശേഷിപ്പിച്ച ഒരു പെൺകുട്ടിയുടെ കഥ. ഒരിരുണ്ട മുറിയിൽ ഒരു കസേരയോട് ചേർത്ത് ബന്ധിച്ച നിലയിലായിരുന്നു പോലീസ് കണ്ടെത്തുമ്പോൾ അവൾ. നീണ്ട പതിമൂന്നു വർഷങ്ങളാണ് അവളെ രക്ഷിതാക്കളെന്ന് അവകാശപ്പെട്ടവർ ആ നിലയിൽ അടച്ചിട്ടത്. സംസാരിക്കാനും ആളുകളുടെ മുഖത്തു നോക്കാനുമൊക്കെ അവൾക്കു വിഷമമായിരുന്നു. കുറെശ്ശെ സംസാരിക്കാൻ പഠിച്ചെങ്കിലും മറ്റുള്ളവരെ പോലെ ഒഴുക്കോടെ അതു സാധ്യമായിരുന്നില്ല. എല്ലാം പഠിക്കേണ്ട സുപ്രധാന വർഷങ്ങളാണ് അവൾക്കു നഷ്ടമായത്. ഭാഷ ശരിയായി കൈകാര്യം ചെയ്യാൻ കഴിയാത്തത് സാമൂഹികമായ ഇടപെടലുകളെ ദോഷകരമായി ബാധിക്കുകയും ചെയ്യും.

നമ്മുടെ പ്രവൃത്തികളെല്ലാം മറ്റുള്ളവരുടെ പ്രതികരണങ്ങളെയും ആശ്രയിക്കുന്നുണ്ട് എന്നത് യാഥാർത്ഥ്യമാണ്. ചില അത്ലറ്റുകൾക്ക് അവരുടെ മികച്ച പ്രകടനം പുറത്തെടുക്കാൻ കഴിയണമെങ്കിൽ കാണികളുടെ ആരവം ചെവിയിൽ മുഴങ്ങണം. ഗവേഷകർ എടുത്തു കാണിക്കുന്നത് ഉസൈൻ ബോൾട്ടിനെയാണ്. പല സ്പ്രിന്റർമാരും സ്റ്റാർട്ടിംഗ് പോയിന്റിൽ വെടിയൊച്ച കാത്തുനില്ക്കുമ്പോൾ അലൗകികമായൊരു ഏകാഗ്രതയുടെ നിശ്ശബ്ദതയിലേക്ക് ഒതുങ്ങി നില്ക്കാറുണ്ട്. എന്നാൽ ബോൾട്ട് അങ്ങനെയല്ല. കാണികളുടെ ആരവങ്ങൾക്കൊപ്പം

നൃത്തം ചെയ്യുകയായിരിക്കും ആ മനസ്സ്. കാഴ്ചക്കാരുടെ സാന്നിദ്ധ്യം എല്ലാവരിലും പോസിറ്റീവായി തന്നെ സ്വാധീനിക്കണമെന്നില്ല. അങ്ങനെ പോസിറ്റീവായി സ്വാധീനിക്കുന്നത് മികവിന്റെ ലക്ഷണങ്ങളിലൊന്നാണ്. 1980 ൽ ചില ഗവേഷകർ ഒരു കൂട്ടം ബില്യാഡ് കളിക്കാരുടെ പ്രകടനത്തെ കാണികളുടെ സാന്നിധ്യവും പിന്തുണയും എങ്ങനെ സ്വാധീനിക്കുന്നു എന്നറിയാൻ ഒരു പഠനം നടത്തുകയുണ്ടായി. തങ്ങളുടെ ഷോട്ടുകളിൽ എഴുപതു ശതമാനവും ലക്ഷ്യത്തിലെത്തിച്ചിരുന്ന മികച്ചകളിക്കാരുടെ അടുത്ത് നാലു കാണികളെ നില്ക്കാൻ അനുവദിച്ചപ്പോൾ അത് എൺപതു ശതമാനമായി ഉയർന്നു. എന്നാൽ മുപ്പത്തിയാറു ശതമാനം ഷോട്ടുകളിൽ മാത്രം വിജയിച്ചിരുന്ന ഇടത്തരം കളിക്കാരുടെ പ്രകടനമികവ് നാലുപേർ കാണുന്നുണ്ട് എന്നറിഞ്ഞപ്പോൾ ഇരുപത്തിയഞ്ചിലേക്ക് കുറയുകയായിരുന്നു. (ചെറിയതാണെങ്കിലും ഒരാൾക്കൂട്ടമാണല്ലോ നാലുപേർ. 'നാലുപേർ കണ്ടാൽ എന്തു കരുതും' എന്നത് ഒരു സാധാരണ ശൈലിയാണല്ലോ. 'നാലുപേർ കേട്ടാൽ നിരക്കാത്ത കാര്യങ്ങൾ ഒഴിവാക്കേണ്ടവയാണല്ലോ') മികച്ച കളിക്കാരെ പോസിറ്റീവായി സ്വാധീനിച്ച അതേ കാണികൾ ഇടത്തരം കളിക്കാരിൽ വിപരീത ഫലമാണുണ്ടാക്കിയത്. പരീക്ഷയെഴുതുമ്പോൾ എക്സാമിനർ പേപ്പറിലേക്ക് നോക്കുന്നു എന്നത് അത്ര സുഖകരമായ ഒരറിവല്ലല്ലോ.

എന്നാൽ പുറത്തുള്ള കാണികളെ പോലെയല്ല കൂടെ മത്സരിക്കുന്നവർ. കാണികൾ പ്രകടനത്തെ ചെറിയ തോതിൽ സ്വാധീനിക്കുന്നവരാണെങ്കിൽ കൂടെ മത്സരിക്കുന്നവർ നമ്മുടെ പരാജയത്തിനു വേണ്ടി ശ്രമിക്കുന്നവരാണ്. അതിനാൽ മത്സരഫലത്തിൽ നേരിട്ട് ഇടപെടുന്നവരാണവർ. അവർ കുറെ പേരുണ്ട് എന്ന ബോധം ഒരിക്കലും ഗുണം ചെയ്യുകയില്ല. ഒരു വലിയ ടൂർണ്ണമെന്റിൽ പങ്കെടുക്കുമ്പോൾ ആ ഗ്രൂപ്പിലെ ശക്തരായ എതിരാളികളുടെ കേളീശൈലിയെക്കുറിച്ചും അവർക്കെതിരെ ആവിഷ്കരിക്കേണ്ട തന്ത്രങ്ങളെക്കുറിച്ചുമെല്ലാം മുൻകൂട്ടി ചർച്ചചെയ്യുമെന്നതു ശരിയാണ്. എന്നാൽ ടൂർണ്ണമെന്റ് തുടങ്ങിക്കഴിഞ്ഞാൽ പിന്നെ പറയുക ഒരു മത്സരത്തിൽ മാത്രം ശ്രദ്ധിക്കാനാണ്. നാടിന്റെ പലഭാഗങ്ങളിലായി ഒരു പാടു പേർ എഴുതുന്ന മത്സര പരീക്ഷയാണല്ലോ എന്ന് ഇടയ്ക്കിടെ ഓർമ്മിക്കുന്നത് അത്ര നല്ലതല്ല. പരീക്ഷാ സെന്ററിലെത്തുമ്പോൾ ഒരു പാടു പേർ നിരന്നിരിക്കുന്ന ഹാളിനേക്കാളും നമുക്കിഷ്ടം കുറച്ചു പേർ മാത്രമുള്ള ചെറിയ മുറിയായിരിക്കും. നമ്മളോടു മത്സരിക്കുന്ന ഒരു പാടു പേരെ മനസ്സിൽ കാണുന്നതിനു പകരം കുറച്ചു പേരെ മനസ്സിൽ കാണുന്നതായിരിക്കും നല്ലത് എന്നാണിതു കാണിക്കുന്നത്. വളരെ ശാസ്ത്രീയമായ അപഗ്രഥനങ്ങളും പഠനങ്ങളും ഈ മേഖലയിൽ

ഇനിയും നടക്കേണ്ടതുണ്ടെങ്കിലും ഒരു ഗവേഷണ ഫലം കാണിക്കുന്നത് ഇങ്ങനെയാണ്. പത്തു പേരോടാണ് മത്സരിക്കുന്നത് എന്ന ധാരണയോടെ മത്സരിച്ചപ്പോൾ ഇരുപത്തിയെട്ടു സെക്കന്റുകൾ കൊണ്ട് ഉത്തരങ്ങളെഴുതിയ ഒരു ക്വിസ് പരീക്ഷ നൂറു പേരോടാണ് എന്നറിഞ്ഞപ്പോൾ മുപ്പത്തിമൂന്നു സെക്കന്റുകൾ വേണ്ടിവന്നു പൂർത്തിയാക്കാൻ.

മത്സരങ്ങളിലെ ജയപരാജയങ്ങളുടെ കാര്യത്തിൽ മാത്രമല്ല നമ്മുടെ സ്വത്വത്തിൽ നിന്നു പോലും മറ്റുള്ളവരെ മാറ്റി നിർത്താൻ നമുക്കു കഴിയില്ല എന്നതാണ് വസ്തുത. ഒറ്റപ്പെട്ട ഒരു ദ്വീപിൽ അവിചാരിതമായി എത്തിപ്പെട്ടാൽ നമ്മുടെ ആത്മാവബോധം നിലനില്ക്കുമെങ്കിലും ഐഡന്റിറ്റി നഷ്ടപ്പെട്ടതായി തോന്നും. സ്വത്വം (ഐഡന്റിറ്റി) എന്നത് ഒരാളുടെ ചിന്തകളും അനുഭവങ്ങളും മാത്രമല്ല. മറ്റുള്ളവരുടെ പ്രതികരണങ്ങളും സ്വാധിനവുമെല്ലാം ഉൾപ്പെട്ടതാണ്. സവിശേഷ സന്ദർഭത്തിൽ നമ്മുടെ പെരുമാറ്റവും മറ്റുള്ളവരുടെ പ്രതികരണങ്ങളും ചേർന്ന് രൂപപ്പെടുത്തുന്നതാണിത്. ഈ പ്രതികരണങ്ങൾ ഓർമ്മകളെ നവീകരിക്കുകയും നമ്മുടെ തുടർന്നുള്ള പ്രവർത്തനങ്ങളെ സ്വാധീനിക്കുകയും ചെയ്യും. മറ്റൊരർത്ഥത്തിൽ അതു നമ്മുടെ സ്വത്വബോധത്തെ ശക്തിപ്പെടുത്തും. അതിന്റെ പ്രതിഫലനം സർഗ്ഗാത്മകമായിട്ടായിരിക്കും എന്നതാണ് എടുത്തു പറയേണ്ട ഒരു വസ്തുത. ആൽബർട്ട് ഐൻസ്റ്റയിൻ ഒരിക്കൽ ഇങ്ങനെ നിരീക്ഷിക്കുകയുണ്ടായി. "It is important to foster individuality, for only an individual can produce new ideas'.

ഇത്തരം വ്യക്തികളിൽ നേരത്തെ സൂചിപ്പിച്ച മസ്തിഷ്കത്തിലെ സെൻസറിംഗ് വിഭാഗത്തിന്റെ പ്രവർത്തനം ഒന്നു മന്ദീഭവിക്കുമ്പാഴാണ് സർഗ്ഗാത്മകതയുടെ പുതിയ ലോകങ്ങൾ സൃഷ്ടിക്കാൻ അവർക്കു കഴിയുന്നത്. 'മനസ്സ് സർഗ്ഗാത്മകമാവണമെങ്കിൽ ആദ്യം വേണ്ടത് യുക്തിബോധം അതിന്റെ കാവൽ ജോലിക്കാരെ ഗേറ്റിൽ നിന്നും പിൻവലിക്കണം' എന്നെഴുതിയത് ഫെഡറിക് ഷില്ലറാണ്. അപ്പോൾ മസ്തിഷ്കത്തിലെ വലതുഭാഗത്തിലെ ഭാവനാ കേന്ദ്രം കൂടുതൽ ഊർജ്ജസ്വലമാകും. 'എഴുതാനുഴറി കല്പന ദിവ്യമൊരഴകിനെ എന്നെ മറന്നു ഞാൻ' എന്നു ചങ്ങമ്പുഴ. ഫെല്ലിനിയും ടെർടൊവ്സകിയും കുറസോവയുമൊക്കെ തങ്ങളുടെ സിനിമക്കാവശ്യമായ ഘടകങ്ങൾ സ്വപ്നങ്ങളിൽ നിന്നും സ്വീകരിക്കാറുണ്ടായിരുന്നു. ഷില്ലർ സൂചിപ്പിച്ച ഗേറ്റ് കീപ്പർമാർ അപ്പോൾ നാലയലത്തു പോലുമുണ്ടാവുകയില്ലല്ലോ. അങ്ങനെയൊരു ലോകത്തിലേക്കുള്ള കവാടം തുറന്നു കിട്ടാനായി തന്റെ പേരു തന്നെ ഒരു മന്ത്രം പോലെ പലവട്ടം ഉരുവിടുമായിരുന്നു

ആൽഫ്രഡ് ടെനിസൻ. വേർഡ്സ് വർത്തും, ടുസ്സോയും അതിനായി ദീർഘദൂരം നടക്കുമായിരുന്നു. ആ അത്ഭുത ലോകത്തിൽ നിന്നും ഇറങ്ങിവന്ന് തന്റെ കഥാപാത്രങ്ങൾ കൺമുന്നിലൂടെ നടക്കുന്നതായി തോന്നാറുണ്ടായിരുന്നു ചാൾസ് ഡിക്കൻസിന്. എതിർവശത്ത് തന്റെയൊരു കഥാപാത്രത്തെ കണ്ട് അദ്ദേഹം ഒരിക്കൽ റോഡ് മുറിച്ചു കടക്കുക പോലും ചെയ്തു.

അത്തരമൊരു ലോകത്തിൽ മറ്റുള്ളവർക്ക് വലിയ സ്ഥാനമൊന്നും ഉണ്ടാവുകയില്ല. നേരത്തെ സൂചിപ്പിച്ചതു പോലെ നമ്മൾ ജീവിക്കുന്നത് ആൾക്കൂട്ടങ്ങൾക്കിടയിലാണ്. തടവറ വലിയ ശിക്ഷയാകുന്നത് മറ്റുള്ളവരോട് ആശയ വിനിമയം നടത്താൻ കഴിയാതെ വരുമ്പോഴാണ്. ഒരു തുരുത്തിൽ ഒറ്റപ്പെട്ടു പോകുമ്പോൾ അനുഭവിക്കുന്ന വലിയ വിഷമങ്ങളിലൊന്ന് ഇതു തന്നെയാണ്. നമ്മുടെ ആശയവിനിമയത്തിൽ ബഹുഭൂരിപക്ഷവും വാക്കുകൾ ഉപയോഗിക്കാതെ ഉള്ളവയാണ്. തിരക്കും ബഹളവുമുള്ള ഒരു ഹാളിൽ നടക്കുന്ന വിനിമയവും ലിഫ്റ്റിൽ കുടുങ്ങിപോയ ഒരാളുടെ പ്രതികരണവും തികച്ചും വ്യത്യസ്തമായിരിക്കുമല്ലോ. ഭാഷയ്ക്കു വേണ്ടിയും സംസാരത്തിനുമൊക്കെ നിരവധി മസ്തിഷ്കഭാഗത്തിന്റെ കൂട്ടായ പ്രവർത്തനം ആവശ്യമാണ്. എങ്കിലും പ്രധാനപ്പെട്ട രണ്ടു ഭാഗങ്ങൾ അറിയപ്പെടുന്നത് ബ്രോകാസ് പ്രദേശമെന്നും വെർനിക്സ് പ്രദേശമെന്നുമാണ്. ബ്രോകാസ് പ്രദേശത്തിന്റെ പ്രധാനധർമ്മം പറയാനുള്ള ആശയവും അതിനാവശ്യമായ വാക്കുകളും കൂട്ടിയിണക്കുക എന്നതാണ്. രണ്ടാമത്തേത് ഭാഷയിൽ നിന്നും ജ്ഞാനം ആർജ്ജിക്കാനുള്ളതാണ്. അതായത് വാക്കുകളെ മനസ്സിലാക്കാനും അവയിൽ നിന്നും വ്യത്യസ്തമായ വ്യാഖ്യാനങ്ങളിലെത്താനും സഹായിക്കുന്ന ഭാഗമാണിത്. ഈ ഭാഗങ്ങളിലുണ്ടാകുന്ന കുഴപ്പങ്ങൾ കാരണമുണ്ടാകുന്ന വൈകല്യങ്ങൾ അറിയപ്പെടുന്നത് അഫാസിയ എന്നാണ്. ഭാഷ പ്രധാനമായും ആശയവിനിമയത്തിനുള്ളതാണ് എന്നു പറയാറുണ്ടെങ്കിലും അതിനുമപ്പുറം ന്യൂറോളജിക്കലായ പ്രാധാന്യവും കൂടി അതിനുണ്ട്. ഉപയോഗിക്കുന്ന ഭാഷയിലൂടെയാണ് നാം ലോകത്തെ മനസ്സിലാക്കുന്നത്. ഭാഷയിലൂടെയാണ് നമ്മുടെ ജീവിത വീക്ഷണം രൂപപ്പെടുന്നതും. വിശ്വസ്തത എന്നർത്ഥം വരുന്ന യാതൊരു പദവുമില്ലാത്ത ഒരു ഭാഷ പഠിച്ചു വളർന്ന ഒരാൾക്ക് ആ ഗുണം മനസ്സിലാക്കാനും പ്രകടിപ്പിക്കാനും കഴിയണമെന്നില്ല എന്ന് ഭാഷാശാസ്ത്രജ്ഞർ നിരീക്ഷിക്കുന്നു.

അഫാസിയ രോഗികൾ ശ്രദ്ധിക്കുന്നത് ആളുകളുടെ മുഖത്തെ ഭാവങ്ങളായിരിക്കും. മുഖം ഏറ്റവും മികച്ച ആശയവിനിമയ മാർഗ്ഗമാണല്ലോ. മുഖത്ത് വിരിയുന്ന ഭാവങ്ങൾക്ക് ദേശവ്യത്യാസങ്ങളോ

ഭാഷാവ്യത്യാസങ്ങളോ ഇല്ല എന്നതാണ് യാഥാർത്ഥ്യം. വ്യത്യസ്ത മുഖഭാവങ്ങളുള്ള കുറെ ഫോട്ടോകൾ പല ദേശങ്ങളിൽ നിന്നും പല സംസ്കാരങ്ങളിൽ നിന്നും വന്ന കുറെ പേരെ കാണിക്കുകയുണ്ടായി. ചെറിയ ചില പോരായ്മകൾ മാറ്റി നിർത്തിയാൽ എല്ലാവരും ആ മുഖങ്ങൾ തെറ്റാതെ വായിച്ചെടുത്തു. മുഖഭാവങ്ങൾ പഠിച്ചെടുക്കുന്നതല്ല പകരം മസ്തിഷ്കത്തിൽ തന്നെ പ്രോഗ്രാം ചെയ്തിരിക്കുന്നവയാണ്. അത്ഭുതവും പേടിയുമെല്ലാം എല്ലാവരിലും ഉണ്ടാക്കുന്ന ഭാവങ്ങൾ ഒന്നു തന്നെയായിരിക്കും. വനാന്തരങ്ങളിൽ ജീവിക്കുന്നവരും വലിയനഗരങ്ങളിൽ ജീവിക്കുന്നവരും തമ്മിൽ ഈ കാര്യത്തിൽ വ്യത്യാസങ്ങളൊന്നുമില്ല.

മുഖഭാവങ്ങൾ വായിച്ചെടുക്കുന്നതിന് മസ്തിഷ്കത്തിന് അപാരമായ മികവുണ്ട്. ഏറ്റവും കുറഞ്ഞ വിവരങ്ങൾ അപഗ്രഥിച്ചാണ് ഇതു സാധിക്കുന്നത്. ചുറ്റുമുള്ളവരുടെ മുഖത്തെ പേടിയിൽ നിന്നുമാണ് വലിയൊരപകടം വരുന്നുണ്ട് എന്ന് എളുപ്പത്തിൽ മനസ്സിലാക്കുന്നത്. ചെറിയൊരു ആമുഖത്തോടെ മറ്റൊരാളാ അപകടം വിശദമാക്കു മ്പോഴേക്കും അത് അടുത്തെത്തിയിട്ടുണ്ടാകുമല്ലോ. മസ്തിഷകത്തിലെ 'അമിംഗ്ഡാലാ ' എന്ന ഭാഗമാണ് മുഖഭാവങ്ങൾ മനസ്സിലാക്കാൻ ശ്രമി ക്കുമ്പോൾ പ്രവർത്തന നിരതമാകുന്നത് എന്നാണ് ചില പഠനങ്ങൾ കാണിക്കുന്നത്. നമ്മുടെ വികാരങ്ങളെ അപഗ്രഥിക്കുന്നതുംഈ ഭാഗം തന്നെയാണ്. മറ്റുള്ളവരുടെ വികാരങ്ങൾ മനസ്സിലാക്കുന്നതിലും ഈ ഭാഗം പങ്കുവഹിക്കുന്നു. തീർച്ചയായും മറ്റു ചില ഭാഗങ്ങളുടെ പങ്കാളി ത്തവും പിന്തുണയും ഈ അപഗ്രഥനത്തിന് ആവശ്യമാണു താനും. യാതൊരു ഭാവവും മുഖത്തു കാണിക്കാതെ വികാരങ്ങൾ അടക്കി നിർത്താനും നമുക്കു കഴിയും. ചില ചീട്ടുകളിക്കാർക്കും ചെസ്സുകളി ക്കാർക്കുമെല്ലാം അനായാസമായിത്തന്നെ ഇതു സാധിക്കാറുണ്ട്. തങ്ങളുടെ കൈവശമുള്ള ചീട്ടുകളെക്കുറിച്ചോ അടുത്ത നീക്കത്തെ ക്കുറിച്ചോ എതിരാളിക്ക് യാതൊരു സൂചനയും ലഭിക്കാതിരിക്കാനാ ണിത്. ബോധപൂർവ്വം ചില വികാരങ്ങൾ തിരഞ്ഞെടുക്കാനും നമുക്കു കഴിയും. മറ്റൊരാളുടെ യാത്രാവിവരണം ബോറടിച്ചാലും അതീവ താത്പര്യത്തോടെയാണെന്ന മട്ടിൽ നാം കേട്ടിരിക്കാറുണ്ടല്ലോ.

എലെസർ ജെ സ്റ്റേൺബർഗ് എന്ന ന്യൂറോസയിന്റിസ്റ്റ് പീറ്റർ എന്നു വിശേഷിപ്പിക്കുന്ന ഒരു രോഗിയെക്കുറിച്ച് എഴുതുന്നുണ്ട് തന്റെ ന്യൂറോലോജിക് എന്ന പുസ്തകത്തിൽ. ഒരു കാറപകടത്തിൽ പീറ്ററിന്റെ തലയ്ക്ക് ഗുരുതരമായ പരിക്കു പറ്റി. പരിക്കുകളൊക്കെ മാറിയെങ്കിലും അദ്ദേഹം പുതിയൊരാളായി മാറിയിരുന്നു. സ്വന്തം മുഖം തിരിച്ചറിയാനുള്ള കഴിവ് പീറ്ററിന്റെ മസ്തിഷ്കത്തിൽ നിന്നും

ചോർന്നുപോയിരുന്നു. വലിയൊരു കണ്ണാടിയിലെ പ്രതിബിംബം ചൂണ്ടി അതാരാണെന്നു ചോദിച്ചപ്പോൾ മനസ്സിലാവുന്നില്ലല്ലോ എന്നായിരുന്നു പീറ്ററിന്റെ മറുപടി. പ്രമുഖരായ ചിലവ്യക്തികളുടെ ഫോട്ടോ കാണിച്ചപ്പോൾ പീറ്റർ എളുപ്പം തിരിച്ചറിയുകയും ചെയ്തു. എന്നാൽ സ്വന്തം കുടുംബാംഗങ്ങളെ തിരിച്ചറിയാൻ പീറ്ററിനു കഴിഞ്ഞതുമില്ല. പീറ്ററുടെ മറ്റൊരു കുഴപ്പം ഓർമ്മയിൽ വന്ന വിള്ളലുകളായിരുന്നു. അപകടത്തിനു മുമ്പു നടന്ന പലതും പീറ്റർ മറന്നു പോയിരുന്നു. ഒരു ഗൈനക്കോളജിസ്റ്റായിരുന്ന പീറ്റർ തനിക്കു ഒരു ഡോക്ടറാകാനുള്ള പ്രായമായിട്ടില്ല എന്ന ഉറച്ചു വിശ്വസിച്ചിരുന്നു. ഈ പോരായ്മകൾ മറക്കാനും മറയ്ക്കാനും പലതരം കഥകൾ മെനയുമായിരുന്നു പീറ്ററുടെ മസ്തിഷ്കം.

ഒരർത്ഥത്തിൽ നമ്മുടെയൊക്കെ മനസ്സും കഥമെനയുകയാണല്ലോ. ജീവിതമെന്ന മഹാനാടനത്തിനു വേണ്ട കഥ. ആ കഥ അരങ്ങേറുന്നത് നേരത്തെ ഗോൾഫിനെക്കുറിച്ച് പറഞ്ഞതുപോലെ ഇടതു ചെവി മുതൽ വലതു ചെവി വരെയുള്ള അഞ്ചിഞ്ച് നീളമുള്ള വേദിയിലാണെന്നു മാത്രം.

●

ചിന്തയുടെ ക്രിയാത്മകത

രണ്ടായിരത്തിയഞ്ചിൽ പുറത്തിറങ്ങിയ പീറ്റർ ജാക്സന്റെ 'കിംഗ് കോംഗ്'’എന്ന ഹോളിവുഡ് സിനിമയിൽ ഹൃദയഹാരിയായ ഒരു രംഗമുണ്ട്. ഭീമാകാരനായ ഗോറില്ല ആനി എന്ന പെൺകുട്ടിയോടൊപ്പം അങ്ങകലെ അസ്തമയത്തിലേക്ക് നോക്കി ഒരു ക്കുറ്റൻ പാറയിലിരിക്കുന്ന രംഗം. അസാധാരണമായ ഒരു ശോകച്ഛായ അന്തരീക്ഷമാകെ നിറഞ്ഞു നില്ക്കുന്നതു പോലെയാണപ്പോൾ. കാണികളുടെ മനസ്സിലേക്കും നേരിയൊരു നൊമ്പരം ഇഴഞ്ഞെത്തുന്ന നിമിഷങ്ങൾ. ഇതുപോലുള്ള നിമിഷങ്ങൾ ഒട്ടേറെയുണ്ടായിട്ടുണ്ടാകും നമ്മുടെയൊക്കെ ജീവിതത്തിൽ. എന്നാൽ ഒരു ഗോറില്ലയെ അത്തരമൊരു സന്ദർഭവുമായി ബന്ധിപ്പിക്കുന്നത് അതിരു കടന്നഭാവനയല്ലേ എന്ന ചോദ്യം സ്വാഭാവികമാണ്. അങ്ങനെയല്ല എന്നാണ് പഠനങ്ങൾ കാണിക്കുന്നത്. അഗസ്റ്റിൻ ഫുവാൻന്റിസ് എന്ന ആന്ത്രോപോളജി പ്രൊഫസറും നാഷണൽ ജിയൊഗ്രാഫിക് ക്രിറ്റർകാം ടീമിലെ വളന്റിയർമാരും ചേർന്ന് ഒരു കൂട്ടം ചിമ്പാൻസികളിൽ ഒരു പഠനം നടത്തുകയുണ്ടായി. പഠനത്തിന്റെ ഭാഗമായി ചിമ്പാൻസികളുടെ കഴുത്തിൽ ഓരോ എച്ച്.ഡി ക്യാമാറ ഘടിപ്പിക്കുകയായിരുന്നു അവർ ചെയ്തത്. എങ്ങോട്ടാണോ അവ നോക്കുന്നത് ആ ദൃശ്യങ്ങൾ ക്യാമറ കൃത്യമായി പിടിച്ചെടുക്കും. ഈ ദൃശ്യങ്ങൾ പിന്നീട് പരിശോധിച്ചപ്പോൾ ഒരു ക്യാമറയിൽ പതിഞ്ഞകാഴ്ച അവരെ വല്ലാതെ അത്ഭുതപ്പെടുത്തി.

ഒരു പെൺകുരങ്ങിന്റെ കഴുത്തിൽ തൂക്കിയ ക്യാമറയിലായിരുന്നു ആ ചിത്രം പതിഞ്ഞിരുന്നത്. മൊറോക്കോ മലനിരകളും

മെഡിറ്ററേനിയനുമെല്ലാം ഉൾപ്പെട്ട മനോഹരമായ ദൃശ്യം. ജിബ്രാട്ടർ പാറയുടെ മുകളിൽ വെച്ചായിരുന്നു ഈ പഠനം നടന്നത്. ഒരു ഭാഗത്ത് ആഫ്രിക്കൻ വൻകരയും മറുഭാഗത്തായി മെഡിറ്ററേനിയൻ സമുദ്രവും ദൃശ്യമാകുന്ന ഇടം. ആരുടെയും മനം കവരുന്ന ആ കാഴ്ചാനുഭവങ്ങളിലാണ് എല്ലാം മറന്ന് അവളും നിന്നു പോയത്. ഇതൊരു യാദൃച്ഛികതയല്ല. സിംഗപ്പൂരിൽ വെച്ച് മറ്റൊരിനം ചിമ്പാൻസികളിൽ പഠനം നടത്തുമ്പോഴും ഇതേ അനുഭവമുണ്ടായതായി ഫുവാന്റിസ് നിരീക്ഷിക്കുന്നു. ആസ്വാദനം എന്നത് എങ്ങനെയാണ് മറ്റു ജീവികളിൽ നടക്കുന്നത് എന്നതിനെക്കുറിച്ച് വ്യക്തമായ ധാരണയൊന്നും നമുക്കില്ല. ഒന്നുറപ്പാണ്. ആസ്വാദനത്തിനുമപ്പുറത്ത് വലിയ മാനങ്ങളുള്ള തലങ്ങളിലേക്ക് സർഗ്ഗാത്മകതയെ ഉയർത്തുകയായിരുന്നു മനുഷ്യൻ. ചെറിയകുട്ടിയായിരിക്കുമ്പോൾ തന്നെ വരയും കുറിയും ചിത്രങ്ങളുമൊക്കെയായി സർഗ്ഗശേഷി ആവശ്യമായ മണ്ഡലങ്ങളിലേക്ക് പിച്ചവെക്കാൻ തുടങ്ങും. ചിലത് സവിശേഷമായൊരു ലക്ഷ്യത്തോടെ ചെയ്യുന്നതായിരിക്കും. മറ്റുചിലപ്പോഴത് മടുപ്പിക്കുന്ന മാനസികാന്തരീക്ഷത്തിൽ നിന്നും പുറത്തുകടക്കാനുള്ള ശ്രമമായിരിക്കും.

ഇത്തിരി നേരം അസാധാരണമായൊരു ലോകത്തിലേക്ക് ഒളിച്ചുകടക്കാനുള്ള മനസ്സിന്റെ ശ്രമമാണ് സർഗ്ഗാത്മകത. അത് എല്ലാവരിലുമുണ്ടാകും. The difference is not in kind but in degree എന്നു ഫ്രോയിഡ് ന്യൂറോസിസിനെക്കുറിച്ച് നിരീക്ഷിച്ചത് ഇവിടെയും ശരിയാണെന്നു കാണാം. എന്നാൽ ചിലരിലത് വല്ലാത്തൊരു അവസ്ഥയിലെത്തിയെന്നു വരാം. ഒലിവർ സാക്സ് തന്റെ 'ഹാലൂസിനേഷൻസ്' എന്ന ഗ്രന്ഥത്തിലൂടെ പരിചയപ്പെടുത്തുന്ന ഒരു രോഗിയുണ്ട്. അദ്ദേഹത്തിന്റെ കുഴപ്പം പെട്ടെന്ന് ഉറക്കത്തിലേക്ക് വഴുതിപ്പോവുക എന്നതാണ്. ശാരീരികമായ ക്ഷീണം കൊണ്ടോ മറ്റോ സാധാരണ ഒരാൾക്കു തോന്നുന്ന മയക്കം പോലെയല്ല അത്. എവിടെ വെച്ചും എപ്പോഴും സംഭവിക്കാവുന്ന അപസ്മാരബാധ പോലെയുള്ള ഒന്നാണത്. ഭക്ഷണം കഴിച്ചു കൊണ്ടിരിക്കുന്നതിനിടയിൽ പോലും അതു സംഭവിക്കാം. സംസാരിച്ചുകൊണ്ടിരിക്കുമ്പോൾ ഒരു വാചകത്തിന്റെ പകുതിയിൽ വെച്ചു പോലും അതു വന്നേക്കാം. 'നാർക്കോലെപ്സി'യെന്നും 'സ്ലീപ് പരാലിസിസ്'എന്നു മൊക്കെ വൈദ്യശാസ്ത്രം വിശേഷിപ്പിക്കുന്ന ഈ രോഗത്തെക്കുറിച്ച് ആഴത്തിൽ പഠിച്ച സാമുവൽ ബ്രോക്ക് എന്ന ഡോക്ടറുടെ ഒരു രോഗി ഇരുപത്തിരണ്ടു വയസ്സുമാത്രം പ്രായമുള്ളൊരു ചെറുപ്പക്കാരനായിരുന്നു. ഇടയ്ക്കിടെ ഉറക്കത്തിലേക്ക് പോകുന്നു എന്നു മാത്രമല്ല ശരീരമാകെ തളർന്നു പോവുകയും ചെയ്യും എന്നതായിരുന്നു അയാളുടെ രോഗത്തിന്റെ

സവിശേഷത. ഈ സന്ദർഭങ്ങളിൽ അസാധാരണമായ മായക്കാഴ്ച കളുള്ള ഒരു ലോകത്തെത്തിയ പ്രതീതിയായിരിക്കും എന്ന് പിന്നീട് അയാൾ ഓർത്തെടുക്കുന്നുണ്ട്.

മസ്തിഷ്കത്തിലെ ഹൈപോതലാമസ് പുറപ്പെടുവിക്കുന്ന ഒരു തരം ഹോർമോണുകളുണ്ട്. 'ഓറക്സിൻസ്' എന്നറിയപ്പെടുന്ന ഉണർച്ചയുടെ ഹോർമോണുകൾ. ഈ ഹോർമോണുകളുടെ വൈകല്യം ഇത്തരമൊരു അവസ്ഥയിലേക്കു നയിക്കാം. ഹൈപോതലാമസിൽ സംഭവിക്കുന്ന ക്ഷതങ്ങൾ ട്യൂമറുകൾ എന്നിവയും നാർക്കൊലെപ്സിക്കു കാരണമായേക്കാം. ആയിരങ്ങളിൽ ഒരാൾക്കുമാത്രം കാണുന്ന രോഗാവസ്ഥയാണിത്. എന്നാൽ നേരത്തെ സൂചിപ്പിച്ചതു പോലെ ചെറിയൊരളവിൽ എല്ലാരിലുമുണ്ടാകും. ഡോക്ടർ സാക്സ് തന്റെ തന്നെ ഒരനുഭവം എടുത്തു കാണിക്കുന്നുണ്ട്. കിടക്കയിൽ കിടന്ന് ഗിബണിന്റെ ജീവചരിത്രം വായിക്കുകയായിരുന്നു സാക്സ്. കൂടുതൽ സമയവും ബധിരരുടെ ആംഗ്യഭാഷയെക്കുറിച്ച് ചിന്തിക്കുകയും പഠിക്കുകയും ചെയ്തിരുന്ന ദിവസങ്ങളിലൊന്നായിരുന്നു അത്. ലണ്ടൻ നഗരത്തിലെ ഒരു തെരുവിൽ വെച്ച് ബധിരരായ ഒരു കൂട്ടം ആളുകൾ ആംഗ്യഭാഷയിൽ ആശയവിനിമയം നടത്തുന്നത് വിവരിക്കുന്ന ഭാഗം ഡോക്ടറുടെ ശ്രദ്ധയിൽ പെട്ടു. എഴുതിക്കൊണ്ടിരിക്കുന്ന പുസ്തകത്തിൽ ഒരു കുറിപ്പായി ഇതും ചേർക്കണമെന്ന് ഡോക്ടർ തീരുമാനിച്ചു. എന്നാൽ പിന്നീട് പുസ്തകമെടുത്തു നോക്കിയപ്പോൾ അങ്ങനെയൊരു ഭാഗം അതിലില്ലായിരുന്നു.

മഹത്തായ കലാസൃഷ്ടികളെല്ലാം തന്നെ ഒരു നാക്കോലെപ്സി അവസ്ഥ സൃഷ്ടിക്കുന്നവയാണ്. എലിസബത്തിയൻ നാടകങ്ങളെ ആൽഡസ് ഹക്സിലി വിശേഷിപ്പിക്കുന്നത് ദൃശ്യാത്ഭുതങ്ങൾ എന്നാണ്. ഹക്സിലി ഇങ്ങനെ തുടരുന്നു, The adjective which often applied to it is 'transporting'-it transports you, takes you out of this world, and puts you in the Otherworld' ഷേക്സ്പിയറുടെ കൃതികളെല്ലാം തന്നെ ഇവിടെ എടുത്തു കാണിക്കാവുന്ന മാതൃകകളാണ്. തിയേറ്ററിനെ ഒരു മാന്ത്രികവീടായിട്ടാണ് ആ വിശ്വോത്തര നാടകകൃത്ത് കണ്ടത്. അഭിനേതാക്കളും കാണികളുമെല്ലാം സ്വപ്നതുല്യമായ ഒരു ലോകത്തിലേക്ക് ആവാഹിക്കപ്പെടുന്ന ഇടം. ആ കോമഡികളിൽ പലതും ഒരു തലതിരഞ്ഞ സ്വപ്നലോകമാണ്. അരക്കിട്ടുറപ്പിച്ച സ്വത്വഘടനകളെല്ലാം അവിടെ തകിടം മറിക്കപ്പെടുന്നു. ലിംഗഭേദത്തിന്റെയും മാനുഷികബന്ധങ്ങളുടെയും സാമൂഹികാസ്തിത്വത്തിന്റെയും എന്നു വേണ്ട ജൈവഘടനയുടെ പോലും അതിരുകൾ അവിടെ മുറിച്ചു കടക്കപ്പെടുന്നു. ട്രാജഡികളാവട്ടെ ദുഃസ്വപ്നങ്ങളുടെ ഇരുണ്ട

ലോകങ്ങളിലേക്ക് കയറിച്ചെല്ലുന്നവയാണ്. സ്വത്വത്തിന്റെ കറുത്ത മറുപകുതി കാണിക്കുന്ന കണ്ണാടി കൈയിൽ നിർബന്ധ പൂർവ്വം വെച്ചു തരുന്നവ. വ്യക്തിബോധത്തിൽ നിന്നും ഒപ്പം യുക്തിബോധത്തിൽ നിന്നും പുറത്തുകടന്ന് മറുലോകത്തിലെത്തുമ്പോൾ ആദ്യം ഉയരുന്ന ചോദ്യം അവിടെ കണ്ടുമുട്ടുന്ന രൂപത്തെകുറിച്ചു തന്നെയായിരിക്കും. ഹാംലറ്റ് തുടങ്ങുന്നത്, 'Who is there'എന്ന ചോദ്യത്തിലാണ്. യു. എ. ഖാദറിന്റെ നോവലിൽ, രാരുച്ചെട്ടിയാരുടെ മുന്നിൽ പെട്ടെന്ന് പ്രത്യക്ഷപ്പെട്ട ചുവന്ന തുടുത്ത ചുണ്ടുകളും തീപാറുന്ന കണ്ണുകളും പീറ്റത്തെങ്ങോളം ഉയരവുമുള്ള രൂപം മുടി കോതിക്കെട്ടിക്കൊണ്ട് ചോദിക്കുന്നത് 'എന്ന തിരിഞ്ഞോ' (എന്നെ മനസ്സിലായോ) എന്നാണ്.

മികച്ച കലാസൃഷ്ടികളും സാഹിത്യസൃഷ്ടികളും അളവറ്റ ആനന്ദം പ്രദാനം ചെയ്യുന്നതിനു പിന്നിലെ ഒരു ഘടകം അവയിലെ വിഭിന്നങ്ങളായ അർത്ഥസാധ്യതകളാണ്. ഈ അർത്ഥസാധ്യതകൾ നമ്മെ ആകർഷിക്കാനുള്ള ഒരു പ്രധാനകാരണം നമ്മുടെ സ്വത്വബോധത്തിന്റെ സവിശേഷതയാണ്. വളരെ കൃത്യമായി നമ്മുടെ മനോവ്യാപരങ്ങളെയും നമ്മളെത്തന്നെയും വിലയിരുത്താനൊന്നും നമുക്കു കഴിയാറില്ലെങ്കിലും ഉള്ളിലിരുന്നൊരു 'ഞാൻ' പുറം ലോകം നോക്കികാണുന്നുണ്ടെന്ന് നമുക്ക് കൃത്യമായി അറിയാം. വേദന തോന്നുമ്പോൾ ചൂളുകയും ചെറിയ സന്തോഷങ്ങളിൽ പോലും എല്ലാം മറക്കുകയും ചെയ്യുന്ന ഒരാൾ. ചുറ്റും നടക്കുന്ന മഹാനാടകത്തിന്റെ വെറും കാഴ്ചക്കാരനല്ല മറിച്ച് ഒരു പങ്കാളികൂടിയായ വ്യക്തി. നമ്മുടെ ചിന്തകളെ വിലയിരുത്തുന്ന തീരുമാനങ്ങളെ നിയന്ത്രിക്കുന്ന കർമ്മങ്ങളുടെ കാരണക്കാരനായ ഒരു 'ഞാൻ'. അനന്യമായ ഏകീകൃതമായ കാലാനുവർത്തിയായ ഒന്ന്. എന്നാൽ ഈ അനന്യതയും ഏകീകൃത സ്വഭാവവുമെല്ലാം ഇല്ലാതാകുന്ന ഒട്ടേറെ സന്ദർഭങ്ങൾ അഭിമുഖീകരിക്കേണ്ടി വന്നിട്ടുള്ളവരാണ് ഗവേഷകരും ഡോക്ടർമാരും. ഒട്ടേറെ സിനിമകളും നോവലുകളും കൈകാര്യം ചെയ്ത വിഷയമാണ് സ്പ്ലിറ്റ് പേഴ്സണാലിറ്റി എന്നും മൾട്ടിപ്പിൾ പേഴ്സണലാറ്റി എന്നുമൊക്കെ അറിയപ്പെടുന്ന അവസ്ഥകൾ. ഒട്ടേറെ മനഃശാസ്ത്രജ്ഞരും ഡോക്ടർമാരും ഇത്തരം രോഗികളെക്കുറിച്ച് എഴുതിയിട്ടുണ്ട്.

ഇത്തരത്തിലുള്ള അവസ്ഥയെക്കുറിച്ച് വളരെ ആധികാരികമായും തികഞ്ഞശാസ്ത്രീയ ബോധത്തോടെയും സംസാരിക്കുന്ന എലെയ്സർ സ്റ്റേൺബെർഗ് പരിചയപ്പെടുത്തുന്ന ഒരു രോഗിയുണ്ട്. എവ്ലിൻ എന്നാണ് ആ മഹതിയെ ഡോക്ടർ വിശേഷിപ്പിക്കുന്നത്. മുപ്പത്തിയഞ്ചുവയസ്സു പ്രായമുള്ള എവ്ലിന് കാഴചയ്ക്കു കുഴപ്പമുണ്ടായിരുന്നു. എന്നാൽ എവ്ലിൻ ചികിത്സ തേടിയെത്തിയത് ഒരു സൈക്യാട്രിക്ക്

യൂനിറ്റിലായിരുന്നു. എറ്റ്ലിന്റെ കൈളിലും മറ്റും 'എനിക്കു വെറുപ്പാണ്' എന്ന പോലുള്ള ചില വാചകങ്ങൾ പച്ചകുത്തിയപോലെ എഴുതി വെച്ചിരുന്നു. ആരാണിത് ചെയ്തത് എന്ന ചോദ്യത്തിന് തനിക്കറി യില്ല എന്നായിരുന്നു അവർ നല്കിയ മറുപടി. അതു ശരിയായിരുന്നു. അവരുടെ ഓർമ്മയിൽ നിന്നും ചില മണിക്കൂറുകൾ ഒഴുകിയിറങ്ങി പോകുന്നത് പതിവായിരുന്നു. ഈ സമയത്ത് നടന്ന കാര്യങ്ങളൊ ന്നും ഓർത്തെടുക്കാൻ കഴിഞ്ഞിരുന്നില്ല. ചെറുപ്പത്തിൽ ഒരു പാടു വിഷമങ്ങളും പീഡനങ്ങളും അനുഭവിക്കേണ്ടി വന്ന കുട്ടിയായിരുന്ന എറ്റ്ലിൻ. എട്ടു വയസ്സു പ്രായമായപ്പോഴാണ് എറ്റ്ലിന് ആദ്യമായി ഓർമ്മകൾ 'ബ്ലാക്ക് ഔട്ട്' ആകുന്ന അവസ്ഥയുണ്ടാകുന്നത്. ഓർമ്മ തിരിച്ചെത്തുമ്പോഴേക്കും അവളുടെ ശരീരത്തിൽ ചില പാടുകൾ കാണപ്പെട്ടിരുന്നു എത്ര സമയം അങ്ങനെ കഴിഞ്ഞുപോയെന്ന് എറ്റ്ലിന് ഓർമ്മയുണ്ടാവുകയില്ല. ആ പാടുകൾ എങ്ങനെ വന്നു എന്ന തിനെക്കുറിച്ചും ഒരു ധാരണയുമുണ്ടാവുകയില്ല. എറ്റ്ലിന്റെ ശരിരത്തിൽ ഈ പാടുകൾ എങ്ങനെ വരുന്നു എന്നതായിരുന്നു ഡോക്ടർമാരെയും കുഴക്കിയ ചോദ്യം. എറ്റ്ലിൻ തന്നെയാണോ അതെല്ലാം ചെയ്യുന്നത്. ആണെന്നും അല്ലെന്നും പറയാമെന്നാണ് ഡോക്ടർമാർ കണ്ടെത്തിയ ഉത്തരം.

'ഡിസോസിയേറ്റീവ് ഐഡന്റിറ്റി ഡിസോർഡർ' എന്നാണ് ആധുനിക വൈദ്യശാസ്ത്രം എറ്റ്ലിന്റെ രോഗാവസ്ഥയ്ക്കു കണ്ടെത്തിയ പേര്. ഒരേ സമയത്ത് മൂന്നോ നാലോ വ്യക്തികളായി മാറിക്കൊ ണ്ടിരിക്കുന്ന സ്വത്വമായിരുന്നു എറ്റ്ലിന്റേത്. ഒരു കൊച്ചുകുഞ്ഞിന്റെ അമ്മയായ പക്വമതിയായും, കുസൃതിക്കണ്ണുകളും ചെമ്പൻമുടിയുമുള്ള എട്ടുവയസ്സുകാരിയായും ഒരു കുഞ്ഞുമാലാഖയായ കിമ്മി എന്ന നാലുവയസ്സുകാരിയായും എറ്റ്ലിൻ മാറിക്കൊണ്ടിരിക്കും. കിമ്മിയായി മാറുമ്പോൾ അവളുടെ സംസാരം ഒരു കുഞ്ഞിന്റെ കൊഞ്ചലായി മാറും. ശരീരഭാഷ അതിനു യോജിച്ച രീതിയിലാകും. എന്നാൽ ഡോക്ടർ മാരെ അത്ഭുതപ്പെടുത്തിയ മറ്റൊരു കാര്യം അവളുടെ ആന്തരിക വ്യക്തിത്വം മാത്രമല്ല അവളുടെ ശീലങ്ങളിലും രീതികളിലും മാറ്റങ്ങ ളുണ്ടാകുന്നു എന്നതാണ്. കിമ്മി ചിത്രങ്ങൾ വരയ്ക്കാൻ പെൻസിൽ പിടിച്ചിരുന്നത് വലതു കൈയിലായിരുന്നു. ഇടതു കൈ സ്വാധീ നമുള്ള ആളായിരുന്നു എറ്റ്ലിൻ. തികച്ചും അവിശ്വസനീയം എന്നു ഗവേഷകർ വിധിയെഴുതിയത് എറ്റ്ലിന്റെ കാഴ്ചയുടെ കാര്യത്തിലാണ്. മറ്റു മൂന്നു പേരുമാകുമ്പോൾ അന്ധയായി തന്നെ മാറുന്ന എറ്റ്ലിൻ, കിമ്മി ആകുമ്പോൾ ഒരു സാധാരണ കണ്ണട ഉപയോഗിച്ചാൽ കാഴ്ച കിട്ടുന്ന ആളുടെ നിലയിലെത്തുന്നു.

സ്വന്തം മുഖം തിരിച്ചറിയാനാവാത്തവരും പരാലിസിസ് വന്ന ശേഷം സ്വന്തം ശരീരഭാഗങ്ങൾ അന്യവസ്തുക്കളാണെന്ന തോന്ന ന്നവരുമായ ഒട്ടേറെ രോഗികൾ ചികിത്സ തേടിയെത്താറുണ്ട്. അവർക്കെല്ലാം എന്തെങ്കിലും രീതിയിലുള്ള മസ്തിഷ്ക ക്ഷതങ്ങളോ ആഘാതങ്ങളോ സംഭവിച്ചിട്ടുണ്ടാകും. എന്നാൽ എവ്ലിന്റെ കാര്യം വ്യത്യസ്തമാണ്. അങ്ങനെയുള്ള ക്ഷതങ്ങളൊന്നും സംഭവിച്ചിട്ടില്ല. എന്നിട്ടും ആ ശരീരം നിയന്ത്രിക്കുന്നത് വ്യത്യസ്ത വ്യക്തിത്വങ്ങളാണ്. അവരിൽ അരാണ് യഥാർത്ഥത്തിലുള്ള എവ്ലിൻ എന്നത് ഉത്തരം കിട്ടാത്ത ചോദ്യവുമാണ്. മസ്തിഷകത്തിന്റെ ഏതു ഭാഗത്താണ് ആ 'ഞാൻ' മറഞ്ഞിരിക്കുന്നത് എന്ന കൃത്യമായി മനസ്സിലാക്കാൻ കഴിഞ്ഞാൽ മാത്രമെ ഇത്തരം അവസ്ഥകളെ ശരിയായി വിശദീക രിക്കാനും പരിഹരിക്കാനും കഴിയുകയുള്ളൂ. എന്നാൽ ന്യൂറോസയി ന്റിസ്റ്റുകളെ ഏറെ കുഴക്കുന്ന ഒരു ചോദ്യമാണിത്. മസ്തിഷ്കത്തിൽ കോർപസ് കല്ലോസം എന്നൊരു ഭാഗമുണ്ട്. മസ്തിഷ്കത്തിന്റെ ഇടതു -വലത് അർദ്ധഭാഗങ്ങളെ കൂട്ടിയിണക്കുന്ന നെർവുകളുടെ സഞ്ചയം. ഈ ഭാഗത്തിന്റ സാന്ദ്രത പൊതുവായ ബുദ്ധിശക്തിയെ സ്വാധിനിക്കു ന്ന ഒരു ഘടകമാണ്.ഒരു പകുതിയിൽ സൂക്ഷിച്ചിരിക്കുന്ന ഓർമ്മകൾ മറുപകുതിക്ക് ആവശ്യമായി വരുമ്പോൾ ഈ ഭാഗത്തിന്റെ പ്രവർത്ത നക്ഷമത ഏറെ സഹായകരമാവും.

നേരത്തെ പരിചയപ്പെട്ട കിം പിക് എന്ന സെവാന്റിനെ ഓർക്കു ന്നില്ലേ. കിമ്മിനെ സ്കാൻ ചെയ്തു പരിശോധിച്ചപ്പോൾ കൊർപസ് കൊല്ലോസത്തിന്റ അസാന്നിദ്ധ്യം ശ്രദ്ധിക്കപ്പെട്ടിരുന്നു ഒരു പുസ്ത ത്തിന്റെ രണ്ടു പേജുകൾ ഒരേ സമയത്ത് വായിക്കാൻ കിമ്മിന് കഴിഞ്ഞിരുന്നത് അതുകൊണ്ടാണ്. മസ്തിഷ്കത്തിന്റെ രണ്ടു അർദ്ധ ഭാഗങ്ങളും പൊതുവെ ഒരേ പോലെയാണ്. ഒരു ഭാഗം മുഴുവനമായും നീക്കിക്കളഞ്ഞാലും മസ്തിഷ്കപ്രവർത്തനങ്ങൾ സാധ്യമാണുതാനും. പിന്നെ എന്തിനാണീ രണ്ടാം വാല്യം എന്നു ശാസ്ത്രജ്ഞർ കൗതു കത്തോടെ ചോദിച്ചിരുന്നു. കാലിഫോർണിയ ഇൻസ്റ്റിട്യൂട്ട് ഓഫ് ടെക്നോളജിയിലെ റോജർ ഡബ്ലിയു സ്പെറി എന്ന ഡോക്ടറാണ് മസ്തിഷ്കത്തിന്റെ രണ്ടു ഭാഗങ്ങളിൽ ഒന്ന് മറ്റേതിന്റെ കാർബൺ കോപ്പിയല്ല എന്നു തെളിയിച്ചത്. 1981 ൽ നോബൽ സമ്മാനം നല്കിയാണ് ശാസ്ത്രലോകം ഈ കണ്ടെത്തലിനെ ആദരിച്ചത്. ഈ രണ്ടു പകുതികളെയും ബന്ധിപ്പിക്കുന്ന ഭാഗം നീക്കം ചെയ്യുന്ന സർജറിയാണ് കോർപസ് കൊല്ലോസറ്റമി. കടുത്ത അപസ്മാര രോഗികളിൽ നടത്തുന്ന അറ്റകൈ പ്രയോഗമാണിത്.

മസ്തിഷ്കത്തിൽ അനിയന്ത്രിതമായി പൊട്ടിപ്പുറപ്പെടുന്ന ഒരു തരം

വൈദ്യുതപ്രവാഹമാണ് അപസ്മാരം. രണ്ടു അർദ്ധഭാഗങ്ങളും ഈ പ്രവാഹങ്ങൾ പരസ്പരം കൈമാറി ഒരു ലൂപ്പ് സൃഷ്ടിക്കുന്ന അവസ്ഥ ചിലപ്പോഴൊക്കെ ഉണ്ടാവാറുണ്ട്. ഇത് അങ്ങേയറ്റം മാരകമാണ്. ഇതിനുള്ള ഒരേ ഒരു പരിഹാരം രണ്ടു അർദ്ധഭാഗങ്ങൾക്കുമിടയിലേ ബന്ധം വിച്ഛേദിച്ചുകളയുക എന്നതാണ്. അപസ്മാര രോഗികളിൽ ഈ സർജറി തികച്ചും അത്ഭുതകരവും നാടകീയവുമായ മാറ്റങ്ങളാണ് ഉണ്ടാക്കുന്നത്. പലർക്കും രോഗത്തിന്റെ ഭീതിയിൽ നിന്നും രക്ഷപ്പെടാനായി. മാത്രവുമല്ല മറ്റുകുഴപ്പങ്ങളൊന്നും തന്നെ ആദ്യകാലങ്ങളിൽ കണ്ടതുമില്ല. ഒന്നും സംഭവിക്കാത്തതു പോലെയായിരുന്നു അവരുടെ ആദ്യകാല പെരുമാറ്റങ്ങൾ. എന്നാൽ ശ്രദ്ധയോടെ പരിശോധിച്ചാൽ ഇവർ അസാധാരണത്വമുള്ളവരാണെന്നു ബോധ്യപ്പെടും. സാധാരണഗതിയിൽ മസ്തിഷ്കത്തിന്റ രണ്ടു ഭാഗങ്ങൾക്കിടയിലെ കൊടുക്കൽ വാങ്ങലുകൾ സുഗമമായി തന്നെ നടക്കുന്ന പ്രക്രിയകളാണ്. നേരത്തെ സൂചിപ്പിച്ചതുപോലെ ഇടതു ഭാഗത്തിന് ഇത്തിരി യുക്തിബോധവും വലതുഭാഗത്തിന് ഇത്തിരി കലാബോധവും കൂടുതലാണെന്നു മാത്രം. പലഘട്ടങ്ങളിലും അവസാനവാക്ക് ഇടതു മസ്തിഷ്കത്തിന്റേതായിരിക്കും. തീർച്ചയായും വലതുഭാഗത്തിന്റെ ഇടപെടലുകളുണ്ടാകും. വിയോജനക്കുറിപ്പും അവിശ്വാസം രേഖപ്പെടുത്തലുമെല്ലാം സാധാരണമാണ്. ഇതെല്ലാം സാദ്ധ്യമാവുന്നത് കോർപസ് കൊല്ലോസത്തിലൂടെയാണ്. സർജറിയിലൂടെ ഈ ഭാഗം നിഷ്ക്രിയമാക്കപ്പെട്ടുമ്പോൾ ഇടതുഭാഗത്തിന്റെ അധികാരഭാവം സഹിക്കാൻ മാത്രമെ മറു പകുതിക്ക് കഴിയുകയുള്ളു.

ഇങ്ങനെ വിഭിന്നങ്ങളായ തീരുമാനങ്ങൾ മസ്തിഷ്കത്തിനകത്ത് രൂപം കൊള്ളുന്നത് ചിലപ്പോഴൊക്കെ അസാധാരണമായ ശാരീരികപ്രതികരണങ്ങൾക്കു കാരണമാവുകയും ചെയ്യും. വലതുഭാഗം നിയന്ത്രിക്കുന്ന ഇടതു കൈ ഒരു കാര്യം ചെയ്യുമ്പോൾ ഇടതുഭാഗം നിയന്ത്രിക്കുന്ന വലതു കൈ മറ്റൊരു കാര്യം ചെയ്യുന്നത് ഇത്തരത്തിലുള്ള ഒരു സന്ദർഭമാണ്. 1979 ൽ പ്രസ്തുത സർജറിക്കു വിധേയയായ വിക്കി എന്നൊരു മഹതിയുടെ അനുഭവങ്ങൾ പലരും എടുത്തു കാണിക്കാറുണ്ട്. ഒരു സൂപ്പർമാർക്കറ്റിൽ നിന്ന് എന്തെങ്കിലുമൊന്നു തിരഞ്ഞെടുക്കാനായി അവർ വലതു കൈ നീട്ടുമ്പോൾ ഇടതു കൈ നീളുന്നത് മറ്റൊന്നിലേക്കായിരിക്കും. ഭിന്നരുചിക്കാരായ രണ്ടു പേരുടെ സെലക്ഷൻ പോലെയാണത് എന്നതാണ് ഏറ്റവും രസകരമായ വസ്തുത. ഒരാൾ ഭാര്യയെ ഒരു കൈകൊണ്ട് ചേർത്തുപിടിക്കാൻ ശ്രമിച്ചപ്പോൾ മറ്റേ കൈ ഒരു 'റിബലി'നെപോലെ പെരുമാറിയ സന്ദർഭവും റിപ്പോർട്ടു ചെയ്യപ്പെട്ടിട്ടുണ്ട്! (ഒരു കൈകൊണ്ട് പ്രഹരിക്കുകയും മറു കൈകൊണ്ട് പിടിച്ചു തലോടുകയും ചെയ്യും എന്ന്

കുമാരനാശാൻ പ്രകൃതിയെക്കുറിച്ചു പറഞ്ഞത് മനുഷ്യപ്രകൃതിക്ക് ചേർന്നതാവണമെന്നില്ലല്ലോ.). സ്പ്ലിറ്റ് ബ്രെയിൻ സർജറിക്കു വിധേയനായ മറ്റൊരു രോഗിക്ക് ഉറങ്ങാൻ കിടക്കാൻ പേടിയായിരുന്നു. എന്നും പ്രതിപക്ഷത്തായ തന്റെ മറ്റേ കൈ വല്ലതും ചെയ്യുകളയുമോ എന്ന പേടി.

സ്പ്ലിറ്റ് ബ്രെയിൻ രോഗികളിൽ വളരെയധികം പഠനങ്ങൾ നടത്തിയ ഡോക്ടർ സ്പെറിയുടെ നിരീക്ഷണം ഇങ്ങനെയാണ്. 'ഒരു മസ്തിഷ്കത്തിനകത്തു തന്നെ രണ്ടു മനസ്സുകൾ പ്രവർത്തിക്കുന്നതുപോലെയാണത്. ചിന്തിക്കുകയും തീരുമാനങ്ങളെടുക്കുകയും വൈകാരികമായി പ്രതികരിക്കുകയും ചെയ്യുന്ന രണ്ടു മനസ്സുകൾ.' മൈക്കൽ ഗാസ്സനിക എന്ന ന്യൂറോ സയിന്റിസ്റ്റാണ് ഈ മേഖലയിൽ വളരെയധികം പഠനങ്ങൾ നടത്തിയ മറ്റൊരു വ്യക്തി. സവിശേഷമായ ഈ അവസ്ഥയെക്കുറിച്ച് ആധികാരികമായി സംസാരിക്കാൻ കഴിയുന്ന വിദഗ്ധനാണദ്ദേഹം. അദ്ദേഹത്തിന്റെ വീക്ഷണത്തിൽ ഈ രണ്ടു സ്വത്വങ്ങളെയും സമന്വയിപ്പിക്കാനുള്ള ഒരു ശ്രമവും കൂടി അതോടൊപ്പം നടക്കുന്നുണ്ട് എന്നാണ്. പരീക്ഷണത്തിലൂടെ ഇതു തെളിയിക്കാൻ കഴിയും എന്നാണ് ഗാസ്സനികയുടെ പഠനങ്ങൾ കാണിക്കുന്നത്. മസ്തിഷ്കത്തിന്റെ ഒരു പകുതിയിലേക്കു മാത്രമായി സന്ദേശങ്ങൾ അയക്കാൻ കഴിയും എന്നതാണ് ഇവിടെ എടുത്തു പറയേണ്ട ഒരു വസ്തുത. ഒരു കണ്ണിന്റെ കാഴ്ചയുടെ പരിധിയിൽ മാത്രം ചില വസ്തുക്കൾ വെച്ചും സവിശേഷതരം ഗ്ലാസുകളുപയോഗിച്ചും ഇതു സാധിക്കാവുന്നതാണ്. അത്തരത്തിലുള്ള ഒരു രോഗിയുടെ വലതു മസ്തിഷ്കത്തിൽ മാത്രം പതിയത്തക്ക രീതിയിൽ 'നടക്കുക' എന്നെഴുതി കാണിച്ചപ്പോൾ രോഗി എഴുന്നേറ്റു നടന്നു. അല്പം കഴിഞ്ഞ് എന്തിനാണു നടന്നത് എന്നു ചോദിച്ചപ്പോൾ ഒരു ഭക്ഷണപാനീയം എടുക്കാൻ വേണ്ടി എന്നതായിരുന്നു മറുപടി. വലതു ഭാഗം കണ്ടത് ഇടതു ഭാഗം അറിഞ്ഞിരുന്നില്ല. എന്നാൽ എന്തിനു നടന്നു എന്നതിന് കൃത്യമായ ന്യായവത്കരണം കണ്ടെത്താൻ ഇടതു ഭാഗം ശ്രമിക്കുകയും ചെയ്തു.

മറ്റൊരു സന്ദർഭത്തിൽ 'പുഞ്ചിരിക്കുക' എന്ന് വലതു ഭാഗത്തു മാത്രം പതിയത്തക്കരീതിയിൽ എഴുതിക്കാണിക്കുകയുണ്ടായി. ഇടതു ഭാഗത്തോട് ആവശ്യപ്പെട്ടതാവട്ടെ ഒരു മുഖത്തിന്റെ ചിത്രം വരയ്ക്കാനും. രോഗി വരച്ചത് മന്ദഹസിക്കുന്ന ഒരു മുഖം തന്നെയായിരുന്നു. എന്തുകൊണ്ടായിരുന്നു അങ്ങനെയൊരു തിരഞ്ഞെടുപ്പ് എന്നു ചോദിച്ചപ്പോൾ വിഷാദഭാവം ആരും ഇഷ്ടപ്പെടില്ലല്ലോ എന്നായിരുന്നു മറുപടി. വലതുഭാഗം കണ്ട നിർദ്ദേശം അപ്പോൾ പരാമർശിക്കപ്പെട്ടതേയില്ല. പോരായ്മകൾ പരിഹരിച്ച് ഈ മഹാഖ്യാനം മുന്നോട്ടു

കൊണ്ടുപോകാനുള്ള ശ്രമം ഉള്ളിൽ നടക്കുന്നുണ്ട് എന്നാണ് ഈ പരീക്ഷണങ്ങൾ കാണിക്കുന്നത്. പൊതുവെ പറഞ്ഞാൽ ചിന്തയിലും വീക്ഷണത്തിലും അവബോധത്തിലുമെല്ലാം വരുന്ന വിള്ളലുകൾ പരിഹരിക്കാനുള്ള ഒരു ശ്രമം മസ്തിഷ്കത്തിൽ നടന്നു കൊണ്ടിരിക്കുന്നു. നമ്മുടെ സ്വത്വബോധത്തെ നിലനിർത്താനുള്ള ബോധപൂർവ്വമായ ശ്രമമാണത്. അണമുറിയാതെ ഉള്ളിൽ നടക്കുന്ന ആ കഥനത്തെ യുക്തിഭദ്രമാക്കാൻ ഇടയ്ക്കു ചില സൂത്രപ്പണികളും നടക്കുന്നു. അങ്ങനെ നിറം ചേർത്തും വീണ്ടും മിനുക്കിയും സൃഷ്ടിക്കപ്പെടുകയാണ് ആ 'ഞാൻ'. അതുകൊണ്ടായിരിക്കാം മലയാളത്തിന്റെ പ്രിയപ്പെട്ട കുഞ്ഞുണ്ണിമാഷ് ചോദിച്ചത്, 'ആരുടെ തോന്നലാണു ഞാൻ'എന്ന്.

●

References

1 The Idiot brain - Dean Burnett - Guardian books

2 Neuro Logic- Eliezer J Sternberg -Vintage Books

3) The Future Of The mind- Michio Kaku- Penguin Books

4) Drunk Tank Pink -Adam Alter- A one world book

5) A day in the life of the brain- Susan Green field- Penguin

6)The Art of losing Control - Jules Evans - Canongate

7) Maximum Brain Power- Shlomo Breznitz& Collins Hemingway -Hay house

8) The Eureka Factor- John Kounios& Mark Beeman- William Heinemann

9) The Creative spark- Agustin Fuentes - Dutton

10) The Memory Illusion- Julia Shaw- rh books

11) Why - Mario Livio - Simon& Schuster

12) Peak- Anders Ericsson & Robert Pool -Vintage

13) On The move ;A life Oliver sacks- Picador

14) Hallucination - Oliver sacks- Picador

15) The 21st Century Brain- Steven Rose - Vintage

16) കവിയുടെ കാല്പാടുകൾ- പി. കുഞ്ഞിരാമൻ നായർ -ഡി. സി. ബുക്സ്

17) Messy -Timharford - Little Brown

18) Blink - Malcolm Gladwell - Penguin

●

www.ingramcontent.com/pod-product-compliance
Lightning Source LLC
LaVergne TN
LVHW040814051026
849519LV00007BA/2630
9789387398139